AF578730

ആനബലി

aanabali
novel

•

n c kanaran

•

first edition
february 2019

•

typesetting & published
chintha publishers, thiruvananthapuram

•

cover
vinod

Rights reserved

വിതരണം

ദേശാഭിമാനി ബുക്ക് ഹൗസ്

H O തിരുവനന്തപുരം-695 035
phone: 0471-2303026, 6063026
www.chinthapublishers.com
chinthapublishers@gmail.com

ബ്രാഞ്ചുകൾ

ഹെഡ്ഡാഫീസ് ബ്രാഞ്ച് കുന്നുകുഴി • സ്റ്റാച്യു തിരുവനന്തപുരം • കെ എസ് ആർ ടി സി ബസ് സ്റ്റേഷൻ ആലപ്പുഴ • കെ എസ് ആർ ടി സി ബസ് സ്റ്റേഷൻ എറണാകുളം • ഐ ജി റോഡ് കോഴിക്കോട് • മാവൂർ റോഡ് കോഴി ക്കോട് • എൻ ജി ഒ യൂണിയൻ ബിൽഡിങ് കണ്ണൂർ • സെൻട്രൽ ബസ് ടെർമി നൽ കോംപ്ലക്സ് താവക്കര കണ്ണൂർ

CO - 2746 / 4940
ISBN - 978-93-88485-22-7

ആനബലി

(നോവൽ)

എൻ സി കണാരൻ

ചിന്ത പബ്ലിഷേഴ്സ്
തിരുവനന്തപുരം-695 035

എൻ സി കണാരൻ

കോഴിക്കോട് ജില്ലയിലെ പുത്തൂർ വില്ലേജിൽ ജനനം. കൊടുവള്ളി ഹൈസ്കൂളിലും, കോഴിക്കോട് മലബാർ ക്രിസ്ത്യൻ കോളേജിലും വിദ്യാഭ്യാസം. 1968 ൽ കേരള വൈദ്യുതി ബോർഡിൽ നിയമനം. 2001 ൽ വിരമിച്ചു.

ആദ്യകാലങ്ങളിൽ ആനുകാലികങ്ങളിൽ ധാരാളമായി എഴുതി. ലേഖനങ്ങൾ, കവിതകൾ, ചെറുകഥകൾ, പുസ്തക നിരൂപണങ്ങൾ എന്നിങ്ങനെ. ഈശ്വരനും ആത്മാവും, പറക്കും തളികകൾ എന്നീ ലേഖന പരമ്പരകൾ അതിൽ പ്രധാനപ്പെട്ടവയായിരുന്നു. പുസ്തകരൂപത്തിൽ ആദ്യം പ്രസിദ്ധീകരിച്ചത് *ദുഃഖത്തിന്റെ പ്രതിമ* എന്ന ചെറുകഥാ സമാഹാരം. *ഒഹായോവിലെ ആകാശങ്ങൾ* എന്ന അമേരിക്കൻ യാത്രാ വിവരണം 2015 ൽ പ്രസിദ്ധീകരിച്ചു.

ഭാര്യ : വിനീതാദേവി

മക്കൾ : ശ്രീജിത്ത്, വിപിന

വിലാസം : നെല്ലുളിച്ചാലിൽ വീട്
പുത്തൂര് പി ഒ
കോഴിക്കോട് ജില്ല
പിൻ: 673582

ഫോൺ : 0495 2282196, 9447445648

Email : kanaran90@gmail.com

പ്രസാധകക്കുറിപ്പ്

കേരള ചരിത്രത്തിലെ അവിസ്മരണീയ മുഹൂർത്തമായിരുന്നു 1957 സമ്മാനിച്ചത്. ഐക്യകേരളത്തിലെ പ്രഥമ നിയമസഭാ തിരഞ്ഞെടുപ്പിൽ കമ്യൂണിസ്റ്റ് പാർട്ടി വിജയിച്ചു. പാവപ്പെട്ടവരുടെ പ്രതീക്ഷകൾക്ക് ചക്രവാളസീമയോളം ഉയരമുണ്ടായ നാളുകൾ. ഈ കാലഘട്ടത്തിലെ ഒരു മലയോരഗ്രാമം. രാഷ്ട്രീയ സംഭവവികാസങ്ങൾ സാധാരണ മനുഷ്യരെ എപ്രകാരമാണ് ബാധിച്ചത്. ചരിത്ര രൂപീകരണത്തിൽ സാധാരണ മനുഷ്യരുടെ പങ്കെന്താണ്? ഈ കാര്യങ്ങളാണ് *ആനബലി* എന്ന ഈ നോവലിൽ അന്വേഷിക്കുന്നത്. തെളിഞ്ഞ ഭാഷയും രാഷ്ട്രീയധാരണയുടെ ആരുറപ്പും ഉള്ള എഴുത്തുകാരനാണ് താനെന്ന് ശ്രീ. എൻ സി കണാരൻ ഈ കൃതിയിലൂടെ തെളിയിക്കുന്നു.

ചിന്ത പബ്ലിഷേഴ്സ്

ഒന്ന്

സ്വാതന്ത്ര്യലബ്ധിയുടെ ആദ്യവർഷങ്ങൾ.

കിഴക്കൻ പ്രദേശത്തെ ഒരു മലയോരമേഖലയുടെ താഴ്വാരം - ചെമ്മരതായി. കോരൻചോല കയറി പന്നിയൻ കുഴി ഇറങ്ങി നടന്നാൽ ചെമ്മരതായിയിലെത്താം.

മകരക്കൊയ്ത്തും മനസ്സിൽക്കണ്ടാണ് അച്ഛൻ ഞങ്ങളേയും കൂട്ടി ചെമ്മരതായിയിൽ എത്തിയത്. ആണുങ്ങളും പെണ്ണുങ്ങളുമായി വേറെയുമുണ്ട് കുറെപ്പേർ. കാട്ടുമുളയും വാറ്റുപുല്ലും സുലഭമായ പ്രദേശമായതിനാൽ പാർപ്പിടമൊരുക്കാൻ ഏറെ കഷ്ടപ്പെടേണ്ടി വന്നില്ല. കാട്ടുമുള വെട്ടി ഒരു ചായപ്പുര കെട്ടിയുണ്ടാക്കി. വാറ്റുപുല്ലുകൊണ്ട് മേഞ്ഞു. അതിനകത്തുതന്നെ താമസിക്കാനും സൗകര്യം ഒരുക്കൂട്ടി. കിടക്കാൻ ഇലന്ത വിരിച്ചു.

കൊയ്ത്തുകാർക്ക് ഭക്ഷണമുണ്ടാക്കിക്കൊടുക്കലാണ് പ്രധാന ജോലി. കാലത്ത് കട്ടൻ ചായയും, താറാമുട്ട പുഴുങ്ങിയതും. ഉച്ചയ്ക്ക് കഞ്ഞി, വാട്ടക്കപ്പ പുഴുങ്ങിയത്, ചമ്മന്തി പിന്നെ കുറിച്ചി ചുട്ടതും.

കുശിനിയിൽ അമ്മ. ബാക്കിയെല്ലാം അച്ഛൻ ചെയ്തുകൊള്ളും.

പകൽനേരത്തും അകലെനിന്നും കുറുക്കന്മാർ ഓലിയിടുന്നത് കേൾക്കാം. പാടത്തിന്റെ അതിർത്തിയോടൊത്തൊഴുകുന്ന കൈത്തോട്ടിലെ കടൽനിറമുള്ള വെള്ളത്തിൽ വെളുത്ത പരൽമീനുകൾ നീന്തിക്കളിക്കുന്നതുകാണാം. വീതിയുള്ള പാടത്തിനക്കരെ ആകാശം മറയ്ക്കുന്ന മരക്കൂട്ടങ്ങളാണ്. ഇടയ്ക്കിടെ പന്നികളും വല്ലപ്പോഴും ആനയുമിറങ്ങുന്ന കാട്.

തോട്ടുവക്കിലെ പാറമടകൾക്കിടയിലെ പേക്കാച്ചികൾ സന്ധ്യക്കു മുമ്പേ പനയോലകീറുന്നതുപോലെ ഒച്ചവെച്ചുതുടങ്ങും. ഇലന്തമേൽ കയറി മൂടിപ്പുതച്ച് ഉറങ്ങാൻ കിടന്നാലും ആ ശബ്ദം ചെവി തുളച്ചു

കൊണ്ടിരിക്കും. പാതിരാത്രിയായാൽ ഉമ്മറത്തെത്തുന്ന കുറുക്കന്മാർ കൂട്ടത്തോടെ ഓലിയിടുന്നതും കേൾക്കാം. മനസ്സിന്നകത്തും പുറത്തും അപ്പോൾ വിറയലുണ്ടാകും.

കൊയ്ത്തുകാർ ഉച്ചക്കഞ്ഞികുടിച്ച് മരത്തണലിൽ വെറുതെ കിടക്കുമ്പോൾ പലതും പറയും. കഥകളും, കാര്യങ്ങളും, തമാശകളും അതിലുണ്ടാകും. പാടത്തിനക്കരെ ഒരു വലിയ കുളമുണ്ടെന്നും അതിലെ വെള്ളം ചോരപോലെ ചുകന്നിട്ടാണെന്നും അതൊരിക്കലും വറ്റുകയില്ലെന്നും അങ്ങനെയാണ് ഞാനറിഞ്ഞത്. അതിനകത്ത് ഒരുഗ്രൻ സർപ്പം താമസിക്കുന്നുണ്ടെന്നും കുളക്കരയിലെത്തുന്ന മനുഷ്യരെ അത് പിടിച്ചു വിഴുങ്ങുമെന്നും ഞാൻ കേട്ടു. ആ കുളത്തിനടുത്തേക്ക് മനുഷ്യരാരും പോകാറില്ലത്രെ. അതുകൊണ്ടായിരിക്കാം ഏതെങ്കിലും മനുഷ്യനെ അത് വിഴുങ്ങിയ കഥ കേൾക്കാനുമായില്ല.

പാടത്തിന്റെ ഇങ്ങേക്കരയിലുള്ള തോട്ടിലാണ് ഞാനും അമ്മയും കുളിക്കാൻ പോകാറുള്ളത്. ഞങ്ങളുടെ കൂട്ടത്തിൽ സ്വന്തക്കാരാരെങ്കിലും വേറെയുമുണ്ടാകും. എന്നിരുന്നാലും മരത്തണലിൽ അനക്കമറ്റു കിടക്കുന്ന വെള്ളം കാണുമ്പോൾ ഒരു ഭീതിയാണ്. വരമ്പിൽനിന്നും വെള്ളത്തിലേക്ക് വീണുപോയാലോ എന്ന ഒരാധിയും. നീർക്കോലികളേയും മണ്ടിലികളേയും കാണുമ്പോഴാണ് സർപ്പത്തെ ഓർത്തുപോവുക.

കൊയ്തൊഴിഞ്ഞ പാടത്താണ് താറാവിൻ പറ്റത്തിന് കൂടൊരുക്കുക. മേഞ്ഞ്മേഞ്ഞ് എവിടെയെത്തുന്നുവോ അവിടെയാകും സങ്കേതം. ഇടയ്ക്കിടെ അത് മാറിക്കൊണ്ടിരിക്കും. കണ്ടത്തിൽ തറികൾ കുത്തി വലകെട്ടുകയാണ് പതിവ്. രാത്രി മുഴുവനും പുറത്ത് മുളങ്കാലിൽ ഒരു കമ്പിറാന്തൽ എരിഞ്ഞുകൊണ്ടിരിക്കും. കാവലിന് ഒരു നായയുമുണ്ടാകും. ഒരു മരക്കൂട്ടിലാണ് അതിന്റെ കിടത്തം.

ഈ താറാവിൻ പറ്റത്തെ ഞങ്ങൾക്കിഷ്ടമായിരുന്നു. നേരം പുലർന്നു കഴിഞ്ഞാൽ കണ്ടം നിറയെ വെളുത്ത മുട്ടകൾ കാണാം. അത് പെറുക്കി കൊട്ടയിൽ അടുക്കുന്നവരേയും കാണാം. കത്രികപോലുള്ള താറാവുകളുടെ കൊക്കിൽനിന്നും ഇറങ്ങിവരുന്ന കുറുകുറുപ്പുമാത്രം ഇഷ്ടപ്പെടാൻ കഴിഞ്ഞിരുന്നില്ല.

തൊട്ടയലത്ത് മനുഷ്യരില്ലെങ്കിലും ആരെങ്കിലുമുണ്ടെന്ന ഒരു തോന്നൽ ആ താറാവുകൾ ഞങ്ങൾക്ക് നല്കിയിരുന്നു. മരക്കൂട്ടിലാണെങ്കിലും ആ നായയെ ഒരു ബന്ധുവായി ഞങ്ങൾ കരുതി. താറാവുകളുടേയും നായയുടേയും സാന്നിദ്ധ്യം അച്ഛനെയായിരുന്നു ഏറെ സന്തോഷിപ്പിച്ചിരുന്നത്. അവർ കുടുംബക്കാരാണെന്ന ഒരു തോന്നലായിരുന്നു അച്ഛന്.

പാടത്ത് താറാവിൻ പറ്റമില്ലാതിരുന്ന ഒരു ദിവസമായിരുന്നു അത്. നിലാവെളിച്ചം ഒളിവിൽ പോയ ഒരു രാത്രി. തികച്ചും അപ്രതീക്ഷിതമായ ഒരു സംഭവം.

എല്ലാവരും നല്ല ഉറക്കത്തിലായിരുന്നു. ആരോ മറവാതിലിൽ തട്ടി

വിളിച്ചതുകൊണ്ടായിരുന്നു ഞങ്ങൾ ഉണർന്നത്. ആരാണെന്ന് മനസ്സിലായിരുന്നില്ല. അമർന്ന ശബ്ദത്തിൽ ആവർത്തിച്ചാവർത്തിച്ചുള്ള വിളിയിൽ അച്ഛന് ആളെ മനസ്സിലായിരിക്കണം. മുളങ്കീറുകൊണ്ടുള്ള വാതിൽ അച്ഛൻ അകത്തുനുന്നും കെട്ടഴിച്ച് വലിച്ച് തുറന്നു.

അവർ രണ്ടുപേർ, സുറൂം കുറ്റിയുടെ മങ്ങിയ വെളിച്ചത്തിൽ! അവർക്ക് എന്തെങ്കിലും ഭക്ഷണം വേണം. വിശന്ന് വലഞ്ഞിരിക്കുന്നു. ഒളിവിൽ കഴിയുന്ന ആളുകളാണെന്ന് മാത്രം മനസ്സിലായി. അച്ഛന്റെ ആരോ ആയിരിക്കണം.

ഒരു കാശിവിളക്കിന്റെ വെളിച്ചത്തിൽ എല്ലാം വളരെ പെട്ടെന്നായിരുന്നു. താറാമുട്ടയും വാട്ടുകപ്പയും, ചുട്ട കുറിച്ചിയും, കഞ്ഞിയിൽ നിറയെ വറ്റും, പച്ചക്കാന്താരി ചതച്ചതും അവർ വേണ്ടുവോളം കഴിച്ചു. എഴുന്നേറ്റ് ഏമ്പക്കം വിടുമ്പോൾ മുട്ടയും കുറിച്ചിയും പിന്നെയും ബാക്കി.

വഴിമാറിയ വിശപ്പിന്റെ ആവേശത്തിൽ മുഷ്ടിചുരുട്ടി കൈകൾ ഉയർത്തി അതിരില്ലാത്ത ആവേശത്തിന്റെ അരികിലെത്തും വിധം അവർ മൂന്ന് പ്രാവശ്യം ഉരുവിട്ടു:

"ഇങ്കിലാബ് സിന്താബാദ്, ഇങ്കിലാബ് സിന്താബാദ്, ഇങ്കിലാബ് സിന്താബാദ്."

അവർ അച്ഛനോട് പറഞ്ഞു "ഞങ്ങൾ ഇനിയും വന്നെന്നിരിക്കും. കൂടെ നില്ക്കണം."

കാട്ടാനയെപ്പോലെ വഴിമുടക്കിനിന്ന അന്ധകാരത്തിന്റെ പത്തായ പുരയിലേക്ക് അവർ താണിറങ്ങി. എന്നിട്ടും അപരിചിതന്മാരുടെ ആ ശൂന്യത ഭീകരത സൃഷ്ടിച്ചുകൊണ്ടിരുന്നു. ആ ഭീകരതയുടെ ഇരുണ്ട ശ്വാസോച്ഛ്വാസത്തിൽ അച്ഛന്റെ വാരിയെല്ലുകൾ താണും പൊങ്ങിയും ഉലയൂത്ത് തുടങ്ങി. ആദിയും അന്ത്യവുമില്ലാതെ വക്ഷസ് നെടുവീർപ്പിനുവേണ്ടി നെട്ടോട്ടം തുടങ്ങി. മട്ടുമാറിയ അച്ഛന് നില്ക്കാനും ഇരിക്കാനും പറ്റാത്ത അവസ്ഥ. തെക്കുനിന്നും കുടിയേറിപ്പാർത്ത ശങ്കുവേട്ടന്റെ വാറ്റ് പുല്ല്മേഞ്ഞ പുരയിലേക്ക് നേർത്ത മീൻ വെളിച്ചത്തിൽ ഞങ്ങൾ ചെന്നു. ശങ്കുവേട്ടനെ വിളിച്ചുണർത്തി അച്ഛൻ എന്തൊക്കെയോ സ്വകാര്യം പറഞ്ഞു. ആ രാത്രി ഞങ്ങൾ ശങ്കുവേട്ടന്റെ പുരയിൽ കഴിച്ചുകൂട്ടി.

ഒളിവിൽ കഴിയുന്ന കമ്യൂണിസ്റ്റുകാരെ ഞാൻ ആദ്യമായി കാണുന്ന ദിവസം. ആളറിഞ്ഞാൽ അഴികൾക്കുള്ളിൽ അകപ്പെടുമെന്ന് തിരിച്ചറിഞ്ഞ അച്ഛൻ അന്തം വിട്ടുപോയി. പുരമാറിക്കിടന്നാലെങ്കിലും ശ്വാസം നേരെ വീഴുമെന്ന് തോന്നിയത്രെ.

പിന്നീടുള്ള ഓരോ രാത്രിയിലും അച്ഛന് ശ്വാസംമുട്ടലനുഭവപ്പെട്ടു. ഉറക്കത്തിലും കമ്യൂണിസ്റ്റ് പ്രേതങ്ങൾ അച്ഛന്റെ നാസാരന്ധ്രങ്ങളിൽ വഴിമുടക്കികളായി വലിഞ്ഞുകയറിക്കൊണ്ടിരുന്നു.

പാടത്ത് താറാവിൻ പറ്റമില്ലാത്ത രാത്രികളിൽ അച്ഛന് ഉറക്കം കുറഞ്ഞു. മറവാതിലിന്ന് ഒരട്ടികൂടി മുളങ്കീറുണ്ടാക്കിവെച്ച് കയ്യോന്നിത്തോലുകൊണ്ട് വരിഞ്ഞു കെട്ടി ബലപ്പെടുത്തി. വാട്ടക്കപ്പയും താറാമുട്ടയും എല്ലാ രാത്രികളിലും ബാക്കിവെച്ചു. ഒന്നുമില്ലാതിരിക്കുന്നതിലും

ഭേദം എന്തെങ്കിലും ഉണ്ടായിരിക്കുന്നതാണല്ലോ. എല്ലാം ഒരു ധൈര്യ ത്തിനുവേണ്ടി! എത്രതന്നെ ആലോചിച്ചിട്ടും മറ്റുവഴികളൊന്നും മനസ്സിൽ തെളിഞ്ഞില്ല. കൊയ്ത്തൊന്ന് കഴിഞ്ഞോട്ടെയെന്ന് വെറുതെ പറഞ്ഞു കൊണ്ടിരിക്കുകയും ചെയ്തു.

ഇരതേടിപ്പോയിരുന്ന താറാവുകൾ അന്ന് അന്തിയുറങ്ങാൻ തിരി ച്ചെത്തിയിരുന്നില്ല. നിറം മങ്ങുന്ന സന്ധ്യയോടൊന്നിച്ച് പാടവരമ്പിന്റെ അതിരുകളിൽ ഒരു ശീൽക്കാരം ചുറ്റിക്കറങ്ങി. മുളങ്കാലിൽ കമ്പി റാന്ത ലില്ലാതെയും കാവൽ കിടക്കാൻ ശുനകനില്ലാതെയും അച്ഛൻ അസ്വ സ്ഥനായിരുന്നു.

ഇരുൾനിറഞ്ഞൊഴുകിയ പാടത്തിന്റെ വക്കിലെവിടെയോനിന്നും ഇരുമ്പ് പാത്രങ്ങൾ കൂട്ടിമുട്ടുന്ന ശബ്ദത്തിന്റെ അകമ്പടിയിൽ അച്ഛൻ ഒരു ചുകന്ന വെളിച്ചത്തിന്റെ സാന്നിദ്ധ്യം തിരിച്ചറിഞ്ഞു. ഒരു നക്ഷത്ര തിളക്കത്തിലേറെയുണ്ടായിരുന്നില്ല അത്. ഒരു മിന്നാമിനുങ്ങിന്റേതു പോലുള്ള അരണ്ട വെളിച്ചത്തിലാണ് നിഴലുകൾ ഭൂമിയിൽ കിടന്നന ങ്ങുന്നത്. അച്ഛൻ കുറച്ചുനേരം ചെവി കൂർപ്പിച്ചു ശ്രദ്ധിച്ചുകൊണ്ടിരുന്നു. ഈ അപരിചിതമായ ശബ്ദവും വെളിച്ചവും അളവിലും തൂക്കത്തിലും വളരെ കുറവായിരുന്നിട്ടും അച്ഛന്റെ മനസ്സിൽ ഈന്തിൻ ചൊരുക്കു പോലെ അങ്കലാപ്പുണ്ടാക്കിക്കൊണ്ടിരുന്നു. അനാവശ്യമായ ഒരു ജിജ്ഞാ സയുടെ ചരടുപൊട്ടിച്ചുകൊണ്ട് മുന്നോട്ടിറങ്ങി നടന്നു. കൈത്തോടിന്റെ അതിരിൽ അമർത്തിച്ചവിട്ടി ആവുന്നത്ര ഉച്ചത്തിൽ വിളിച്ചുചോദിച്ചു.

“ആരാ അവിടെ?”

കേട്ടാൽ മനസ്സിലാകാത്ത ഭാഷയിൽ ആരോ മറുപടി പറയുന്നത് കേൾക്കാമായിരുന്നു. അതോടെ അച്ഛന്റെ നാവനക്കം നിലച്ചു. നാവിറ ങ്ങിപ്പോയതുപോലെ! ഞൊടിയിടയിൽ അച്ഛൻ തിരിച്ചുവന്നു. അസാ ധാരണമായിട്ടൊന്നുമില്ലെന്ന മട്ടിലായിരുന്നു ഭാവം. നെഞ്ചിടിപ്പോടെ വേവലാതിപ്പെട്ടുകൊണ്ട് നില്ക്കുകയാണ് അമ്മ.

“ചേര പിടുത്തക്കാരാണ്.” അച്ഛൻ ആരോടെന്നില്ലാതെ പറഞ്ഞു. “അവരെന്തെടുക്കാ?” അമ്മയും ചോദിച്ചു ആരോടെന്നില്ലാതെ. “ചേരയെ ഉപ്പിലിടാത്രെ” അച്ഛന്റെ ശബ്ദം വീണ്ടും.

കേട്ടപാതി കേൾക്കാത്തപാതി അമ്മ ഓക്കാനിച്ചുകൊണ്ട് അകത്തേ ക്കോടി. വീണ്ടും വീണ്ടും അമ്മയുടെ ചങ്കുപൊട്ടുന്നത് കേട്ടു. മാലപ്പട ക്കത്തിന് തീ പിടിച്ചതുപോലെ. ഓക്കാനിച്ചിട്ടും ഓക്കാനിച്ചിട്ടും അമ്മയ്ക്ക് മതിയാകുന്നില്ല.

കൊയ്ത്തുകഴിയുന്നതുവരെ കുശിനി നടത്തിക്കൊണ്ടുപോകാ നുള്ള ക്ഷമ അമ്മയുടെ മനസ്സിൽനിന്നും ഉരുകിയൊലിച്ചുപോകുന്നതു പോലെയായിരുന്നു പിന്നീടുള്ള സംഭവങ്ങൾ.

ചേരകളെ ചുരുളാക്കി ചുറ്റിനിറച്ച മാറാപ്പും തോളിൽതൂക്കി കൈ യിൽ ഒറ്റവടിയുമായി പാടങ്ങളിൽ റോന്തുചുറ്റുന്ന ചേരപിടുത്തക്കാരെ അമ്മ എത്രയോ കണ്ടിട്ടുള്ളതാണ്. ഇപ്പോൾ അവരെ കാണുന്നതുതന്നെ ഭയമാണ്. ഒളിഞ്ഞുനോക്കാൻപോലും ധൈര്യമില്ല. ചേരയെന്ന് കേട്ടാൽ

പോലും അറപ്പാണ്. ഓക്കാനം വന്നാൽ നിയന്ത്രണം വിട്ടുപോകുന്നു. പണ്ട് അങ്ങനെയൊന്നും ഉണ്ടായിരുന്നില്ല.

താറാമുട്ട പുഴുങ്ങി തോലുകളയുമ്പോൾ അമ്മയുടെ മൂക്കിൽ ഉപ്പിലിട്ട ചേരയിറച്ചിയുടെ ഗന്ധം നുഴഞ്ഞുകയറും. അതോടെ അമ്മ എഴുന്നേറ്റുപോകും. ഓക്കാനിക്കും. അതുകൊണ്ട് ആ പണികൂടി അച്ഛൻ ഏറ്റെടുത്തു.

രാത്രി ഉറങ്ങാൻ കിടന്നാൽ ആരെങ്കിലും മറവാതിലിൽ മുട്ടുന്ന ശബ്ദം കേൾക്കാതിരിക്കാൻവേണ്ടി അച്ഛൻ കാതോർക്കും.

കൊയ്ത്തില്ലാത്ത ഒരു ദിവസമായിരുന്നു അത്. മരത്തിന്റെയും മനുഷ്യന്റെയും നിഴലുകൾ അനന്തമായി കിഴക്കോട്ട് നീങ്ങിയ ഒരു സമയം. ശങ്കുവേട്ടന്റെ മുറ്റത്തെ വണ്ണം കുറഞ്ഞ നെല്ലിമരത്തിൽ നാരായണനെ കെട്ടിയിട്ടിരിക്കുന്നു. അവന് ഏതാണ്ട് പന്ത്രണ്ട് വയസ്സ് പ്രായം കാണും. മുട്ടനാടിനെപ്പോലെയാണ് അവന്റെ ശരീരം. നല്ല കരുത്തൻ. അച്ഛൻ മകനെ കൊഞ്ചിക്കുകയാണെന്നാണ് ആദ്യം തോന്നിയത്. ക്രമേണ അങ്ങനെയല്ലെന്ന് ബോദ്ധ്യംവന്നു. ഒരു വടികൊണ്ട് ശങ്കുവേട്ടൻ അവനെ അടിച്ചുതുടങ്ങുകയാണ്. ഒരെട്ടുകാലിയെപ്പോലെ അവൻ ചുരുണ്ടുപുളയുകയാണ്. ഞാൻ കുറച്ചുനേരം അങ്ങോട്ടുതന്നെ നോക്കിനിന്നു. നാരായണൻ ചത്തുപോകുമെന്നുറപ്പായപ്പോൾ അകത്തേക്കോടി, ഇലന്തമേൽ കയറി കമിഴ്ന്നുകിടന്നു. ആ പുരയിലേക്ക് ഇനി പോവുകയില്ലെന്ന് മനസ്സിലുറപ്പിക്കുകയും ചെയ്തു.

പിന്നീടങ്ങോട്ട് ശങ്കുവേട്ടനെ ഓർക്കുന്നതുതന്നെ പേടിയായിരുന്നു. കുറേ ദിവസങ്ങൾക്കുശേഷം ആ പേടിയും മാറിക്കിട്ടി. ഒരു ഇളം പുലരിയുടെ നേർത്ത വെളിച്ചത്തിലായിരുന്നു. ആ സംഭവം. തൊട്ടടുത്ത മുളകുതോട്ടത്തിൽ മറയ്ക്കിരിക്കുകയായിരുന്നു, ഞാൻ. മൂന്ന് മതിലൂർക്കന്മാർ ആകാശത്തിൽ താണുപറക്കുന്നതുകണ്ടു. നെറുകയിൽ പൂവൻകോഴിയുടേതുപോലെ പൂക്കൾ, വീരാളിപ്പട്ടുപോലെ വിരിച്ച ചിറകുകൾ, എലിക്കെണിപോലത്തെ കാലുകൾ. അധികനേരം നോക്കിനില്ക്കാനായില്ല. തലപെരുത്തുതുടങ്ങി. അതോടെ ആർത്തുവിളിച്ചു ആവോളം ഉച്ചത്തിൽ. നിമിഷങ്ങൾക്കകം എന്നെ ആരോ പൊക്കിയെടുത്ത് ഒക്കത്ത് കേറ്റി. അത് ശങ്കുവേട്ടനായിരുന്നു. അടുത്തുള്ള പറമ്പിൽ എന്തോ പണിയിലായിരുന്നു, ശങ്കുവേട്ടൻ.

എവിടെയെങ്കിലും മൃഗങ്ങൾ ചത്തുകിടന്നാലാണത്രെ മതിലൂർക്കന്മാർ ഇറങ്ങുക. ശവം തീനിപ്പക്ഷികളുടെ രാജാക്കന്മാരത്രെ മതിലൂർക്കന്മാർ!

പാതിരാത്രികളിൽ നെടൂൾപ്പാന്റെ കരച്ചിൽ കേൾക്കുന്നതായിരുന്നു എനിക്ക് പേടി. അങ്ങനത്തെ ഒരു ദിവസവും കഴിഞ്ഞുപോയതോർമ്മയുണ്ട്. അന്ന് അച്ഛൻ കാശിവിളക്കും കത്തിച്ച് കുറെനേരം വെറുതെ ഇരുന്നു. കുടുംബത്തിൽ ആരുടെയോ മരണം വിളിച്ചറിയിക്കുകയാണത്രെ ആ പക്ഷി. അതിനെ ആർക്കും കാണാനാവില്ല. അന്ന് മരിച്ചതാരാണെന്നും അറിയാൻ കഴിഞ്ഞില്ല. ഇപ്പോൾ മറ്റൊരു പക്ഷികൂടി

പേടിപ്പെടുത്താൻ വന്നിരിക്കുന്നു. - മൃഗത്തിന്റെ പേരിലാണെങ്കിലും.

രണ്ട്

ചെമ്മരതായിയിൽനിന്ന് തിരിച്ചെത്തിയപ്പോൾ അയലത്തുകാരികളായ ഉമ്മമാർ അമ്മയെ കാണാൻ വന്നു. അമ്മയ്ക്കു വയറ്റിലുണ്ടെന്ന വിവരം അവരെല്ലാം അറിഞ്ഞുകഴിഞ്ഞിരുന്നു. ചാച്ചുമ്മതന്നെയായിരുന്നു ആദ്യം വന്നത്. അവർ എന്തൊക്കെയോ സങ്കടങ്ങൾ പറഞ്ഞ് കരയുന്നത് കണ്ടു. മാപ്പിളലഹളയ്ക്കുശേഷം അന്തമാനിലേക്ക് നാടുകടത്തപ്പെട്ട രണ്ട് ആങ്ങളമാർ വർഷങ്ങൾക്കുശേഷം തിരിച്ചെത്തിയിരുന്നെങ്കിലും പിന്നീട് എന്തോ രോഗം പിടിപെട്ട് ഓരോരുത്തരായി മരിച്ചുപോയിരുന്നു. അവരിൽ ഒരാളുടെ മകന്റെ മരണവുമായി ബന്ധപ്പെട്ട കാര്യങ്ങളായിരുന്നു ചാച്ചുമ്മയെ സങ്കടത്തിലാഴ്ത്തിയത്. കുടുംബക്കാർ അവന്റെ മരണവാർത്തപോലും ചാച്ചുമ്മയെ അറിയിച്ചിരുന്നില്ലത്രെ. ചാച്ചുമ്മ സ്വന്തം മകനെപ്പോലെ പോറ്റിവളർത്തിയവനാണ്. ചാച്ചുമ്മയുടെ മുലപ്പാൽകൂടി കുടിച്ചുവളർന്നവനാണ്. പിന്നെയുമുണ്ടായിരുന്നു ചാച്ചുമ്മയ്ക്ക് ഒരുപാട് സങ്കടങ്ങൾ. ചാച്ചുമ്മയ്ക്ക് അമ്മ ഒരനിയത്തിയെപ്പോലെയായിരുന്നു.

ഇടയ്ക്കിടെ പുരയിൽ വരാറുള്ള ചാച്ചുമ്മ ഉമ്മറത്തെ കോലായിൽ കൊരണ്ടിയിലിരുന്ന് കഷ്ടപ്പാടുകളുടെ കഥകൾ പറയും. നാലുംകൂട്ടി മുറുക്കി മുറ്റത്തേക്ക് നീട്ടിത്തുപ്പിക്കൊണ്ടിരിക്കും. അങ്ങനെയാകും മുറുക്കിന്റെ സ്വാദ് ആസ്വദിക്കുക. പണ്ടേ ആങ്ങളമാർ അന്തമാനിലേക്ക് നാടുകടത്തപ്പെട്ടതുകൊണ്ടായിരിക്കാം അമ്മയ്ക്ക് ചാച്ചുമ്മയോട് അനുകമ്പയും ദയയുമൊക്കെ ഇത്തിരി കൂടുതലായിരുന്നു. മാപ്പിളലഹളയിൽ പങ്കെടുത്തെന്ന് പറയപ്പെടുന്ന ആങ്ങളമാരെക്കുറിച്ചോ കെട്ടിയോനെക്കുറിച്ചോ അവർ എപ്പോഴെങ്കിലും അമ്മയോട് സംസാരിച്ചിരുന്നതായി ഞാൻ കേട്ടിട്ടില്ല. അവരെ രാപ്പകൽ വേട്ടയാടിയിരുന്നത് ദാരിദ്ര്യമായിരുന്നു. ഇല്ലായ്മയുടെ കഥകൾ പറഞ്ഞുകേട്ടാൽ ആരും എന്തും കൊടുത്തുപോകും. അമ്മ ആ കൂട്ടത്തിൽപ്പെട്ടവളായിരുന്നു. അരി, ഉപ്പ്, മുളക് എന്നുവേണ്ട പുരയിലുള്ളതെന്തും ഒരു നുള്ള് ചാച്ചുമ്മയ്ക്ക് കിട്ടിയിരിക്കും. ഏത് ഇല്ലായ്മയിലും അമ്മ ചാച്ചുമ്മയെ താലോലിക്കുമായിരുന്നു. അവർ അത്രയും അടുപ്പത്തിലും സ്നേഹത്തിലുമായിരുന്നു.

ചാച്ചുമ്മയുടെ ഭർത്താവ് ബിച്ച്യാലിക്ക മാപ്പിള ലഹളയിൽ പങ്കെടുത്ത ആളായിരുന്നെന്ന് ഞാൻ നേരത്തെ കേട്ടിരുന്നു. പണ്ടാരപ്പറമ്പിലേയും നാഗാളികാവിലേയും കിണറുകളിൽ എത്രയോ ഹിന്ദുക്കളെ ലഹളക്കാർ തലവെട്ടി തള്ളിയിരുന്നത്രെ. ഇതൊക്കെ ചെയ്തവരുടെ പേരുകൾ മാത്രം ആരും പറഞ്ഞിരുന്നില്ല. എല്ലാപേരുകളേയും ലഹളക്കാർ എന്ന ഒറ്റപ്പേരിൽ ഒതുക്കുകയായിരുന്നു.

കള്ളിമുണ്ടും നീലക്കുപ്പായവും ധരിച്ച് മൊട്ടത്തലയുമായി പറമ്പിനറ്റത്തെ നടവഴിയിലൂടെ ബിച്ച്യാലിക്ക നടന്നുപോകുന്നത് ഞാൻ എത്രയോ കണ്ടിട്ടുണ്ട്. ബിച്ച്യാലിക്കയുടെ സ്ഥിരം വഴിയായിരുന്നു അത്.

ആരുടേയും മുഖത്തുനോക്കി സംസാരിക്കുന്ന ശീലമില്ലാത്ത ഒരാൾ. എപ്പോഴും തല താഴ്ത്തിയാകും നടന്നുപോവുക.

ആരെയെങ്കിലും വെട്ടിക്കൊന്ന ഒരാളാണ് ബിച്ച്യാലിക്ക എന്ന് വിശ്വസിക്കാൻ എനിക്കായിരുന്നില്ല. ബിച്ച്യാലിക്ക മരിച്ചുപോയ കഥയും പിന്നീട് ഞാൻ കേട്ടു. മരംവെട്ടിനുപോയ സ്ഥലത്തുവെച്ചായിരുന്നു അന്ത്യം. മുറിഞ്ഞുവീണുകൊണ്ടിരുന്ന മരം ഓർക്കാപ്പുറത്ത് പിറകോട്ട് തള്ളിയത്രെ. പഴയ മരംവെട്ടുകാരനായിരുന്നിട്ടും മരം ബിച്ച്യാലിക്കയെ ചതിച്ചുകളഞ്ഞു!

ചാച്ചുമ്മ ബിച്ച്യാലിക്കയുടെ രണ്ടാംകെട്ടായിരുന്നു. ആദ്യഭാര്യ പുരയിടത്തിനടുത്തുള്ള ഒരു കൊച്ചുമാവിന്റെ കൊമ്പത്ത് തൂങ്ങി മരിക്കുകയായിരുന്നു എന്ന് ഞാൻ കേട്ടിട്ടുണ്ട്. വർഷങ്ങൾക്കുമുമ്പ് നടന്ന ആ സംഭവത്തിന് സാക്ഷിയായ ഒരു നീണ്ടുമെല്ലിച്ച മാവും എന്നെ ആരോ കാണിച്ചുതന്നിരുന്നു. അതുകൊണ്ടുതന്നെ കെടയത്തൂര് അങ്ങാടിയിൽ പോയിവരുന്ന സന്ധ്യാനേരങ്ങളിൽ വിജനമായ ആ മാവിൻ പരിസരത്തെത്തുമ്പോൾ ഞാൻ ഓടുകയായിരുന്നു പതിവ്.

ലഹളക്കാലത്ത് തല കൊയ്യപ്പെട്ടവരിൽ അച്ഛന്റെ ഒരമ്മാവനും അകപ്പെട്ടിരുന്നു. മതം മാറണമെന്ന ലഹളക്കാരുടെ ആവശ്യത്തിന് വഴങ്ങാത്തതായിരുന്നു കാരണം. അവനെക്കൂടി കുളിപ്പിച്ചെടുക്കാനുള്ള കല്പന കൊടുക്കുകയായിരുന്നത്രെ, നേതാവ്. ചെറുപുഴയിൽ മക്കാട്ട് കടവിനടുത്തെവിടെയോ വെച്ചായിരുന്നു സംഭവം.

പിന്നീട് സന്ധ്യമയങ്ങിയാൽ കുളിക്കടവിലെങ്ങും ആനകളായിരുന്നു എന്നും പറഞ്ഞുകേട്ടു. അതോടെ മാപ്പിളമാർ അതു വഴിക്കുവരാതായി. അമ്മാവൻ രൂപം മാറി മാപ്പിളമാരെ വിരട്ടാൻ എത്തിയതായിരുന്നുവത്രെ!

പട്ടാളക്കാർ നാട്ടിലിറങ്ങിയതോടെ ലഹളക്കാരുടെ കുടുംബത്തിലെ ചില സ്ത്രീകളെ വെടിവെച്ചുകൊന്നതായും കേട്ടു. ഓരോ തറവാടിനുമുണ്ടായിരുന്നുവത്രെ പറയാൻ ഓരോ കഥ! നേരായ നാളും പേരും നേർവഴിക്ക് പറഞ്ഞുതരാൻ ആളില്ലാതെ പോയി! അക്കൂട്ടത്തിൽ പലരും പലതുംപറഞ്ഞുപരത്തി. നെല്ലും പതിരും തിരിച്ചറിയാതെയുമായി.

ക്രമേണ എല്ലാം കടംകഥകളായി. അങ്ങനെ ഒരു ലഹള ഉണ്ടായിരുന്നു എന്ന് എല്ലാവരും സമ്മതിക്കുന്നു. എങ്കിലും അങ്ങനെ ഒരു ലഹള ഉണ്ടായിരുന്നില്ല എന്ന മട്ടിൽ എല്ലാവരും ജീവിക്കുകയും ചെയ്യുന്നു!

മുത്തേരി ഇല്ലത്തുനിന്നും കാര്യസ്ഥനോടൊപ്പം ഒരു നമ്പൂതിരി മക്കാട്ടില്ലത്തേക്ക് നടന്നുവരുമ്പോൾ ഒരു കൂട്ടം ലഹളക്കാർ അയാളെ ചെത്തുവഴിയിലിട്ട് വെട്ടിക്കൊണ്ടായിരുന്നു ലഹളയുടെ തുടക്കം. കുറ്റിക്കാട്ടിലൊളിച്ച കാര്യസ്ഥൻ രക്ഷപ്പെട്ടു. ചില ഹിന്ദുകുടുംബങ്ങൾ ദൂരസ്ഥലങ്ങളിലേക്കോടി രക്ഷപ്പെട്ടിരുന്നു. തലശ്ശേരിവരെ ഓടിയവരുണ്ടെന്ന് കേട്ടിട്ടുണ്ട്.

പനിച്ചിങ്ങാപ്പറമ്പിലെ മക്കാട്ട് ഇല്ലത്തുനിന്നും നമ്പൂതിരിമാർ ലഹളക്കാലത്ത് ഇല്ലം വിട്ടുപോയിരുന്നു. അവിടെ പിന്നീട് പട്ടാളക്കാർ ക്യാമ്പ്ചെയ്തു. ഇല്ലപ്പറമ്പിൽ തിങ്ങിനിറഞ്ഞിരുന്ന തെങ്ങുകളും കവു

ങ്ങുകളും ഒന്നടങ്കം അവർ വെട്ടിനിരത്തി. ക്യാമ്പിൽനിന്നും നോക്കിയാൽ തടസ്സം കൂടാതെ പുറം ലോകം കാണുവാനായിരുന്നുവത്രെ, ഇത്.

ചാലക്കുടിയിൽനിന്നും സംബന്ധം ചെയ്തിരുന്ന ഇല്ലത്തെ നമ്പൂതിരി കാരണവർ വാഹനമുപയോഗിക്കാതെ ജലപാതവഴിയാണ് വധുവിനെയുംകൊണ്ട് ഇല്ലത്തെത്തിയിരുന്നത്. വാഹനയാത്ര അക്കാലത്ത് നമ്പൂതിരിമാർക്ക് നിഷിദ്ധമായിരുന്നു. എന്നാൽ, ലഹള തുടങ്ങിയതറിഞ്ഞതോടെ വാഹനത്തിൽ കയറിത്തന്നെ അവർ രക്ഷപ്പെടുകയായിരുന്നു. അങ്ങനെയാണ് ഇല്ലം അടഞ്ഞുകിടന്നത്.

ലഹളയുടെ സ്മരണയെന്നോണം ഇന്നും ഇല്ലത്തിന്റെ വാതിൽ കട്ടിളയിൽ ഒരു ദ്വാരം ബാക്കി കിടക്കുന്നു. വ്യക്തിപരമായ എന്തോ വിരോധം കാരണം ഒരു പട്ടാളക്കാരൻ മറ്റൊരു പട്ടാളക്കാരനെ വെടിവെച്ചു! പട്ടാളക്കാരനായിരുന്നിട്ടും വെടി പാളിപ്പോയി! മറിച്ചായിരുന്നുവെങ്കിൽ ആ ഇല്ലം ഇന്നും അടഞ്ഞുകിടക്കുമായിരുന്നില്ലെന്നാരുകണ്ടു!

നേരായ ലഹളക്കാലത്ത് അച്ഛനും മതം മാറിയിരുന്നുവത്രെ. വുളു എടുക്കാനും നിസ്കരിക്കാനും പഠിച്ചു. *ഖുർആൻ* ഓതാൻ പഠിച്ചില്ലെങ്കിലും പ്രാർത്ഥനകൾ ചൊല്ലാൻ പഠിച്ചു. ലഹളപ്പിറ്റേന്ന് വിടചൊല്ലിപ്പിരിഞ്ഞു. സ്വന്തക്കാരായ മാപ്പിളസഹോദരന്മാരുടെ കുടുംബം തീർത്തു കൊടുത്ത രക്ഷാകവചത്തിൽനിന്നും. ഓടിമറയൽ പോലുള്ള ഒരു മതം മാറ്റം!

പില്ക്കാലത്ത് ലഹരി തലയിൽ കയറുന്ന വേളകളിൽ മുസ്ലിം സുഹൃത്തുക്കളുമായി സല്ലാപത്തിലേർപ്പെടുമ്പോൾ ഖുർആൻ സൂക്തങ്ങൾ അച്ഛൻ ഉരുവിടുന്നത് ഞാൻ കേട്ടിട്ടുണ്ട്. ലഹളക്കാലം സമ്മാനമായി നല്കിയ ഓർമ്മക്കുറിപ്പുകളായിരുന്നു അത്.

തുന്നൽക്കാരിയായ ആയിശുമ്മയും മക്കളും ഞങ്ങളുടെ തൊട്ടടുത്ത അയല്ക്കാരായിരുന്നു. അച്ഛൻ പുരയിലെത്താനിടയില്ലാത്ത രാത്രികളിൽ ഞാനും അമ്മയും ആയിശുമ്മയുടെ പുരയിലായിരുന്നു അന്തിയുറങ്ങിയിരുന്നത്. ലഹളക്കാലത്തെ അനുഭവസാക്ഷ്യങ്ങൾ അവർ രാത്രി വളരെ വൈകുന്നതുവരെയും അമ്മയ്ക്കു വിവരിച്ചുകൊടുക്കുന്നത് ഞാൻ അടുത്തിരുന്ന് കേട്ടിരുന്നു. ഒരു കൊട്ടോപ്പഴം തൊലിനീക്കി വായിലിട്ടതുപോലെ, അല്ലെങ്കിൽ ഒരു നെല്ലിക്ക കടിച്ചതുപോലെ അതിന്റ സ്വാദും ദുസ്വാദും ഞാൻ രുചിച്ചറിഞ്ഞിരുന്നു. തളിർക്കാത്ത ഓർമ്മകളുടെ തടവിലായിരുന്ന ഞാൻ അക്കാലത്ത് അജ്ഞാതമായ അക്ഷരങ്ങളുടെ ഉടമയായിരുന്നല്ലോ. അതുകൊണ്ടുതന്നെ അനുഭവങ്ങൾക്ക് ദൃക്സാക്ഷിയുണ്ടായില്ല. കാലത്ത് നിഴൽവിരിക്കുന്ന സൂര്യൻ സായാഹ്നത്തോടെ എല്ലാം തൂത്തുവാരിക്കളയുമല്ലോ.

ആയിശുമ്മയുടെ മകൾ പാത്തുമ്മയുടെ ഭർത്താവായിരുന്നു അഹമ്മദ്കുട്ടി. അച്ഛനും അഹമ്മദ്കുട്ടിയും തമ്മിലുണ്ടായിരുന്ന ആത്മബന്ധത്തിന്റെ ആഴം അളന്നു തിട്ടപ്പെടുത്താൻ ആർക്കും കഴിഞ്ഞിരുന്നില്ല എന്നാണ് കേൾവി. അവർ അങ്ങനെ ജീവിച്ച ഒരു കാലമുണ്ടായിരുന്നു. ഒന്നിച്ച് അകലങ്ങളിലെ മലകളിൽ കൃഷിയിറക്കി, ഒന്നിച്ച് നായാ

ട്ടിനുപോയി, ഒന്നിച്ച് മീൻ പിടുത്തത്തിനുപോയി. അവർ ജ്യേഷ്ഠാനുജന്മാരെപ്പോലെ ജിവിച്ചു.

അഹമ്മദ്കുട്ടിയുടെ മരണത്തിനുശേഷവും കുടുംബങ്ങൾ ആ ബന്ധം പരിപാലിച്ചുപോന്നു. എനിക്ക് കാണാൻ കഴിഞ്ഞിട്ടില്ലാത്ത അഹമ്മദ്കുട്ടി വയനാടൻ ചുരത്തിലെവിടെയോ ലോറിയപകടത്തിൽപ്പെട്ട് മരിച്ചതാണെന്ന് ഞാൻ പിന്നീട് കേട്ടിരുന്നു. നാലു പെൺമക്കളും ഒരാണുമടക്കം ഏഴുപേരുണ്ടായിരുന്നു, ആ പുരയിൽ. പിന്നീട് എനിക്കും കുറേ അനിയന്മാരുണ്ടായപ്പോൾ ഭക്ഷണസമയങ്ങളിൽ ആ പുരയിലെ അടുക്കളയിൽ ആളെണ്ണം കൂടിയിരുന്നു. എന്റെ ചില കൊച്ചനിയന്മാർ അവിടെ ചേക്കേറുമായിരുന്നു.

ഐതിഹ്യങ്ങൾക്കും നാടൻ കഥകൾക്കും പഞ്ഞമുള്ള ഒരു ഗ്രാമമാണ് പുത്തൂർ. നാലു ദേശങ്ങളാണ് ഈ ഗ്രാമത്തിനുള്ളത് - കെടയത്തൂർ, പുത്തൂർ, ചോക്കൂർ, വെണ്ണക്കോട്. ചോക്കൂരും വെണ്ണക്കോടും ദൂരംകൊണ്ട് അന്യദേശങ്ങൾ പോലെയാണ്. ഒറ്റപ്പെട്ട നിരത്തുകളുണ്ടെങ്കിലും നീണ്ട നടത്തംകൊണ്ടേ അവിടങ്ങളിലെത്താനാവു. കെടയത്തുരുകാരായ ഞങ്ങൾക്ക് അല്പമെങ്കിലും അടുപ്പം പുത്തൂരിനോടാണ്. കച്ചേരിക്കുന്നും അതിനടുത്ത റേഷൻകടയും അതിന്റെ മുൻഭാഗത്തുള്ള എലിമെന്ററിസ്കൂളും തന്നെ കാരണം.

അങ്ങാടി എന്ന് പറയാവുന്ന ഒരു സ്ഥലമുണ്ടെങ്കിൽ അത് പനിച്ചിങ്ങാപ്പറമ്പാണ്. പുത്തൂരിന്റെ പടിഞ്ഞാറേ അതിരിലൂടെ ചെരിഞ്ഞൊഴുകി കല്ലായിയിലെത്തുന്ന ചെറുപുഴ മക്കാട്ടു കടവിൽ മുറിച്ചുകടന്നാൽ പനിച്ചിങ്ങാ പറമ്പിലെത്താം. ഏറിയാൽ ഒരു നാഴികദൂരം.

മക്കാട് എന്നത് ഒരു നമ്പൂതിരി ഇല്ലത്തിന്റെ പേരാണ്. പുഴയുടെ പടിഞ്ഞാറെ കരയിലാണ് ഇല്ലം. ആത്തോലകൾ കുളിക്കാനിറങ്ങുന്ന ഓടിട്ട കൊട്ടുവടി തോണിക്കടവിൽനിന്നും നോക്കിയാൽ ഒരു നൂറുവാര അകലെ പുഴക്കരയിൽ കാണാം.

അക്കാലത്ത് എന്റെ ഗ്രാമവുമായി ബന്ധപ്പെടുത്തി പറഞ്ഞുകേട്ട ഒരേ ഒരു കഥ തച്ചറാവിലമ്മയുടേതാണ്. തച്ചറാവ് എന്നത് ചെറുപുഴയുടെ നടമ്മൽക്കടവ് എന്ന തോണിക്കടവിന് അല്പം മേലെയുള്ള ഒരു കുളിക്കടവാണ്. നിരന്നുയർന്നു കിടക്കുന്ന ഒരു വലിയ പാറയാണ് ആ കടവിന്റെ മുഖമുദ്രയും അടയാളവും. പിന്നെ പുറംപോക്കിലെ വൻമരങ്ങളും. മേടമാസത്തിൽ പോലും പാറയോട് ചേർന്ന പുഴയുടെ ഭാഗങ്ങൾ നിശ്ചലമായ കയമായിരിക്കും. വെള്ളത്തിന്റെ ഇരുണ്ട നിറം കാരണം ആ കയത്തിന്റെ ആഴം പിന്നേയും കൂടിയതായിത്തോന്നും. അവിടെ ആരും നീന്തിക്കുളിക്കുക പതിവില്ല. അദൃശ്യമായ ഒരു ഭീകരത ഒളിഞ്ഞിരിക്കുന്നു എന്ന തോന്നലാവാം അതിനുകാരണം.

തച്ചറാവിനെ ചുറ്റിപ്പറ്റിയുള്ള ഒരു കഥയിൽനിന്നുമാണ് തച്ചറാവിലമ്മയുടെ ജനനം. അക്കാലത്ത് ഞാൻ കേട്ടിരുന്ന ഒരു കഥയുടെ ചുരുക്കം ഇങ്ങനെയായിരുന്നു.

കെടയത്തൂർ ദേശത്തിലെ ഒരു വിശ്വകർമ്മകുടുംബത്തിൽ ജനിച്ച

ഒരു ചെറുപ്പക്കാരി തീണ്ടാരിയുടെ നാലാം ദിവസം കുളിക്കാൻ തച്ചറാവിൽ കടവിലേക്ക് പോയി. തുണികൾ, കിടപ്പായയിൽ ചുരുട്ടി ഇരുമ്പു കൊണ്ടുള്ള ഒരു ചെറുകത്തിയും കൈയിൽ കരുതിയാണ് അക്കാലത്ത് സ്ത്രീകൾ തീണ്ടാരികുളിക്കാൻ പോവുക. ഗന്ധർവ്വന്മാരുടെയോ മറ്റ് അദൃശ്യ പിശാചുക്കളുടെയോ ഉപദ്രവം ഏല്ക്കാതിരിക്കാനാണത്രെ ഈ ആയുധം. തച്ചറാവിലെ കുളിക്കടവിലിറങ്ങി വെള്ളത്തിൽ മുങ്ങിയ അവളുടെ കാലുകളിൽ നീരാളി ചുറ്റി. കരയോടടുത്തായിരുന്ന അവളെ കയത്തിന്റെ അഗാധതയിലേക്ക് തന്നെ നീരാളി വലിച്ചിഴച്ചുകൊണ്ടു പോയി.

നാലാം ദിവസം പുലർ വെളിച്ചം പരക്കും മുമ്പെ, അവൾ തന്റെ പുരയും തേടി തിരിച്ചെത്തിയെന്നാണ് ഐതിഹ്യം. ഈറൻ മാറാൻ ആവശ്യപ്പെട്ട ഉടുതുണിപോലും കൊടുക്കാതെ കുടുംബം അവളെ ആട്ടിയോടിച്ചുവത്രെ. അവളുടെ പ്രേതം കയറിവന്നതാണെന്ന വിശ്വാസമായിരുന്നു അവർക്ക്.

തച്ചറാവിൽ ജീവിതം ഒടുങ്ങിപ്പോയ ആ വിശ്വകർമ്മയുവതിയുടെ കുടുംബക്കാർ പിന്നീട് പശ്ചാത്താപവിവശരായി. അവളുടെ കുടുംബക്കാർ വർഷംതോറും ആ പാറപ്പുറത്ത് ഒത്തുകൂടി ആ ഓർമ്മ പുതുക്കി, നേർച്ചകൾ കൊടുത്തുതുടങ്ങി. തച്ചറാവിലമ്മയെ കുടിവെച്ച് ഉത്സവങ്ങൾ നടത്തിത്തുടങ്ങി. അങ്ങനെ തച്ചറാവിലമ്മയുണ്ടായി!

ഉപകഥകൾ പലതും പിന്നീട് പുഴയുമായി ബന്ധപ്പെടുത്തി പറഞ്ഞുകേട്ടിരുന്നു. പാതിരാത്രികളിൽ തച്ചറാവിലമ്മ പാറപ്പുറത്തിരുന്ന് മുടി ചിക്കാറുണ്ടത്രെ. പുഴയോട് ചേർന്ന കുന്നിൻപുറത്തെ പുരകളിൽ താമസിക്കുന്ന ചില ഉമ്മമാർ ദൃക്സാക്ഷികളത്രെ. ചൊവ്വ, വെള്ളി ദിവസങ്ങളിൽ നേരംകെട്ട നേരങ്ങളിൽ ആരും ആ കടവിലേക്ക് ഒറ്റയ്ക്ക് പോകാറില്ല. വല്ലവിധേനയും ആരെങ്കിലും പേടിച്ചുപോയാൽ മാനസികവിഭ്രാന്തിയും ഭ്രാന്തുമൊക്കെയായി മാറും. അങ്ങനെയാണ് വിശ്വാസം. ആ രീതിയിലുണ്ടായ സംഭവങ്ങളും പലർക്കും അനുഭവപ്പെട്ടിരുന്നു എന്ന കഥകളും പറഞ്ഞുകേട്ടിരുന്നു.

തച്ചറാവിൽത്തന്നെ തച്ചറാവിലമ്മയുമായി ബന്ധമില്ലാത്ത മറ്റൊരു കഥ പറഞ്ഞുകേട്ടതും എന്റെ മനസ്സിലുണ്ട്. എനിക്കും മുമ്പ് അച്ഛന്റെ കാലത്തുണ്ടായ ഒരു സംഭവമായതിനാൽ കഥയെന്ന് പറയുന്നതും ശരിയല്ല.

ഒരു പടുകൂറ്റൻ ആമ ആ കടവിൽ വന്നുകൂടിയത്രെ. ചിലർക്കു മാത്രമേ അതിനെ കാണാൻ കഴിഞ്ഞിരുന്നുള്ളു. കണ്ടവരാകട്ടെ അത്ഭുതപ്പെടുകയും ചെയ്തു. ഇത്രയും വലിയ ഒരാമയെ ഇതിനുമുമ്പ് അവരാരും കണ്ടിട്ടേയില്ല.

ആമയെ പിടിക്കാനുള്ള വിദഗ്ദ്ധരായ മീൻപിടുത്തക്കാരുടെ എല്ലാ ശ്രമങ്ങളും പരാജയപ്പെട്ടു. അച്ഛന്റെ തന്നെ ഒരകന്നബന്ധത്തിൽപ്പെട്ട മാന്ത്രികവിദ്യ അറിയാവുന്ന ഒരാൾ മാരണവിദ്യകൾ പ്രയോഗിച്ച് ആമയെപ്പിടിക്കാൻ തുനിഞ്ഞിറങ്ങിയത്രെ. (അയാളുടെ പേർ നിർഭാഗ്യ

വശാൽ ഞാൻ മറന്നുപോയിരിക്കുന്നു.) ഒരു മാന്ത്രിക ഉറുക്കും അരയിൽക്കെട്ടി ഒരു നിറത്തോക്കുമായി അയാൾ പാറപ്പുറത്ത് കാവലിരുന്നു. മൃഗങ്ങളെ വരുത്തി വെടിവെക്കുന്ന ആളായിട്ടുപോലും അയാൾക്ക് ആമയെ ഒരു നോക്കുകാണാൻപോലും കഴിഞ്ഞില്ല. തന്റെ ദൗത്യം അവസാനിപ്പിക്കാൻ തീരുമാനിച്ച മാന്ത്രികൻ ഒരു ദിവസം കൂടി ഉറുക്കും തൊട്ട് പൂജിച്ച് തോക്കുമായി കാവലിരുന്നു; മനമില്ലാമനസ്സോടെ.

അതൊരു നല്ല ദിവസമായിരുന്നു. ആനയെപ്പോലെ വെള്ളമനക്കിക്കൊണ്ട് ആമയുടെ പുറംതോട് ജലോപരിതലത്തിൽ നീങ്ങുന്നത് അയാൾ കണ്ടു. വിറകൈകളോടെ ഉന്നംതെറ്റാതെ നിറയൊഴിച്ചു. ആമ ഓം എന്നെഴുതുന്നമട്ടിൽ അതിവേഗത്തിൽ ചുറ്റിക്കറങ്ങി അമ്മിതാഴുംപോലെ വെള്ളത്തിനടിയിലേക്ക് താണു. അനിശ്ചിതത്വത്തിന്റെ നിമിഷങ്ങൾക്കൊടുവിൽ ജലപ്പരപ്പിന് മീതേക്ക് രക്തത്തിന്റെ തീക്കട്ടകൾ ആഴത്തിൽനിന്നും ഉയർന്നുചാടുന്നത് വെടിക്കാരൻ കണ്ടു! അവസാനം ആമ കരയിലേക്ക് നീങ്ങി കാലുകളമർത്തി കുഴഞ്ഞുകിടന്നു.

അതിന്റെ ഓരോ കഷ്ണം ഇറച്ചിയും പാത്രത്തിൽക്കിടന്ന് മിടിച്ചിരുന്നുവത്രെ. നാട്ടിലെ പലരും ആമയിറച്ചി കഴിച്ചു. പക്ഷേ, വെടിക്കാരൻ കിടപ്പിലായി. പിന്നെ എഴുന്നേറ്റില്ല. ആ ആമയെപ്പോലെ തന്നെ കുഴഞ്ഞുകിടന്നാണത്രെ മരിച്ചത്!

ഏതോ ക്ഷേത്രക്കുളത്തിൽനിന്നും തച്ചറാവിലെത്തിയതായിരുന്നു ആ ആമയെന്ന് നാട്ടിൽ ശ്രുതിപരന്നു. അതിന്റെ ഇറച്ചികഴിച്ചവരെല്ലാം പലതരം വഴിപാടുകളുമായി പലവഴിക്കും പോയി. കാവുകളിലും അമ്പലങ്ങളിലും ക്ഷേത്രങ്ങളിലും; തിന്നുപോയ പാപംതീർക്കാൻ.

മൂന്ന്

ചരിത്രം അതിന്റെ കേട്ടുകേൾവിമാത്രം വാരിവിതച്ചുപോയ എന്റെ ഗാർഹികപരിസരങ്ങളുടെ വൈരുദ്ധ്യാത്മക സ്ഥലനാമങ്ങൾ എക്കാലത്തും എനിക്കു മുമ്പിൽ ചോദ്യചിഹ്നങ്ങളായിരുന്നു - പട്ടന്മാരാരും ജീവിച്ചിരിപ്പില്ലാത്ത പട്ടരുകണ്ടിയും കണിയാന്മാരുടെ പൊടിപോലുമില്ലാത്ത കണിയാർകണ്ടവും ഒരെഴുത്തുപള്ളിപോലും സ്വപ്നം കണ്ടിട്ടില്ലാത്ത മഠത്തിൽപറമ്പും ഒരുകാലത്തും ഒരു ശവംപോലും അടക്കം ചെയ്തിട്ടില്ലാത്ത ചുടലക്കണ്ടിയും ആശാരിമാരുടെ സ്പർശം പോലുമേറ്റിട്ടില്ലാത്ത ആശാരുകണ്ടിയും. കുളത്തുവയലെന്നത് ഒരു കുളത്തിനോടു ചേർന്ന വയലായിരുന്നെങ്കിലും ആ കുളം നികന്നു പോവുകയോ നികത്തപ്പെടുകയോ ചെയ്തു. അതോടെ അവിടെ കരയായി. അങ്ങനെ കുളത്തക്കരയുണ്ടായി - പുത്തൂർ എന്ന ഗ്രാമത്തിന് പിതൃത്വമുള്ള ഒരു കുഞ്ഞ്. എന്റെ നാടിനെക്കുറിച്ച് പറയുന്നതോടൊപ്പം എന്റെ കുടുംബവുമായി ബന്ധപ്പെട്ട മനുഷ്യരെക്കുറിച്ചും പറയേണ്ടതല്ലെ? അങ്ങനെ പറയേണ്ടി വരുമ്പോൾ ആദ്യം മനസ്സിൽ കയറി വരിക മൂത്തമ്മയായിരിക്കും.

മൂത്തമ്മയെന്നാൽ എന്റെ അമ്മയുടെ ഏറ്റവും മൂത്ത ജ്യേഷ്ഠത്തി. ജീവിതത്തിൽ നേരായ അമ്മയ്ക്കു പകരം നിന്നവർ. ഞങ്ങളെ പ്രസ വിച്ചില്ല എന്ന ഒറ്റക്കാരണത്താൻ അവർ ഞങ്ങൾക്ക് മൂത്തമ്മയായി.

മക്കാട്ടു കടവിന്റെ കിഴക്കു ഭാഗത്തുള്ള ആ വയൽക്കരയോടു ചേർ ന്നാണ് അവരുടെ പുര. എന്റെ അച്ഛന്റെ പെങ്ങളായ ഞങ്ങളുടെ ഇളയ മ്മയെ കല്യാണം കഴിച്ചു കൊണ്ടുപോയതും മൂത്തമ്മയുടെ അയ ലത്തേക്കു തന്നെ. ഇവരുടെ പുരകളിൽനിന്നും നോക്കിയാൽ തൊട്ടു മുമ്പിൽ വിസ്തൃതി കുറഞ്ഞ കുളത്തു വയൽ കാണാം. കുളത്തു വയ ലിന് ചേലക്കരയായി പനിച്ചിങ്ങാപറമ്പിലേക്കുള്ള ചെത്തു വഴിയും കാണാം. ഇവ രണ്ടും തോളോടു തോൾ ചേർന്ന് മക്കാട്ടു കടവിന്റെ കിഴക്കെ കരയിൽ സാഷ്ടാംഗം നമസ്കരിക്കുന്നതായും നമുക്കു തോന്നും.

പൂനാറിപ്പൂക്കൾ പോലെ ദുരിതങ്ങൾ പൂത്തുവിടരുന്ന ഓരോ വേള കളിലും മൂത്തമ്മ ഞങ്ങളുടെ പുരയിലെത്തുമായിരുന്നു. ആച്ചുമ്മയെ പോലെത്തന്നെ കോലായിലിരിക്കും. ഒരുപാടു വർത്തമാനങ്ങൾ പറയും. എല്ലാം സ്വന്തക്കാരായ കുടുംബങ്ങളെക്കുറിച്ചുള്ള വിവരണങ്ങൾ. ഓരോ രുത്തരുടേയും ചെയ്തികൾ അവരുടെ കഷ്ടപ്പാടുകൾ അവർക്കു വേണ്ടി മൂത്തമ്മ ചെയ്തു കൊടുത്ത നല്ല കാര്യങ്ങൾ എന്നിങ്ങനെ. ഒരിക്കലും ആരെക്കുറിച്ചും കുറ്റം പറയുന്നതായി കേട്ടിട്ടില്ല. സ്നേഹത്തിന്റെയും കാരുണ്യത്തിന്റെയും കഥകൾ മാത്രം.

മറ്റാർക്കും അറിഞ്ഞു കൂടാത്തതും മറ്റാരും ചെയ്തിട്ടില്ലാത്തതുമായ മൂത്തമ്മയുടെ ഒരു ജാലവിദ്യയായിരുന്നു ഞങ്ങളെ അത്ഭുതപ്പെടുത്തി യിരുന്നതും സന്തോഷിപ്പിച്ചിരുന്നതും. വെറും കൈയോടെ പുരയിൽ കയറി വരുന്ന മൂത്തമ്മ വർത്തമാനങ്ങളെല്ലാം കഴിഞ്ഞ് ഇറങ്ങിപ്പോയ ശേഷം മാത്രമായിരിക്കും ഈ ജാലവിദ്യകൾ ഞങ്ങൾ നേരിട്ടറിയുക.

ഇരുനാഴി നെല്ല്, അവിലിടിക്കാൻ, സ്വർണ്ണ നിറവും പച്ചനിറവും കൂടിക്കലർന്ന പുന്നെല്ലിന്റെ ഒരു ചെറിയ തുണിക്കെട്ട് മടിയിൽ ഒളിപ്പിച്ചു വെച്ചുകൊണ്ടു വന്നതായിരിക്കും.

മറ്റു ചിലപ്പോൾ ഒരു നാഴി കുറിയരി - പനി വരുമ്പോൾ മക്കൾക്കു കഞ്ഞി വെച്ചു കൊടുക്കാൻ. പനിയില്ലെങ്കിലും അമ്മ അതെടുത്തു കഞ്ഞി വെക്കും. വിശപ്പുണ്ടാകാൻ പനി വരണമെന്നില്ലല്ലോ.

പിന്നെയും ചിലപ്പോൾ പച്ചപ്പൂള- ഉപ്പേരി വെക്കാൻ. ഇടിവെട്ടി മല യിലെ പ്രധാന കൃഷിയാണത്. മുത്തപ്പന്റെ എത്രയോ കൈക്കോട്ടുകൾ ആ മല നക്കി നക്കി തീർത്തിരിക്കുന്നു. മലയോടു യുദ്ധം ചെയ്യുന്ന മുത്തപ്പന്റെ രൂപം എന്റെ മനസ്സിലുണ്ട്.

മൂത്തമ്മയുടെ ഭർത്താവിനെ ബഹുമാനസൂചകമായി ഞങ്ങൾ വിളിക്കുന്ന പേരാണ്, മുത്തപ്പൻ.

മൂത്തമ്മയുടെ സ്നേഹവും സഹായവും ഇത്തരം തുണിക്കെട്ടുക ളിലും പൊതികളിലും മാത്രം ഒതുങ്ങി നിന്നിരുന്നില്ല. നാഴികയ്ക്ക് നാല് പതുവട്ടം ഞങ്ങളുടെ പുരയിലേക്ക് ഓടി വരുമായിരുന്നു, മൂത്തമ്മ, ആവ

ശ്യമെന്നു കണ്ടാൽ. മക്കൾക്കാർക്കെങ്കിലും പനി വന്നെന്നറിഞ്ഞാൽ, പനി മാറിയില്ലെന്നറിഞ്ഞാൽ, പിന്നെ പനി മാറിക്കഴിഞ്ഞാലും. മൂത്ത മ്മയ്ക്ക് ഇരിക്കപ്പൊറുതിയുണ്ടാകണമെങ്കിൽ അസുഖം എന്തുതന്നെ ആയിരുന്നാലും അതു മാറിയെന്ന് നേരിൽക്കണ്ടു ബോദ്ധ്യമാകണം.

അമ്മയേക്കാൾ എന്നെ സ്നേഹിക്കുന്നത് മൂത്തമ്മയാണല്ലൊ എന്ന് എനിക്ക് പലപ്പോഴും തോന്നിയിരുന്നു. പനിച്ചിങ്ങാപറമ്പിൽനിന്നും ഞാൻ വൈകി വരുന്ന വൈകുന്നേരങ്ങളിൽപ്പോലും മൂത്തമ്മ എന്നെ പിടിച്ചു നിർത്തി അടുക്കളയിൽ കൊണ്ടു പോയി കൊരണ്ടിയിലിരുത്തും. ഒരോട്ടു കിണ്ണത്തിൽ എന്തെങ്കിലുമുണ്ടാകും - പുഴുക്ക്, കഞ്ഞി, പൂള, എന്തു മാകാം. അപ്പോഴും ഞാൻ എന്റെ അമ്മയെ ഓർക്കുമായിരുന്നു. എന്റെ അമ്മയ്ക്ക് എന്നോടില്ലാത്ത സ്നേഹമാണല്ലോ മൂത്തമ്മയ്ക്ക് എന്നോ ടെന്ന്.

എന്റെ അമ്മയ്ക്കും എന്നോട് സ്നേഹക്കുറവുണ്ട് എന്ന പരാതി യൊന്നും എനിക്കുണ്ടായിരുന്നില്ല. കാരണം, സ്നേഹമെന്നത് എവിടേയും കിട്ടാത്ത ഒന്നായിരിക്കേ അത് എല്ലാവരിൽനിന്നും കിട്ടിക്കൊള്ളണ മെന്നില്ലല്ലോ. ചിലർ മാത്രമേ അത് തരുന്നുള്ളുവെന്ന് തിരിച്ചറിയുമ്പോൾ ഈ രീതിയിലൊക്കെ ചിന്തിച്ചുപോകും. വയറ്റിലെ തീയണയ്ക്കാൻ വേണ്ടി അന്നത്തിനു പിറകെയോടുന്ന എന്നെപ്പോലുള്ളവർക്ക് സ്നേ ഹമെന്നത് തികച്ചും അനാവശ്യമായ ഒരു വികാരമായിരുന്നു. അമ്മയ്ക്ക് എവിടെ നിന്നെങ്കിലും സ്നേഹം കിട്ടിയിട്ടു വേണമല്ലൊ അതിൽ ഒരു വിഹിതം മക്കൾക്കു കൊടുക്കാൻ. കണ്ടം വരണ്ടാൽ മുറിവണ്ടിയും വരളുമല്ലോ.

അമ്മയും മൂത്തമ്മയും ഒരേ അച്ഛനമ്മമാരുടെ മക്കളായിട്ടുപോലും ഒരാൾ സ്നേഹത്തിന്റെ നിറകുടവും മറ്റേ ആൾ സ്നേഹമില്ലാത്ത വെറും കുടവും ആയതെങ്ങനെ എന്ന് ഞാൻ ആലോചിച്ചു പോയിരുന്നു.

ആദ്യകാലങ്ങളിലൊക്കെ മരംവെട്ടുകാരനായിരുന്നത്രെ മുത്തപ്പൻ. എന്നാൽ കൃഷിക്കാരനുമാണ്. മുത്തപ്പന്റെ തോണികളിലാണ് മക്കാട്ടു കടവിൽ ആൾക്കാരെ അക്കരെയും ഇക്കരെയും കടത്തി വിടുന്നത്. പുര യുടെ കുപ്പയിൽ കെട്ടിയുണ്ടാക്കിയ നീണ്ട നെടുമ്പുരയിൽ മണക്കടവ ത്തുകാരാനായ തോണിപ്പണിക്കാർ എപ്പോഴുമുണ്ടായിരിക്കും. തോണിക്ക് ആണി കയറ്റുന്ന ദിവസങ്ങളിൽ പാളം കൊണ്ടുള്ള കനത്ത അടിയുടെ ശബ്ദം ഞങ്ങളുടെ പുരയിൽ കേൾക്കുമായിരുന്നു.

വന്മരങ്ങൾ മുറിക്കാൻ ദൂരസ്ഥലങ്ങളിൽ നിന്നുപോലും മുത്തപ്പനെ ത്തേടി ആൾക്കാരെത്താറുണ്ട്. ഏതു മരവും വരച്ച വരയിൽ മുറിച്ചു വീഴ്ത്താൻ മുത്തപ്പനോളം പോന്നവരില്ല. ആനക്കാരൻ ആനയെയെ ന്നോണം മരം വെട്ടുകാരന് മരത്തെയും നിയന്ത്രിക്കാനാവുമത്രെ.

ഞങ്ങൾക്കു സഹായത്തിനായി ഇടയ്ക്കിടെ വന്നു കയറാറുള്ളത് മൂത്തമ്മയാണെന്നു പറഞ്ഞുവല്ലൊ. എന്നാൽ അമ്മയാകട്ടെ മൂത്തമ്മ യുടെ പുരയിലേക്ക് പോകുന്നത് വല്ലപ്പോഴും മാത്രം. അതും അച്ഛനറി യാതെ. അതിന്റെ കാരണം എനിക്കറിയുമായിരുന്നില്ല. മൂത്തമ്മയും

ഞങ്ങളുടെ പുരയിലേക്ക് വരുന്നത് മിക്കവാറും അച്ഛനില്ലാത്ത സമയത്തു തന്നെയായിരിക്കും. സ്വന്തം ഭാര്യയുടെ ജ്യേഷ്ഠത്തിയോട് അച്ഛനും സ്വന്തം അനിയത്തിയുടെ ഭർത്താവിനോട് മൂത്തമ്മയ്ക്കും കുടുംബപര മായി വളരെയേറെ അടുപ്പം ഉണ്ടായിരിക്കേണ്ടതല്ലേ?

ഞങ്ങളുടെ പുരയുടെ മുമ്പിലൂടെയുള്ള ഇടവഴി കടന്നാൽ തറവാ ടായി; അവിടെ അച്ഛന്റെ ജ്യേഷ്ഠഭാര്യയും മക്കളുമാണ് താമസം. അച്ഛന്റെ ജ്യേഷ്ഠൻ, അതായത് എന്റെ വല്യച്ഛൻ വർഷങ്ങൾക്കു മുമ്പേ മരിച്ചു പോയിരുന്നു. വല്യച്ഛന്റെ മൂത്തമകളെ വളരെ ചെറുപ്പത്തിൽത്തന്നെ കല്യാണം കഴിച്ചു കൊടുത്തയച്ചിരുന്നു. അവളുടെ അതേ പേരിലുള്ള ഒരു പിലാവ് ആ പറമ്പിലുണ്ടെന്നും ഞാൻ മനസ്സിലാക്കിയിരുന്നു. നീരിട്ടിപ്പിലാവ്, മുണ്ടേൻ പിലാവ്, പച്ച തിന്നിയേൻ പിലാവ്, ഓണപ്പിലാവ്, തൈപിലാവ്, പഴം പിലാവ് എന്നീ പിലാവുകൾക്കിടയിൽ ഒരു സ്ത്രീ യുടെ പേരിൽ ഒരു പിലാവു മാത്രം എങ്ങനെ ഉണ്ടായി എന്നതും എനി ക്കൊരത്ഭുതമായിത്തോന്നിയിരുന്നു- അതായിരുന്നു പെരച്ചിപ്പിലാവ്.

വല്യച്ഛന്റെ ഏകമകൻ, എന്നേക്കാൾ അല്പം മൂത്തവനാണ്. അതു കൊണ്ട് എനിക്ക് ഒരു ജ്യേഷ്ഠനുണ്ടായി. വല്യമ്മയ്ക്ക് അവനിൽ താഴെ യുള്ളതെല്ലാം പെൺമക്കളായിരുന്നു.

അമ്മയുടെ ജ്യേഷ്ഠത്തി ഇടയ്ക്കിടെ ഞങ്ങളുടെ പുരയിലേക്കു വരുന്നതുപോലെ അച്ഛന്റെ ജ്യേഷ്ഠത്തിയമ്മ ഒരിക്കലും ഞങ്ങളുടെ പുര യിലേക്ക് വന്നിരുന്നില്ല. എന്നാൽ അമ്മ അവിടേക്കും പോകുന്നതായി ഞാൻ കണ്ടിട്ടില്ല. പരസ്പര ബന്ധത്തിലുണ്ടായ അപാരമായ ഈ സാമ്യത സ്വാഭാവികംതന്നെ ആയിരിക്കാമെന്നും ഞാൻ കരുതി; കാരണം, ഞങ്ങൾ രണ്ടു പുരകളിലേയും മക്കൾ ഒന്നിച്ചു കളിക്കുന്നുണ്ട്; അങ്ങോട്ടു മിങ്ങോട്ടും പോവുകയും വരികയും ചെയ്യുന്നുമുണ്ട്. എവിടെ യുമില്ല ഒരു ബന്ധക്കുറവും. ഞങ്ങളുടെ അമ്മമാർ മാത്രം വേറിട്ടു കഴി യുന്നതിന് പ്രത്യേകിച്ച് കാരണമൊന്നും ഉണ്ടായിക്കൊള്ളണമെന്നി ല്ലല്ലൊ. അവർ ഞങ്ങളെപ്പോലെ കുട്ടികളൊന്നുമല്ലല്ലോ എന്നും ഞാൻ കരുതിയിരുന്നു.

വല്യമ്മയുടെ മൂത്തമകൾ തറവാട്ടിൽ വരുമ്പോഴൊക്കെ അച്ഛനെ കാണാൻ ഞങ്ങളുടെ പുരയിലെത്തും. അച്ഛനെ ആപ്പൻ എന്നാണ് അവൾ വിളിക്കുക.(അച്ഛന്റെ അനിയനെ വിളിക്കുന്ന പേരത്രെ അത്) അച്ഛനില്ലാത്തതുകൊണ്ടായിരിക്കാം അവൾ ആപ്പനെ അച്ഛന്റെ സ്ഥാനത്തു കാണുന്നതെന്നും ഞാൻ വിചാരിച്ചു. അത്രയുമായിരുന്നു അവൾക്ക് അച്ഛനോടുള്ള സ്നേഹം. എന്നാൽ അവളുടെ അമ്മയാകട്ടെ അച്ഛനെ കാണുകയോ അച്ഛനോടു സംസാരിക്കുകയോ ചെയ്തിരുന്നില്ല. പുരയിടവും പറമ്പും ഞങ്ങൾക്ക് രണ്ടു കുംടുംബങ്ങൾക്കും ഒന്നിച്ചുള്ള തായിരുന്നിട്ടും അതിൽ നിന്നുള്ള വരുമാനങ്ങൾ പരസ്പരം പങ്കുവെച്ചു കൊണ്ടിരുന്നിട്ടും ഈ ബന്ധമില്ലായ്മ എന്തുകൊണ്ടാണെന്നും എനിക്കു മനസ്സിലായിരുന്നില്ല.

അവളുടെ കീഴെയുള്ള പെൺമക്കളും അച്ഛനെ ആപ്പനെന്നു തന്നെ

യാണ് വിളിക്കുക. അവരും അച്ഛനെ ഏറെ ഇഷ്ടപ്പെടുന്നവരാണ്. അവരെല്ലാംതന്നെ സ്വന്തം അച്ഛന്റെ സ്ഥാനത്ത് ആപ്പനെ അച്ഛനായിക്കാണുകയാണ്. ഇതിൽ അസ്വാഭാവികമായി ഒന്നും തന്നെ എനിക്കു തോന്നിയിരുന്നില്ല. എന്നാൽ ഏറ്റവും ഇളയവൾ മാത്രം ഇതിൽ നിന്നെല്ലാം വിട്ടു നിന്നു. അവൾ മാത്രം ആപ്പനെന്നു വിളിക്കാതിരിക്കുന്നതും അടുത്തു വരാതിരിക്കുന്നതും അത്ര കാര്യമാക്കാനെന്തിരിക്കുന്നു?

മറ്റു കുട്ടികളോടൊക്കെ വളരെയേറെ സ്നേഹം കാണിക്കുന്ന അച്ഛൻ ഇളയവളെ മാത്രം ശ്രദ്ധിക്കാതിരിക്കുന്നതിനെക്കുറിച്ചും ഞാൻ ഇത്തിരിയൊക്കെ ആലോചിച്ചുപോയിരുന്നു. വല്യമ്മ അവളെ ഏറ്റവും കൂടുതൽ സ്നേഹിക്കുന്നതായിട്ടും എനിക്കു തോന്നിയിരുന്നു. അതുകൊണ്ട് അവളെ പുരയിൽനിന്നും മറ്റു കുട്ടികളോടൊപ്പം പുറത്തേക്കു വിടാതിരിക്കാനും ശ്രദ്ധിച്ചിട്ടുണ്ടാകാം.

പണ്ട്, എന്നു പറഞ്ഞാൽ ഞാൻ ജനിക്കുന്നതിനും മുമ്പ് അച്ഛനും അമ്മയും വല്യച്ഛനും വല്യമ്മയും എല്ലാം ഒരു പുരയിലാണത്രെ കഴിഞ്ഞിരുന്നത്. അച്ഛനും അമ്മയും മാറിത്താമസിക്കുന്നത് പിന്നീടാണ്. അത് വിവാഹത്തിന് ശേഷമായിരിക്കണം.

അമ്മയുടെ ഒരമ്മാവൻ നാട്ടുവൈദ്യനായിരുന്നു. ആ അമ്മാവനിൽ നിന്നും ആദ്യകാലത്ത് അച്ഛനും കുറേയൊക്കെ വൈദ്യം പഠിച്ചിരുന്നു. അച്ഛൻ വൈദ്യത്തിലേക്ക് തിരിയുന്നത് ഞാൻ ജനിച്ചു കഴിഞ്ഞതിനു ശേഷം മാത്രമാണ്.

അച്ഛന്റെ മരപ്പെട്ടിയിൽ ഒരുപാട് താളിയോല ഗ്രന്ഥങ്ങൾ ഞാൻ കണ്ടിരുന്നു. അച്ഛൻ അത് ആരെയും കാണിക്കാറില്ല. അതിന്റെ കാരണവും എനിക്കു മനസ്സിലായിരുന്നില്ല. *ഭഗവത്ഗീത, ബാലചികിത്സ,* വലിയ കുന്നിൻപുറത്ത് ചെറിയ കേളൻ വൈദ്യരുടെ *ആയുർവേദ ചികിത്സാസംഗ്രഹം, സർപ്പോല്പത്തി* എന്നീ അച്ചടിച്ച പുസ്തകങ്ങൾ അവയുടെ മീതെ അടുക്കി വെച്ചിരിക്കുന്നതും കാണാം. കാണിപ്പയ്യൂർ ശങ്കരൻ നമ്പൂതിരിപ്പാടിന്റെ യന്ത്രവിധികൾ നോക്കി എഴുത്താണികൊണ്ട് ചെമ്പുതകിടുകൾ എഴുതി പൂജിച്ച് പ്രത്യേകം ചിലർക്കൊക്കെ രക്ഷ കെട്ടിക്കൊടുക്കുന്നതും ഞാൻ കണ്ടിട്ടുണ്ട്.

ചികിത്സയ്ക്കെത്തുന്നവരോട് അച്ഛൻ കണക്കു പറഞ്ഞു പണം വാങ്ങിയിരുന്നില്ല. കൈയാൽ കല്പിച്ചതേ വാങ്ങാവൂ എന്നതായിരുന്നുവത്രെ ഗുരുവിന്റെ ഉപദേശം. ആ ഉപദേശമാണ് ഞങ്ങളെ ഏറെ കഷ്ടത്തിലാക്കിയതും. സുഖപ്പെട്ടവർ പലരും അച്ഛനെ സ്വകാര്യമായി വിളിച്ചുകൊണ്ടുപോയി സൽക്കരിക്കും. അത് അച്ഛനിഷ്ടപ്പെട്ട വിഭവവുമായിരിക്കും. തീറ്റയുണ്ടാവില്ല. കുടിമാത്രം! അന്നായിരിക്കും പുരയിലെ പതിവിൽ കവിഞ്ഞ വിശേഷങ്ങൾ - അടിയും പിടിയും കലഹങ്ങളും.

പുറംലോകത്ത് അച്ഛനു വലിയ പേരായിരുന്നു. പക്ഷേ, അകംലോകത്ത് അച്ഛൻ ആരുമായിരുന്നില്ല.

ദേവീമാഹാത്മ്യമായിരുന്നു അച്ഛൻ കാലത്ത് ഉച്ചത്തിൽ വായിച്ചി

രുന്നത്. ദേഹശുദ്ധി വരുത്തിക്കഴിഞ്ഞാൽ നാമജപം പുലർകാലത്തുള്ള ദിനചര്യയുടെ ഭാഗമായിരുന്നു. സന്ധ്യക്കും അതുണ്ടാകും. ആവശ്യത്തിലേറെ മിനുങ്ങിപ്പോയാലും അതിനു വിഘ്നം വരുത്താറില്ല. നേരെ ചൊവ്വേ ഇരിക്കാനാവുന്നില്ലെങ്കിൽ കിടന്ന കിടപ്പിൽവെച്ചായിരിക്കും എല്ലാം.

നാല്

സ്ലേറ്റും കക്ഷത്തിലിറുക്കി അച്ഛന്റെ ചെറുവിരലിൽ തൂങ്ങി ഹെഡ്മാസ്റ്ററുടെ മുമ്പിലെത്തിയപ്പോൾ പ്രത്യേകിച്ച് ചോദ്യങ്ങളൊന്നുമുണ്ടായില്ല. നെടുനീളൻ വേഷ്ടിയും സ്വർണ്ണക്കടുക്കനും, സർണ്ണനിറമുള്ള വാച്ചും, സ്വർണ്ണക്കാലുകളുള്ള കണ്ണടയുമായി ശോഭിച്ചു നില്ക്കുന്ന ഹെഡ്മാസ്റ്റർ കുമാരക്കുറുപ്പ് എന്റെ പേർ മാത്രമേ അച്ഛനോട് ചോദിച്ചുള്ളു. ബാക്കിയെല്ലാം അദ്ദേഹത്തിനറിയാമായിരുന്നു. എന്റെ പേർ അച്ഛനും ഓർത്തുവെക്കേണ്ടിയിരുന്നില്ല. ജീവിച്ചിരിപ്പില്ലെങ്കിലും സ്വന്തം പിതാവിന്റെ പേർ മറക്കാനിടയില്ലല്ലോ. പിന്നെ ജനനത്തീയതി? ഒന്നാം ക്ലാസിൽ ചേർക്കുന്ന കുട്ടിയുടെ ജനനത്തീയതി തീരുമാനിക്കാനുള്ള അവകാശം ഹെഡ്മാസ്റ്റർക്കുള്ളതാണ്. പേറ്റുനോവേറ്റ അമ്മയുടെ കരളിൽ കോറിയിട്ടിരിക്കുന്ന ജനനതീയതി ഹെഡ്മാസ്റ്റർ അറിഞ്ഞിരിക്കണമെന്നില്ലല്ലോ. അച്ഛനും അതോർത്തുവെക്കാനുള്ള നല്ല നിമിഷങ്ങൾ ഒത്തുകിട്ടിയിരുന്നില്ല. മേയ് ഒന്നിന് തികഞ്ഞിരിക്കേണ്ട പ്രായം കണക്കാക്കാനറിയുന്നവരാണല്ലോ ഹെഡ്മാസ്റ്റർമാർ. അങ്ങനെ ഞാൻ രണ്ട് പ്രാവശ്യം ജനിച്ചവനായി. ജനിച്ചു എന്ന സത്യത്തെ ഇല്ലായ്മചെയ്യാൻ ആർക്കും കഴിയുമായിരുന്നില്ലല്ലോ.

കാളവണ്ടികൾ ചാലുകീറിയ ചെത്തുവഴികളിലൂടെ സ്കൂളിലേക്ക് നടന്നുപോകുമ്പോൾ ചാലുകളിൽ നിറഞ്ഞ കലക്കുവെള്ളത്തിനുമീതെ ഒരുപാട് കറുത്ത മുത്തുകൾ കാണുമായിരുന്നു. ആളനക്കമില്ലെങ്കിൽ കരയ്ക്കുകയറി വെയിലേറ്റുകിടക്കാൻ തക്കം പാർത്തിരിക്കുന്ന മാക്രികൾ. ആളുകളുടെ നിഴലാട്ടമറിഞ്ഞ് അടിയിലേക്ക് ഊളിയിടാൻ ശീലിച്ച ആ തവളകളോടും ഞങ്ങൾ കലഹിക്കുമായിരുന്നു. കൊച്ചുകൊച്ചുകല്ലുകളെടുത്ത് സൂത്രം പിടിച്ച് തലയ്ക്കെറിയും. തവളകളെ കല്ലെറിഞ്ഞു കൊല്ലാൻ പാടില്ലാത്തതാണ്. മൂക്കിൽ കുരുക്കളുണ്ടാകുമെന്നാണ് പ്രമാണം. അതും അച്ഛന്റെ പാഠമായിരുന്നു. എങ്കിലും കല്ലെറിയാതിരിക്കാനാവുമായിരുന്നില്ല.

നിരത്തുവക്കിലെ മാവും പറങ്കിമാവും പൂത്തുവരുന്നതോടെയാകും സുഗന്ധത്തിന്റെ കാവ്യാനുഭൂതികൾ ഉണർന്നുവരിക. കുറ്റിക്കാടുകളിൽ കാവൽനില്ക്കുന്ന കൂറ്റൻ കോമാവുകൾ നാളുംപേരുമറിയാത്തവർ നട്ടുപോയ വെറും തണൽമരങ്ങളായിരുന്നില്ല. വഴിയാത്രക്കാർക്ക് വിശപ്പടക്കാനുള്ള കൊച്ചുകൊച്ചു ഭോജനശാലകൾ കൂടിയായിരുന്നു അതെല്ലാം. ചെമ്പുനിറത്തിൽ പഴുത്തുമിനുങ്ങി മധുരം കോരിനിറച്ച കപ്പായിമാങ്ങകൾ

സ്വർഗ്ഗത്തിൽനിന്നെന്നോണം മുമ്പിലേക്കടർന്നുവീഴും. പറങ്കിയണ്ടിയുടെ കിടപ്പും വണ്ടിച്ചക്രങ്ങളിലരഞ്ഞുകിടക്കുന്ന പറങ്കിമാങ്ങയും കാലത്തിന്റെ ഊരുചുറ്റലിൽ മാറ്റമില്ലാത്ത കാഴ്ചകളായിരുന്നു.

ഒരു മുക്കാലിന് ചക്കിലാട്ടിയ തേങ്ങാപ്പിണ്ണാക്ക് വാങ്ങി. ഞങ്ങൾ വയറുനിറയ്ക്കും. പിണ്ണാക്കിനു മീതെ ഒരിറക്ക് പച്ചവെള്ളം കൂടി കുടിച്ചാൽ സംഗതി കുശാലാകും. അതും ഒത്തുകിട്ടാത്ത ദിവസങ്ങളുമുണ്ടായിരുന്നു. ഇല്ലാത്തവനുകൊടുക്കുന്നതും ഉള്ളവനോട് ചോദിച്ചുവാങ്ങുന്നതും ഞങ്ങൾ കുട്ടികളുടെ ഒരു ശീലമായിരുന്നതുകൊണ്ട് ഉച്ചകളോരോന്നും മെച്ചപ്പെട്ട രീതിയിൽത്തന്നെ കഴിഞ്ഞുപോന്നിരുന്നു.

പാവപ്പെട്ട കുട്ടികളുടെ ആഹാരമായിരുന്നു പിണ്ണാക്ക് എന്ന് കരുതുന്നതും ശരിയല്ല. ഞങ്ങൾ അല്പം ഭേദപ്പെട്ടവരായതുകൊണ്ടാണ് പിണ്ണാക്കുതിന്നുവാൻ ഭാഗ്യമുണ്ടായത്. പുറംതൊലി നീക്കി കഴുകി വെളുപ്പിച്ച കപ്പക്കിഴങ്ങായിരുന്നു പെൺകുട്ടികൾ സ്കൂളിലേക്ക് കൊണ്ടുവന്നിരുന്നത്. അതായിരുന്നു അവരുടെ ഉച്ചഭക്ഷണം.

നിരത്തിൽ നിഴൽവിരിക്കുന്ന കൂറ്റൻ കോമാവുകളിലും നാട്ടുമാവുകളിലും ഉണ്ണിമാങ്ങ വിരിഞ്ഞുകഴിഞ്ഞാൽ പിണ്ണാക്കിനോടുള്ള കമ്പം കുറഞ്ഞുതുടങ്ങും. അണ്ടികൂടുകെട്ടും മുമ്പെ കണ്ണിമാങ്ങകൾ നോട്ടപ്പുള്ളികളാകും. മൊളിയിലയിൽ കല്ലുപ്പും പൊതിഞ്ഞാവും ചിലകൂട്ടുകാരൊക്കെ ക്ലാസിലെത്തുക. ഉന്നം വെച്ച് കല്ലെറിയാൻ മിടുക്കുള്ള കെല്ലന്മാരുടെ കൂടെ നടന്നുകൊടുത്താൽ മതി. പച്ചമാങ്ങ കല്ലുപ്പുചേർത്ത് കടിക്കുമ്പോൾ പിണ്ണാക്കിനേക്കാൾ രസം തോന്നും

ചില ദിവസങ്ങളിൽ ഉച്ചയ്ക്ക് പുരയിലെത്തുന്നതും ഞങ്ങളുടെ ശീലമായിരുന്നു. കഞ്ഞിയും കപ്പൽമുളകിന്റെ ചമ്മന്തിയുമാണുണ്ടാവുക. ചണച്ചാക്കിന്റെ ഗന്ധം മൂക്കിലടിച്ചുകയറുന്നുണ്ടങ്കിൽ അരി തിളച്ചുകൊണ്ടിരിക്കുകയാണെന്ന് ഊഹിക്കാനാവും. സ്കൂളിന് മുമ്പിലുള്ള റേഷൻ കടയുടെ ചിത്രം മനസ്സിലുയർന്നുവരും. കഞ്ഞിയും കാത്തിരുന്നാൽ ബെല്ലടിക്കുംമുമ്പേ ക്ലാസിലെത്താനാവില്ലെന്ന ഭീതി ചങ്കിൽ മിടിപ്പുണ്ടാക്കിത്തുടങ്ങും. പതുക്കെയുള്ള ഒരിറങ്ങിപ്പോക്കോടെയേ അത് മാറിക്കിട്ടൂ. പതിവിൽ കവിഞ്ഞ വിശപ്പൊന്നും തോന്നുകയുമില്ല. ഒരു പരിധി കഴിഞ്ഞാൽ വിശപ്പറിയാനുള്ള കഴിവ് വയറിന് നഷ്ടപ്പെടുമല്ലോ. എന്റെ ഓർമ്മയിൽ ഒരിക്കലും മങ്ങാതെ കിടക്കാനുള്ള കഴിവ് മാങ്ങയ്ക്കും പിണ്ണാക്കിനുമായിരുന്നു.

മാവുകളും പറങ്കിമാവുകുളും കാലിയായിത്തീരുന്നതോടെയാകും മഴയുടെ വരവ്. ഇടവമാസത്തിലാരംഭിക്കുന്ന മഴ, മിഥുനവും കർക്കിടകവും പെയ്തുതീർക്കാൻ പെടുന്നൊരുപാട്! ഇടവഴികളിൽക്കൂടി ഇരമ്പിപ്പായുന്ന കലക്കുവെള്ളത്തിന്റെ എടുത്തുചാട്ടമുണ്ടാക്കുന്ന ഒരമാനം പേടിപ്പെടുത്തുന്നതാകും. പറമ്പായ പറമ്പുകളെല്ലാം വെള്ളത്തിൽ മുങ്ങിത്താഴും. അലകളും ചുഴികളും കൈകോർത്തുപിടിച്ച് അതിരുകൾ മറന്നോടുന്ന ചെറുപുഴ കാണാൻ പൂതിയും ഭീതിയുമാണ്. വെള്ളംകൊണ്ട് കളിക്കുന്ന പുഴയുടെ മായാജാലങ്ങൾ നോക്കിനിന്നാൽ മതിവരില്ല. പാ

റപോലെ അനക്കമറ്റു കിടക്കാനും പെരുമ്പാമ്പിനെപ്പെലെ ഇഴയാനും ചക്രബാണംപോലെ കറങ്ങാനും പുഴയ്ക്ക് കഴിയുന്നു. മഴക്കാറുപോലെ മങ്ങാനും ഇടിമിന്നൽപോലെ തിളങ്ങാനും പുഴയ്ക്കാവും. ചിലപ്പോൾ പുഴ ഒരു മഹാത്ഭുതമാകും. ചിലപ്പോൾ സുന്ദരിയും മറ്റുചിലപ്പോൾ മുത്തശ്ശിയും. ആണ്ടിൽ പലപ്രാവശ്യം വേഷംമാറുന്ന ചെറുപുഴ ഒരിക്കൽപ്പോലും എന്നെ കുളിക്കാൻ അനുവദിക്കാതിരുന്നിട്ടില്ല.

വാരിക്കോരി സൗഭാഗ്യം കൊടുത്തുകൊണ്ടിരുന്ന മഴ എന്നും എനിക്കൊരു വഴിമുടക്കിയായിരുന്നു. സ്കൂളിന്റെ നീളം കൂടിയ കോലായയിൽ ഓലക്കുടകൾ പകൽ മുഴുവനും കൂട്ടത്തോടെ പെറ്റുകിടക്കുമ്പോൾ എനിക്കതിൽ പങ്കൊന്നുമുണ്ടായിരുന്നില്ല. കുന്നൻ വാഴയുടെയോ മലരാമൻ ചേമ്പിന്റെയോ ഇലയും ചൂടിയാവും ഞാൻ സ്കൂളിലെത്തുക. ചിലപ്പോൾ ഇത്തിരി ഓടിയാലും നനഞ്ഞാലും പരാതി ഉണ്ടാകാറില്ല. മറ്റുചിലപ്പോൾ ഏതെങ്കിലും കൂട്ടുകാരുടെ ഓലക്കുടയ്ക്ക് മറപറ്റിയെന്നും വരും. ഓലക്കുടയുടെ തൊപ്പിക്ക് തലകൊടുക്കാൻ ഒരിക്കലും ഞാൻ ഇഷ്ടപ്പെട്ടിരുന്നില്ല. അത് ഒരുതരം അങ്കലാപ്പുണ്ടാക്കുമായിരുന്നു. കാതുകൾ തൊപ്പിക്കുള്ളിലിറങ്ങിയാൽ ഒരു ശ്വാസംമുട്ടലാണുഭവപ്പെടുക. കാതിൽ തൊപ്പി തടഞ്ഞാലും അതാണവസ്ഥ. ഇലയായാൽ ആനന്ദം ഒന്ന് വേറെതന്നെ. മഴ തോർന്നുകിട്ടിയാൽ പരമാനന്ദവും.!

അത്യാവശ്യത്തിന് വസ്ത്രങ്ങളില്ലാത്ത കുട്ടികളായിരുന്നു ക്ലാസിൽ ഏറെയും. ഞാനും ഇത്തരക്കാരുടെ കൂട്ടത്തിലായിരുന്നു. കീറലും തുന്നലുമില്ലാത്ത ഉടുപ്പുകൾക്ക് പഞ്ഞമുള്ളകാലം. ഒരാഴ്ച മുഴുവനും ഒരേ ഉടുപ്പിടുന്നവർ ഒരവധിദിവസത്തിലാകും അത് നനയ്ക്കുക. അമ്മ ജ്യേഷ്ഠത്തിയുടെ കുടുംബത്തിലെ എന്റെ സമപ്രായക്കാരയ മക്കളുടെ പഴയ ഉടുപ്പുകൾ വല്ലപ്പോഴും ഒപ്പിച്ചെടുക്കും. വണ്ണം നന്നെക്കുറഞ്ഞ എന്റെ ശരീരത്തിന് അത് ഒരിക്കലും പാകമായി നിന്നുതന്നിരുന്നില്ല. എങ്കിലും ഞാൻ ഉടുപ്പിന് നിന്നുകൊടുക്കുമായിരുന്നു.

പട്ടുകോണകം മാത്രമുടുത്തുനടന്നിരുന്ന കുട്ടികളുടെ ഒരു തലമുറയായിരുന്നു ഞങ്ങളുടേത്. പന്ത്രണ്ടാം വയസ്സിലും ഇതുപോലെ ഒരെണ്ണം മാത്രമുടുത്ത് ഞെളിഞ്ഞുനടന്ന പെൺകുട്ടികളെ എനിക്കറിയാം. കോണകവാൽ ഒന്നടങ്കം അരഞ്ഞാണച്ചരടിൽ ചുറ്റിത്തീർത്ത് സ്വതന്ത്രരായി നടക്കാനായിരുന്നു ആൺക്കുട്ടികൾക്കിഷ്ടം. വാലുകളുടെ ഇടപെടലില്ലാത്ത ഇത്തരം ചന്തികൾ ആൺകുട്ടികൾക്ക് ഒരഭിമാനം കൂടിയായിരുന്നു. എങ്കിലും ഈ വേഷത്തിൽ ആരും സ്കൂളിൽ വന്നിരുന്നതായി ഓർക്കുന്നില്ല.

സ്കൂൾ വേഷം ഒരു ട്രൗസറും ഒരു കുപ്പായവും. കുപ്പായം കീറിത്തുടങ്ങിയാൽ പിന്നെ കീറിയഭാഗം തുന്നിത്തുടങ്ങും. തുന്നാനിടമില്ലാതാവുമ്പോഴക്കും എവിടെ നിന്നെങ്കിലും ഒരെണ്ണം ഉണ്ടായിവരും. നനച്ചിട്ടാൽ ഒറ്റ രാത്രികൊണ്ടുണങ്ങിക്കിട്ടണം. ഇല്ലെങ്കിൽ അടുത്ത പുലർച്ചെ അടുക്കളയിലെ അടുപ്പുകല്ലിനോട് ചേർത്തുപിടിച്ച് ഉണക്കിയെടുക്കണം. അതുകൊണ്ടും മതിയായില്ലെങ്കിൽ നടത്തത്തിനിടയിൽ

ശരീരം തന്നെ നക്കിയുണക്കിത്തരണം. ഒന്നിനൊന്ന് പകരമുണ്ടാവില്ല.

അന്തി ഭക്ഷണം കഴിഞ്ഞാൽ പിന്നെ പായവിരിച്ചുകിടന്നുകൊള്ളണം. എഴുത്തും വായനയുമൊന്നും രാത്രികാലങ്ങളിൽ പഠിത്തത്തിന്റെ ഭാഗമായിരുന്നില്ല. ഉറങ്ങിയാലും ഇല്ലെങ്കിലും വിളക്കൂതിക്കൊള്ളണം. റേഷൻ കടയിൽനിന്ന് കിട്ടുന്ന ചിമ്മിണിയുടെ അളവ് അത്രയും പരിമിതമാണ്. ഉള്ളതുതന്നെ വാങ്ങാൻ സാധിക്കാത്തവരുടെ കാര്യം പറയേണ്ടതില്ലല്ലോ.

ചിമ്മിണിയെന്നാൽ മണ്ണെണ്ണയാണ്. മുസ്ലീങ്ങൾ കാസ്രേട്ട് എന്നാണ് പറയുക. അയലത്തുകാർ കൂടുതലും മുസ്ലീമുകളായിരുന്നതിനാൽ എനിക്ക് മണ്ണെണ്ണയും കാസ്രേട്ടും ഒന്നുതന്നെയായിരുന്നു.

ഇരുളടഞ്ഞമഴക്കാല സന്ധ്യകളിലാണ് ചിമ്മിണിയുടെ അടിയന്തരമായ ആവശ്യകത കുടിലുകളെ വീർപ്പുമുട്ടിക്കുക. നനഞ്ഞുവിറയ്ക്കുന്ന സന്ധ്യയുടെ കൂരിരുട്ടിന് ഭീകരതയുടെ കാഠിന്യം കൂടുതലായിരിക്കും. ഒരു മീൻവെളിച്ചംപോലുമില്ലാത്ത ഭൂമിയിൽ ഒരു മൺചിരാതെരിയാതിരുന്നാലത്തെ സ്ഥിതി എന്താവും? പെട്ടെന്ന് കാലിവിളക്കുമായി അടുത്ത പുരയിലേക്കോടിച്ചെന്ന് ഒരു വിളക്ക് കാസ്രേട്ട് കടം ചോദിക്കുന്നതാണ് ആകെയുള്ള പരിഹാരം. റേഷൻകടയിൽനിന്ന് കിട്ടുമ്പോൾ അത് കൃത്യമായി തിരിച്ചുകൊടുക്കുകയും വേണം.

ഈ കടം പറച്ചിൽ കാസ്രേട്ടിൽ മാത്രമായി ഒതുങ്ങി നില്ക്കാറില്ല. ഉപ്പ്, ചായപ്പൊടി എന്നിത്യാദികളൊക്കെ ആ കൂട്ടത്തിൽ പെടും. ചിലപ്പോൾ കപ്പൽമുളകും. പഞ്ചസാരയെക്കുറിച്ച് കേട്ടിരുന്നവരെല്ലാം അതിന്റെ സ്വാദറിഞ്ഞവരായിരുന്നില്ല. പണക്കാർപോലും മധുരത്തിനുവേണ്ടി വിലപ്പെട്ട ആണിശർക്കരയാണ് വാങ്ങിയിരുന്നത്. ഞങ്ങൾ വല്ലപ്പോഴും അത് കട്ടൻ ചായയോടൊപ്പം നക്കി നുണയ്ക്കുകയായിരുന്നു ചെയ്തിരുന്നത്. ഒരാണി ശർക്കര കഷ്ണങ്ങളാക്കിയിട്ടുവേണം ഒതുതുണ്ടം കൈയിലെത്താൻ.

ഉടുമുണ്ടിന്റെ കോന്തലയിൽ തൂങ്ങി അമ്മയോടൊപ്പം പുഴയിലേക്കുള്ള ആ യാത്ര ഒരു നിത്യസംഭവമായിരുന്നു. ഋതുക്കൾ മാറിക്കൊണ്ടിരുന്നപ്പോഴും അമ്മയുടെ സ്വഭാവത്തിന് മാറ്റമുണ്ടായിരുന്നില്ല; വർഷങ്ങൾ കഴിയുന്തോറും ഞങ്ങൾ മക്കളുടെ എണ്ണം കൂടിക്കൊണ്ടിരുന്നിട്ടും. മുതിരുന്നവർ ഒറ്റയ്ക്ക് പോയിത്തുടങ്ങുമ്പോഴേക്കും ഇളയവർ പകരക്കാരാകും.

അപസ്മാരമിളകുന്ന കർക്കിടകത്തിലെ കലക്കുവെള്ളത്തിൽ നീർനായ്ക്കൾ തലപ്പന്ത് കളിക്കുന്നത് ഞാൻ എത്രയോ കണ്ടിട്ടുണ്ട്. ഉമ്മൻതൊണ്ടുപോലുള്ള ആ മൊട്ടത്തലകൾ അകലങ്ങൾ മാറിമാറി മുങ്ങുന്നതും പൊങ്ങുന്നതും നോക്കിനിന്നിട്ടുണ്ട്.

കണക്കിലേറെ പെയ്ത് നാടുവിട്ടുപോകുന്ന മഴയ്ക്കുശേഷമാണ് കുളിരുംപേറിയെത്തുന്നു വൃശ്ചികത്തിന്റെ കളിയാട്ടം. പുലർവേളയിലെ അന്തരീക്ഷം മഞ്ഞിന്റെ കനത്ത പുകയിൽ ഒളിഞ്ഞിരിക്കുകയാവും. പുഴമ്പാലിയിലെ കൊടപ്പനയുടെ ഉണങ്ങിയ പോളകൾ ഞങ്ങൾ നേരത്തെ

കരുതിവെച്ചിട്ടുണ്ടാവും. കുപ്പയിലെ ഒഴിഞ്ഞമൂലയിലെവിടെയെങ്കിലും അതിട്ടുകത്തിക്കും. തലയടക്കം തുണിയിൽ മൂടിപ്പുതച്ച് കുരങ്ങന്മാരെപ്പോലെ പുരയിലെ എല്ലാവരും തീക്കൂനയ്ക്ക് ചുറ്റും നിരന്നിരിക്കും. ആ കുളിരും ആ ചൂടും മഞ്ഞുവീഴുന്ന വൃശ്ചികപ്പുലരിയിലെ ഒരു ഹരം തന്നെയായിരുന്നു. ചേമ്പും, കിഴങ്ങും, കണ്ടിക്കിഴങ്ങും പോലുള്ള കാവിത്തുകളും ചുട്ടുതിന്നുന്ന സുന്ദരമുഹൂർത്തങ്ങൾ.

ഞങ്ങൾ കുട്ടികളുടെ മുടി നീളുന്നതുംനോക്കി അമ്പട്ടന്മാർ പുരകൾതോറും കയറിയിറങ്ങുമായിരുന്നു. നിന്നനില്പിൽ അവരുണ്ടാക്കുന്ന കണങ്കാലിന്റെ തടവറയിൽനിന്നും മുടി മുറിച്ച് തീരുംമുമ്പെ തലയൂരിയെടുക്കുവാൻ കുട്ടികളായ ഞങ്ങൾക്ക് കഴിഞ്ഞിരുന്നില്ല. പാകത്തിനുണങ്ങിയ പാളപ്പൊതികളിൽ അവർ മൂർച്ചക്കത്തികൾ ഒതുക്കിവെച്ചിരുന്നു. കാരണവന്മാർക്ക് മാത്രം സ്വകാര്യമായി കൈമാറാൻ.

കടിഞ്ഞൂൽ തിരളുന്ന പെൺകുട്ടികൾ പുരയിലുണ്ടാക്കുന്ന ആഘോഷം ചില്ലറയായിരുന്നില്ല. ഓണവും വിഷുവുമൊന്നും ഒന്നും അല്ലെന്നമട്ട്. തിരണ്ടുകല്യാണത്തിന് പുരയിൽ കത്തിത്തീരുന്ന എണ്ണത്തിരിയുടെ കണക്ക് ആർക്കും അറിഞ്ഞുകൂടാ. അവ നിലവിളക്കുകൾ നിറഞ്ഞുകവിയുമായിരുന്നു - പൊൻവെളിച്ചത്തോടെ. അതോടൊപ്പം അകത്തളങ്ങളിൽ എന്തുനടക്കുന്നുവെന്ന് ഞങ്ങൾ കുട്ടികൾക്കറിയില്ലല്ലോ.

കമിഴ്ത്തിയിട്ട ഉരലിനുമീതെ ഓട്ടുവിളക്കും ആയിരത്തിരിയും! അതിനുചുറ്റും പാടിത്തീരാത്ത പാട്ടും കോൽക്കളിയും. കല്യാണം കളിയല്ലെന്നറിയിക്കുന്ന കുപ്പായമിടാത്ത കാരണവന്മാരുടെ ഊരമടങ്ങാത്ത നൃത്തച്ചുവടും, പഴമ്പാട്ടും, നാട്ടാചാരങ്ങളും, സദ്യവട്ടങ്ങളും കെട്ടുപിണഞ്ഞ നാടൻ ഗ്രാമത്തിന്റെ മാമൂലുകൾ.!

പുതുപെണ്ണിന് കുളി തെറ്റിയാൽ കുളിരണിയാൻ കാത്തുനില്ക്കുന്ന മാതാപിതാക്കൾ. പിന്നെ പള്ള കാണൽ, പുളികുടി, ബെരിക്കള, പാലൂട്ട്, ചോറൂണ് എന്നിങ്ങനെപോകുന്നു ഓരോന്നും!

തേനും വയമ്പുമായി കാത്തിരിക്കുന്ന ഒരു സമൂഹം. പെറ്റുവീഴും മുമ്പേ തളിർ വെറ്റിലപോലത്തെ കുഞ്ഞുനാവിൽ തൊട്ടുകൊടുക്കാൻ, അമൃതമെന്നപോലെ!

അഞ്ച്

എലിമെന്ററിസ്കൂളിലെ ഏറ്റവും വലിയ ക്ലാസായ അഞ്ചിൽ ജയിച്ചുകഴിഞ്ഞപ്പോൾ അച്ഛൻ പറഞ്ഞു

"ഇനി അത്രേം മതി".

എന്നെ തുടർന്നും സ്കൂളിലയക്കാൻ അച്ഛൻ മടിച്ചുനിന്നതിന്റെ കാരണം ഞാൻ മനസ്സിലാക്കിയിരുന്നു. ഒരു സ്ലേറ്റിന്റെയും ഒരു തുണ്ടു പെൻസിലിന്റെയും കാലം കഴിഞ്ഞു. ചേമ്പിലയോ വാഴയിലയോ ഇനി മതിയാവില്ല. ശീലക്കുടവേണം, പുസ്തകങ്ങൾ വേണം, കീറലും തുന്ന

ലുമില്ലാത്ത ഉടുപ്പുകൾവേണം. ഈ വയ്യാവേലികളൊന്നുമില്ലാതെ ജീവിക്കുന്നതാണ് സുഖം.

നേരംവെളുത്തു കഴിഞ്ഞാൽ കത്തലടക്കാനുള്ളത് കട്ടൻചായ, കടി ഒരു തുണ്ട് കറുത്ത ശർക്കര. അത് നക്കി നുണയ്ക്കുകയോ കടിച്ചു കൂട്ടുകയോ ചെയ്യാം. ചുട്ട പപ്പടമാകുമ്പോൾ അത് മുഴുവനുമുണ്ടാകും. അതുമില്ലാതെ വരുമ്പോൾ ഒരു പിടി അരി ഓട്ടിലിട്ട് വറുത്തതാകും. ഓട്ടുകിണ്ണത്തിൽ കട്ടൻ ചായയ്ക്കുമീതെ മുത്തുമണികൾപോലെ അത് പൊങ്ങിക്കിടക്കും. ഓരോ കുടിക്കും ആനുപാതികമായി മണികൾ വായിലെത്തും. ചായ തീരുമ്പോൾ അരിയും തീരും.

നാട്ടിലാകെ വസൂരി പടർന്നുപിടിക്കാൻ തുടങ്ങിയത് വളരെ പെട്ടെന്നായിരുന്നു. സ്വന്തം പുരകളിൽനിന്നും പുറത്തിറങ്ങാൻ പോലും ആളുകൾ ഭയപ്പെട്ടു. അയലത്തെ പുരകളിൽ എന്താണ് സംഭവിക്കുന്നതെന്നുപോലും ആർക്കും അറിയാതായി, ആരും അന്വേഷിക്കാതെയുമായി. മരണങ്ങൾപോലും രഹസ്യങ്ങളായി.

സന്ധ്യകൾതോറും പെണ്ണുങ്ങൾ പുരയ്ക്കുചുറ്റും പച്ചച്ചാണകം കലക്കിക്കുടഞ്ഞു. ഉമ്മറത്ത് നടക്കല്ലിലും അടുത്ത നാല്ക്കവലകളിലും ചിരട്ടകളിൽ ചാണകം കലക്കിവെച്ചു. വരാനിരിക്കുന്ന വസൂരിയെ വഴിതിരിച്ചു വിടാനായിരുന്നു ഇതെല്ലാം. അമ്മയും ചെയ്തു ഇമ്മാതിരി പണികളെല്ലാം. പക്ഷേ, ഫലമുണ്ടായില്ല. ഞങ്ങളുടെ പുരയിലും വസൂരിയെത്തി.

അച്ഛൻ കിടപ്പിലായി. കഠിനമായ പനിയിലായിരുന്നു തുടക്കം. ആദ്യം കണ്ണുകൾ ചുകന്നു. മൂന്നാംദിവസം മുഖത്ത് ചുകന്ന മണികൾ പൊങ്ങിത്തുടങ്ങി. പിന്നീടത് പലഭാഗങ്ങളിലേക്കും വ്യാപിച്ചു. കുമ്മലടക്കാൻ കിടപ്പായിൽ നെല്ലിയില പാകി. കരിമ്പാലൻ കോമരങ്ങൾ വന്ന് കലശം വെച്ചു. കേളൻ ദൈവം ഉറഞ്ഞുതുള്ളി. ദിക്കുകളെട്ടും കുലുക്കി, കൂക്കിവിളിച്ചു. കിടിലംകേറിയ വാളിൻമണികൾ മലരുകൾപോലെ പൊരിഞ്ഞുതുള്ളി. വാളുകൾ വീശി പിശാചുക്കളെ ദിക്കുകളകറ്റി വിരട്ടിയോടിച്ചു. ഇടവും വലവും മുമ്പിലും പിമ്പിലും കാത്തുകൊള്ളാമെന്ന് ദൈവം ആണയിട്ടു.

ഞങ്ങൾ പിന്നെയും നേർച്ചകൾ നേർന്നു - കൊടുങ്ങല്ലൂരമ്മയ്ക്ക് മഞ്ഞൾപൊടി!

പുല്ലങ്കോട് മലയിലെ നല്ലമ്പിരയുടെ മകൾ വസൂരിപിടിച്ച് മരിച്ചെന്നുകേട്ടു. മുഖം നിറയെ മുതുക്കൻ നിറഞ്ഞ ചെറുപ്പക്കാരൻ മാധവക്കുറുപ്പ് വസൂരിവന്ന് മരിച്ചെന്ന് കേട്ടു. പിന്നേയും ആരൊക്കെയോ മരണവും കാത്ത് കിടക്കുന്നുണ്ടെന്നും കേട്ടു.

ചുകന്ന പട്ട് കഴുത്തിൽ ചുറ്റി, പട്ടിൽ പൊതിഞ്ഞ വാൾ കക്ഷത്തിറുക്കി കറുത്തുമെലിഞ്ഞ മനുഷ്യക്കോലങ്ങൾ ഇടവഴിയിലൂടെ നടന്നുപോകുന്നത് ഞങ്ങൾ ഒളിഞ്ഞുകണ്ടു. വസൂരിപിടിച്ചു മരിക്കാൻ കിടക്കുന്നവരെ പരിചരിക്കാൻ പോകുന്നവരായിരുന്നു അവർ. മരണദൂതന്മാരെന്ന് അവരെ ഞങ്ങൾ വിളിച്ച.

മരിക്കുമെന്നുറപ്പായാൽ കുടുംബങ്ങൾ കുടിയൊഴിയുകയാണ് പതിവ്. അവിടെ പിന്നെ മരണദൂതന്മാരാണ് നിരങ്ങിവാഴുക. കാല്ക്കലും തലക്കലും റാക്കിൻ കുപ്പികൾ അട്ടിവെച്ചും മൂക്കെറ്റം മോന്തിയും ഭീതിമാറ്റും. തലയ്ക്കകത്തും പുറത്തും രാപ്പകൽ ലഹരി നൃത്തം ചെയ്യും. ഒറ്റയ്ക്കുതന്നെ ഉമ്മറത്തെ ചേതിയിൽ അവർ കുഴിയെടുക്കും. ശവം പായയിൽകെട്ടി ആ കുഴിയിൽ അടക്കം ചെയ്യും.

വസൂരിശവങ്ങളെ ചുടലയിൽ അടുക്കുമായിരുന്നില്ല. ആരും കാണാനും വരാറില്ല. മറ്റു ചടങ്ങുകളുമില്ല. ദൂതൻ സർവ്വാധികാരിയും സംരക്ഷകനുമാണ്. അവസാനം അവൻ യമകിങ്കരനുമാണ്.

ചക്കക്കരൂളുപോലെ വിറങ്ങലിച്ചിരുന്നു അച്ഛന്റെ മുഖം. ആ മുഖത്ത് നോക്കാൻപോലും ഞങ്ങൾ ഭയപ്പെട്ടു. പലരും പറഞ്ഞു ഞങ്ങളോടും കുടിയൊഴിയാൻ. അമ്മ ചെവികൊടുത്തില്ല. അച്ഛൻ കഴിച്ചതിന്റെ ബാക്കിയും അമ്മ വാരിത്തിന്നു. (അങ്ങനെ ചെയ്യാൻ പാടില്ലാത്തതാണ്.) അമ്മ ഒരു വറ്റുപോലും വെറുതെ കളഞ്ഞില്ല.

അച്ഛൻ ആകാവുന്നത്ര ഒപ്പം നടന്നുനോക്കിയിട്ടും മരണം തിരിഞ്ഞു നോക്കിയില്ല. മരണത്തിനുപോലും അച്ഛനെ വേണ്ടായിരുന്നു!

അവസാനം ജീവനോടെ അച്ഛൻകുളിച്ചു. ഏഴാം നാൾ എന്റെ നാഭിയിലും മാറത്തും പരുക്കൾ പൊങ്ങി. പഴുത്ത പാണൽക്കുരുപോലെ. ചിലത് വെട്ടിത്തിളങ്ങി. അവയ്ക്കിടയിൽ മല്ലിമണികൾ പോലെ ചില തെല്ലാം ചുകന്നുകിടന്നു. അവ എണ്ണത്തിൽ കുറവായിരുന്നു. വെളുപ്പാൻ കാലത്തെ ആകാശത്തിലെ നക്ഷത്രങ്ങൾപോലെ!

അമ്മയുടെ നാലയലത്തുപോലും വസൂരി വന്നില്ല. അച്ഛനേക്കാൾ വസൂരിയോടടുത്തുകഴിഞ്ഞത് അമ്മയായിരുന്നിട്ടും. എന്തുകൊണ്ടോ വസൂരി അമ്മയെ കൈയൊഴിഞ്ഞുകളഞ്ഞു. അച്ഛനോട് മരണം ചെയ്ത തുപോലെതന്നെ. അമ്മയ്ക്ക് ഇതിനുമുമ്പും ഇതുണ്ടായിട്ടുമില്ല. വസൂരി തോറ്റുപോയെന്നു പറയാം.

അമ്മയ്ക്ക് വസൂരിയെ ഭയമുണ്ടായിരുന്നില്ല. വസൂരിവന്നാൽ മരിക്കാനും അമ്മ തയ്യാറായിരുന്നു.

വസൂരി വരികയും പോവുകയും ചെയ്യും. എന്നാൽ എപ്പോഴും വന്നുകൊണ്ടിരിക്കുകയും തിരിച്ചുപോകാൻ കൂട്ടാക്കാതിരിക്കുകയും ചെയ്യുന്ന ഒന്നായിരുന്നു വിശപ്പ്. ഓർമ്മവെച്ച നാൾമുതലേ അതെന്റെ കൂടെത്തന്നെയുണ്ടായിരുന്നു, നിഴൽപോലെ.

കുറേപ്പേർ മരിച്ചുകഴിഞ്ഞതിൽപിന്നെയാണ് ആരോഗ്യവകുപ്പുകാർ കൊച്ചു തക്ലിത്തലയുള്ള നീളൻ സൂചികളുമായി ചില കേന്ദ്രങ്ങളിൽ ഒത്തുകൂടിയത്. ചാലും പൂലുമടങ്ങിയ വസൂരി വരാതിരിക്കാൻ വേണ്ടി കുഞ്ഞുങ്ങളുടെ കൈത്തണ്ടകളിലും മുതിർന്നവരുടെ കണങ്കയ്യുകളിലും അതിട്ടു തിരിച്ചു. ചിലരൊക്കെ ഒളിച്ചും മടിച്ചുംനിന്നു. കൈപഴുക്കുന്നതും പനിപിടിക്കുന്നതും അവർക്ക് ഭയമായിരുന്നു. അനുഭവിച്ചിട്ടില്ലാത്ത മരണത്തേക്കാളേറെ അനുഭവിക്കാനിടയുള്ള ദുരിതങ്ങളായിരുന്നു അവർക്കുഭയം.

ദിവസങ്ങൾ എണ്ണിയെണ്ണി പെറ്റുകൊണ്ടിരുന്ന പ്രകൃതി ഓരോ ദിവസവും എന്റെയുള്ളിൽ ഓരോ വെടിയുണ്ടകൾ നിർമ്മിച്ചുകൊണ്ടിരുന്നു. എന്നാൽ അവയിലൊന്നുപോലും പൊട്ടിയിരുന്നില്ല. ഒന്നിനുപോലും തീ പിടിച്ചിരുന്നില്ല. പഠിത്തം നിർത്തിയതുകൊണ്ട് തെണ്ടിയായിപ്പോകാനിടയുള്ളവന്റെ ജല്പനങ്ങളായിരുന്നു അതെല്ലാം.

എങ്കിലും ഉറക്കംവരാത്ത രാത്രികളിൽ കുശലങ്ങളുമായി കൂട്ടിന് ചങ്ങാതിമാരെത്തുക പതിവായിരുന്നു. പാതിര കഴിഞ്ഞാലും അവർ തിരിച്ചുപോകാൻ മടിച്ചുനില്ക്കും. എന്നേക്കാൾ ഞാനിഷ്ടപ്പെടുന്ന ആണും പെണ്ണുമായ എന്റെ സഹപാഠികളായിരുന്നു അവരെല്ലാം. ഗണപതി, ഗോപാലൻ, ഭാനുമതി, സരോജിനി - അവരെല്ലാം തുടർന്നു പഠിക്കുകയാണ്. ജയിച്ചുകഴിഞ്ഞിട്ടും പുറത്തുനില്ക്കുന്നവൻ ഞാൻ മാത്രം. വളരെവൈകിപ്പോയ കാലം തെറ്റിയ ഒരു തിരിച്ചറിവായിരുന്നു അത്. പഠിത്തം നിർത്തിപ്പോയതിന്റെ അർത്ഥം മനസ്സിൽ കയറിവരുന്ന ദുരന്തം! മരമണ്ടനാകുന്നതാണ് മഹാഭാഗ്യം!

സഹപാഠികളിൽ പലരും പുസ്തകങ്ങളുമായി നിരത്തിലൂടെ പടിഞ്ഞാറുദിശയിൽ നടന്നുപോകുന്നത് ഞാൻ കാണാറുണ്ടായിരുന്നു. വൈകുന്നേരങ്ങളിൽ അവർ തിരിച്ചുവരും. അവരെ കണ്ടാലും അവർ എന്നെ കാണാതിരിക്കാൻ ഞാൻ ശ്രമിച്ചു. പതുക്കെ എങ്ങോട്ടെങ്കിലും മാറി നില്ക്കും. എന്നെ ആരും കാണാതിരിക്കുന്നതിലും ഒരാനന്ദമുണ്ടെന്ന് ഞാൻ മനസ്സിലാക്കി. അതായിരുന്നു എനിക്കിഷ്ടം.

ഞാനും ഇങ്ങനെ ഇവരുടെ കൂട്ടത്തിൽ പോകേണ്ടവനായിരുന്നു. ചങ്ങാതിമാരുമായുള്ളബന്ധം അത്രയൊക്കെ മതിയെന്ന് തീരുമാനിച്ചു. ഇനി ഞാൻ എന്റെ വഴിക്ക്; അവർ അവരുടെ വഴിക്ക്.

ഉണങ്ങിയ ചുരങ്ങാതൊണ്ടിലെ മണൽവിരിച്ച് കൈവിരൽകൊണ്ട് അക്ഷരങ്ങൾ കുറിച്ച ഒരച്ഛന്റെ മനസ്സിലെ മോഹങ്ങൾക്ക് വലിപ്പവും ഭംഗിയും കുറവായിരിക്കും. അഞ്ചാംക്ലാസുവരെ പഠിച്ചത് തന്നെ മഹാഭാഗ്യമല്ലെ? മണലും ഗുരുവും അന്യംനിന്നുപോയതിന്റെ ബാക്കി പത്രം.! സ്ലേറ്റും പെൻസിലും കുടിയേറ്റം നടത്തുന്ന ഒരു നവയുഗത്തിന്റെ ആരംഭം. ഇത്രയൊക്കെയേ വിധിച്ചിട്ടുണ്ടാകൂ. ഇനിയുമങ്ങോട്ട് എത്ര ദൂരം കിടക്കുന്നു! കണ്ണെത്താത്ത ദൂരത്തിലേക്ക് മനസ്സിനെത്താനാവുമെന്നുറപ്പാണ്. പക്ഷേ, വേണം അതിനുമൊരു ഭാഗ്യം!

ഞാൻ ആശ്വസിക്കാൻ മാത്രം ശ്രമിച്ചുകൊണ്ടിരുന്നു. പേനയായും കടലാസായും ഉയർന്നുവരുന്ന പാർപ്പിടങ്ങളുടെ ചേതികളിൽ മണ്ണപ്പം ചുട്ടുകളിക്കാനെങ്കിലും എനിക്കാകുമല്ലോ. കോടിക്കണക്കിനുവരുന്ന ഇന്ത്യൻ ബാല്യത്തിന്റെ ദുരിതപൂർണ്ണമായ ഇതിഹാസം എങ്ങുമെങ്ങും എഴുതപ്പെടാതെ പോവുകയാണല്ലോ. എല്ലാ അവകാശങ്ങളും അജ്ഞതകൾ വിഴുങ്ങിപ്പോവുകയാണല്ലോ. ദിക്കറിയാതെ വഴിതെറ്റിപ്പോകുന്നവർക്കായി എവിടെയുമില്ലല്ലോ ഒരു പ്രകാശഗോപുരം!

ഇടിച്ചിടിച്ച് കാലപ്പഴക്കംകൊണ്ട് ആഴംകൂടിപ്പോയ മരത്തിന്റെ ഉരലിന് ആശാരിമാർ കുണ്ടിയിടാറുണ്ട്. അതോടെ ഉരൽ പൂർവ്വസ്ഥിതി

യിലെത്തും. എന്റെ മനസ്സിനും ഈ ഒരവസ്ഥ വരേണ്ടതായിരുന്നു. ചിന്ത കൾ കൂടുംതോറും മനസ്സിന്റെ അകത്തളങ്ങളിൽ ശൂന്യതയുടെ ആഴം കൂടിക്കൂടി വരികയാണ്. സ്വയം ആശ്വാസം നേടാനുള്ള ശ്രമങ്ങളെല്ലാം പാഴാവുകയാണ്. ഉറക്കവും മയക്കവും ഒന്നിച്ചുചേർന്ന് വിഭ്രാന്തിയുടെ ലോകത്തിലേക്ക് ഞാൻ പതുക്കെ നീങ്ങിക്കൊണ്ടിരുന്നു.

ഉയർന്ന പഠിപ്പുകൊണ്ടുള്ള നന്മ സ്വപ്നം കാണുകയും അതുവഴി വളരാനുള്ള മാർഗ്ഗം തേടുകയും ചെയ്യുന്ന ചിന്തകളാകും ചിലപ്പോൾ. മറ്റുചിലപ്പോൾ മറിച്ചും. ഒരു തുമ്പി വിചാരിച്ചാൽ ഏതുവരെ പറക്കാനാകും! എത്രനേരം പറക്കാനാകും. സ്ഥലം മാറുംതോറും തന്റേതായ ദിശയ്ക്കുവേണ്ടി ചുറ്റിക്കറങ്ങുന്ന വടക്കുനോക്കി യന്ത്രത്തിന്റെ സൂചിയും മനസ്സും ഒരേ മട്ടിലായാൽ? അതാണിപ്പോൾ സംഭവിച്ചുകൊണ്ടിരിക്കുന്നത്.

അഞ്ചാംക്ലാസിലവസാനിച്ച പഠിത്തവുംകൊണ്ട് വരുംകാലങ്ങളിലേക്ക് എങ്ങനെ നടന്നുചെല്ലാനാകും? അതേ ക്ലാസിലെ ചുമരിൽ ഞാൻ ആദ്യമായിക്കണ്ട മഹാത്മാഗാന്ധിയുടേയും, ജവഹർലാൽ നെഹ്റുവിന്റെയും ചിത്രങ്ങളാണെല്ലോ മനസ്സിൽ മായാതെ കിടക്കുന്നത്! അഞ്ചുവർഷങ്ങളുടെ ഹാജർനിലയുടെ സമ്പാദ്യം ഇവിടംവരെയല്ലെ എത്തിനില്ക്കുന്നുള്ളു? അതത്രയും മതിയായിരുന്നോ? കൊച്ചുമോഹങ്ങളുടെ തിരിതെളിയാത്ത നിമിഷങ്ങൾ. അതെക്കുറിച്ചുമാത്രം ഞാൻ ഓർത്തുകൊണ്ടിരുന്നു. ആ ഓർമ്മകൾക്കിടയിൽ കയറിവന്ന പഴക്കം വന്ന മറ്റൊരോർമ്മ എന്നെ കിടിലം കൊള്ളിച്ചുകൊണ്ടിരുന്നു.

അക്ഷരങ്ങൾ തിരിച്ചറിയുംമുമ്പായിരുന്നു അത്. എന്നെ സ്കൂളിൽ ചേർക്കാനുള്ള പ്രായം എത്തിയിട്ടില്ലായിരിക്കണം. ഒരു കത്ത് പോസ്റ്റ്മാൻ കൈമാറിയപ്പോൾ അത് വായിച്ചെടുക്കാനുള്ള ബദ്ധപ്പാടുമായി അച്ഛൻ നടന്നു. സർക്കാരുമായി ബന്ധപ്പെട്ട ഏതോ സ്ഥാപനത്തിൽനിന്നുള്ള ഇംഗ്ലീഷിലുള്ള ഒരെഴുത്തായിരുന്നു അത്. പനിച്ചിങ്ങാപറമ്പ് അങ്ങാടിയിലെ നാല്ക്കവലയിൽ ഞങ്ങളെത്തി. പലരും കടലാസ് തിരിച്ചും മറിച്ചുംനോക്കി തിരിച്ചുതന്ന് കൈമലർത്തി. എങ്കിലും നിരാശപ്പെടേണ്ടിവന്നില്ല. ഒരുപാട് ഊഴങ്ങൾക്കുശേഷം ഒരാൾ അത് വായിച്ച് അർത്ഥം പറഞ്ഞുകൊടുത്തു. ഒരു നിധികിട്ടിയ സന്തോഷമായിരുന്നു അച്ഛന്റെ മുഖത്ത്. ഞാൻ ആദ്യമായിക്കാണുന്ന മനുഷ്യരൂപത്തിലുള്ള ഒരു ദൈവമായിരുന്നു അയാൾ. ഒരു ദൈവദൂതനെന്ന് അദ്ദേഹത്തെ ഞാൻ മനസ്സിൽ വിളിച്ചു. അതുപോലെ ആയിത്തീരണമെന്ന് ആഗ്രഹിക്കുകയും ചെയ്തു. മായാജാലങ്ങളുടെ ആ മഹാൻ എന്റെ മനസ്സിൽ മോഹങ്ങളുടെ ഒരു സ്വർഗ്ഗം പണിതുയർത്തി. എന്റെ ശരീരവും മനസ്സും ആ ദൈവദൂതനുവേണ്ടി സ്വയം സമർപ്പിച്ചു. ആ സമർപ്പണം ഇതാ ഇവിടെ അവസാനിച്ചിരിക്കുന്നു. ഇനിയുംമുന്നോട്ട് പോകാനുള്ള എന്റെ വഴി അടഞ്ഞുപോയിരിക്കുന്നു. ആ ദൈവദൂതന്റെ സന്നിധിയിലേക്കുള്ള യാത്ര അവസാനിച്ചുകഴിഞ്ഞിരിക്കുന്നു!

ആ സ്വർഗ്ഗം പൊളിഞ്ഞുവീണുകൊണ്ടിരിക്കുന്നു. ദൈവദൂതനാ

കേണ്ടിയിരുന്ന ഞാൻ പാതാളത്തിലേക്ക് താണുകൊണ്ടിരിക്കുന്നു.

സ്വതന്ത്ര ഇന്ത്യയുടെ അയൽപക്കക്കാരനായിരുന്നു ഞാൻ. സൂര്യ ചന്ദ്രന്മാർ ഇന്ത്യൻ സ്വാതന്ത്ര്യത്തിന്റെ രാശിമണ്ഡലത്തിലെത്തും മുമ്പേ ജനിച്ചവൻ. സ്വാതന്ത്ര്യസമരത്തിന്റെ കാഹളങ്ങളിലൊന്നും പെടാതെ, അലമാലകളില്ലാത്ത കരയോട് ചേർന്ന ശാന്തതയുടെ മടിത്തട്ടിൽ ഉറങ്ങിക്കിടന്നവൻ. പുറംലോകത്ത് നടക്കുന്നതെന്തെന്നറിയാൻ ഭാഗ്യമില്ലാതെ പോയവൻ. വരുംകാലങ്ങളിലെങ്കിലും അതറിയാനുള്ള മഹാഭാഗ്യം നഷ്ടപ്പെട്ടവൻ. സ്വാതന്ത്ര്യത്തിന്റെപോലും സ്വാദറിയാത്തവൻ!

ഇറ്റുതീർന്നിട്ടില്ലാത്ത പാരതന്ത്ര്യത്തിന്റെ ചൂടാറാത്ത കണ്ണീർത്തുള്ളികൾ തോർന്നിട്ടും പെയ്യുന്ന മരത്തിൽനിന്നെന്നോണം എന്റെ ഒട്ടിയ കവിളിൽ വീണുകൊണ്ടിരിക്കുന്നു.

എന്റെ രാജ്യം സ്വതന്ത്രമാണ്. അഞ്ചുവർഷത്തെ പഠനത്തിനിടയിൽ അത് ഞാൻ മനസ്സിലാക്കിയിരുന്നു. അതുകൊണ്ടുള്ള ഗുണം എന്തെന്ന് മനസ്സിലാക്കാനായില്ല. ആരും അത് പറഞ്ഞുതന്നതുമില്ല.

ആറ്

അച്ഛന്റെ പെങ്ങളുടെ മൂത്തമകൻ അറമുഖനെ ഒരുദിവസം കാലത്ത് അച്ഛൻ വിളിച്ചുവരുത്തി. അച്ഛൻ പറഞ്ഞു:

“നിയ്യവനെ സ്കൂളിൽ കൊണ്ടുപോയി ചേർക്ക്.”

ഞാൻ കേൾക്കുന്നത് എന്താണെന്ന് എനിക്കുതന്നെ പെട്ടെന്ന് മനസ്സിലാക്കാനായില്ല. മനസ്സിലായി വരുമ്പോഴേക്കും എനിക്കുണ്ടായ സന്തോഷം പറഞ്ഞറിയിക്കാനുമായില്ല. വെടിമരുന്നുപോലെ കത്തിപ്പോയിരുന്ന മോഹങ്ങളുടെ ചാമ്പൽക്കൂനയിലേക്ക് അമൃതകണങ്ങൾ ഇറ്റിറ്റുവീഴുകയാണ്.

“ഉറങ്ങിയിട്ട് എത്രയോ ദെവസായി.” അച്ഛൻ തന്നത്താൻ പറഞ്ഞു.

വളരെ വൈകിക്കണ്ടെത്തിയ ഒരു ഒറ്റമൂലി. അച്ഛനുമാത്രമല്ല എനിക്കും ഉറക്കം തരുന്ന ഒരൗഷധമായിരിക്കും അതെന്ന് ഞാനും സന്തോഷിച്ചു. എന്റെ മനസ്സിൽ എന്നെക്കുറിച്ചുണ്ടായിരുന്ന എല്ലാ വേവലാതികളും അതേപോലെ അച്ഛന്റെ മനസ്സിലും ഉണ്ടായിരുന്നു എന്നല്ലേ ഇതിനർത്ഥം? അച്ഛന്റെ മനസ്സറിയാൻ എനിക്കു കഴിഞ്ഞിരുന്നില്ല. എങ്കിലും അച്ഛൻ എന്റെ മനസ്സ് പൂർണ്ണമായും അറിഞ്ഞു കഴിഞ്ഞിരുന്നു.

കൊരൂലിലാണ് അടുത്ത സ്കൂൾ. അല്പം പരിഷ്കാരികളൊക്കെ കൊടുവള്ളി എന്നും പറയുന്നത് കേൾക്കാം. ഇതു രണ്ടും ഒരേസ്ഥലമാണോ വെവ്വേറെ സ്ഥലങ്ങളാണോ എന്നും എനിക്ക് തിട്ടമായിട്ടില്ല. അവിടെ എട്ടാംതരംവരെയുണ്ട്. മൂന്നു നാഴികയെങ്കിലും നടക്കണം. മക്കാട്ടുകടവിൽ പുഴകടക്കണം. തോണി മഴക്കാലത്തുമതി. എന്റെ ചങ്ങാതിമാർ നേരത്തെ പോയിത്തുടങ്ങിയിട്ടുള്ളതാണ്. അവരെ കാണുമ്പോൾ

ഒളിക്കുകയായിരുന്നല്ലോ എന്റെ പതിവ്. ഇനി അത് വേണ്ട. അവരോടൊപ്പം നടന്നുപോകാം. ഓർക്കുമ്പോൾതന്നെ ഒരു സുഖം.

ഒരുങ്ങിപ്പുറപ്പെടുമ്പോൾ അച്ഛന്റെ വക ഒരുപാട് ഉപദേശങ്ങൾ. എല്ലാം അനുസരണയോടെ മൂളിക്കേട്ടു. എന്നോടൊപ്പം വരാൻ കഴിയാത്തതിലുള്ള പ്രയാസം പഞ്ഞുതീർക്കുകയായിരുന്നു അച്ഛൻ. മുഖത്തുള്ള കറുത്ത വസൂരിക്കലയുമായി പുറത്തിറങ്ങാനുള്ള മടിതന്നെ കാരണം. മുഖം ഒന്നുകൂടി ഉണങ്ങി തെളിയാനുണ്ടത്രെ.

വേനലവധിയും കഴിഞ്ഞ് പിന്നെയും രണ്ടുമാസം കൂടി കഴിഞ്ഞാണ് സ്കൂൾ തുറന്നത്. വസൂരി പടർന്നു പിടിച്ചതുകാരണം കൊരൂലിലും സ്കൂൾ അടച്ചിട്ടിരിക്കുകയായിരുന്നെന്ന് പുതിയ ചങ്ങാതിമാരാണ് എന്നോട് പറഞ്ഞത്. പറമ്പത്തായിയിലും പറമ്പത്തുകാവിലും പരക്കെ വസൂരിയായിരുന്നു. ഞങ്ങളുടെ നാട്ടിലും വസൂരിയായിരുന്നല്ലോ. പുത്തൂരിലേക്കുള്ള ചെത്തുവഴിക്ക് നടക്കാൻപോലും ആളുണ്ടായിരുന്നില്ല. അടുത്ത ചില പുരകളിൽ വസൂരിയുള്ളതായിരുന്നു കാരണം.

ആറാം ക്ലാസിൽ ഏറ്റവും വൈകിച്ചേർന്നവനായിരുന്നു ഞാൻ. പഴയ ചങ്ങാതിമാരുടെ കൂട്ടത്തിൽ ഒരു പുതിയവൻ. കൊരൂലിലെ നിരത്തുകളിലും പീടികക്കോലായകളിലും ഞാനും പ്രത്യക്ഷപ്പെട്ടു.

കച്ചേരിക്കുന്നിലായിരുന്നപ്പോൾ ഒരു നാഴിക നടന്നാൽ ഉച്ചനേരം പുരയിലെത്താമായിരുന്നു. ഇപ്പോൾ സ്ഥിതിമാറി. വല്ലപ്പോഴുമുള്ള കഞ്ഞിയും കിട്ടാതായി. ആട്ടുചക്കും പിണ്ണാക്കുമുള്ള കടയുമില്ല അടുത്തെങ്ങും. പിന്നെ പച്ചമാങ്ങയല്ലെ. അതൊരു കടങ്കഥയായി! ഇപ്പോൾ പച്ചവെള്ളം പോലുമില്ല..

വ്യാഴാഴ്ചതോറുമുള്ള കൊരുവിൽ ചന്ത നടന്നുകാണാനുള്ള അവസരം കിട്ടിയതായിരുന്നു ഒരു ഭാഗ്യം. ഇത്തിരി മധുരം നുണയാനുള്ള ഒരുദിവസമായിത്തീർന്നു അത്. പിന്നെ ചില കാഴ്ചകളും.

ചന്തയിലേക്ക് കൂട്ടംകൂട്ടമായെത്തുന്ന നാല്ക്കാലികൾ, നാടൻ സ്ത്രീകൾ കക്ഷത്തിലൊതുക്കിക്കൊണ്ടുവരുന്ന പിടക്കോഴികൾ, കാലുകൾ കൂട്ടിക്കെട്ടി പുരുഷന്മാർ തലതൂക്കിപ്പിടിച്ചുകൊണ്ടുവരുന്ന പൂവൻകോഴികൾ, നിസ്കാരപ്പള്ളിയുടെ മുമ്പിൽ നടവഴിയോട് ചേർന്നുള്ള മതിലുകൾക്കരികുചേർന്നിരുന്ന് കൈകൾ നീട്ടി അറബിമലയാളത്തിൽ പൊലിപ്പാട്ടുപാടുന്ന അന്ധരായ സ്ത്രീപുരുഷന്മാർ. മേലെ ചന്തപ്പറമ്പിൽ കുട്ടനിറയെ കൂടത്തിൽ ചുട്ടെടുത്ത ചുണ്ണാമ്പുമായി കുത്തിയിരിക്കുന്ന കുറുപ്പന്മാർ, കാൽ വിരലുകൾകൊണ്ട് ഇരുമ്പ്ചക്രം കറക്കി ചെറുകത്തിയും കൊടുവാളും അണച്ചുകൊടുക്കുന്ന കടച്ചിക്കൊല്ലന്മാർ, തലമുട്ടുന്ന മേല്ക്കൂരയുടെ കീഴെ കുനിഞ്ഞിരുന്ന് കച്ചവടം നടത്തുന്ന കല്ലക്കാർ, പേവിൻ തണലിൽ കൂടിയിരുന്ന് പരിസക്കാരോടൊപ്പം കള്ളക്കളിനടത്തുന്ന മുച്ചീട്ടു കളിക്കാർ. ആറാം നമ്പറും ഇടിയൂന്നിയും കോന്തിയും മിച്ചറും കുട്ടകളിൽ നിറച്ച് അടയിരിക്കുന്ന അരപ്പട്ട കെട്ടിയ കോയമാർ.

തണ്ണിപ്പിഞ്ഞാണങ്ങളും ഇരുമ്പുവസികളും ലേലംവിളിച്ച് വില്

ക്കുന്ന കോഴിക്കോട്ടുകാർ, ചിലപ്പോഴൊക്കെ ആളൊഴിഞ്ഞ ഇടം നോക്കിയെത്തുന്ന ആനമയിലൊട്ടകക്കാർ, കുറഞ്ഞവിലയ്ക്ക് പാത്രങ്ങളൊപ്പിച്ചുകൊടുക്കുന്ന ക്ലാവർ-ഗുലാൻ-സ്പേഡുകളുടെ കുലുക്കിക്കുത്ത്കാരും!

ചന്തയുടെ മുമ്പിൽ നിരത്തുവക്കിലെ പതിവുള്ളൊരു കാഴ്ചയായിരുന്നു ചെറിയൊരു തുണിപ്പന്തലും അതിനുമുമ്പിൽ ഒരു വിരിനിറയെ ഉണക്കാനിട്ടിരുന്ന അണ്ടിപ്പരിപ്പും! പൊതുവേദിയില്ലാതെ നിന്നനില്പിൽ പ്രസംഗിച്ചുകൊണ്ടിരിക്കുന്നത് ദന്തഡോക്ടർ. പല്ലിന് കേടോ വേദനയോ ഉള്ളവർക്ക് അടുത്തേക്ക് ചെല്ലാം. ഒരു സ്റ്റൂളിലിരുന്നുകൊടുത്താൽ മതി. ഏതു പല്ലും ഒരു നന്ത്യാർവട്ടം പറിച്ചെടുക്കുന്നതുപോലെ ഡോക്ടർ വായിൽനിന്നും പുറത്തെടുക്കും. പഴുത്ത പാടനീക്കാത്ത കയ്പക്കുരു! അത് അടുത്തുനില്ക്കുന്നവരെ കാണിച്ചുകൊടുക്കും.

സ്റ്റൂളിലിരുന്നുകൊണ്ടുതന്നെ ഇരുമ്പ് പിഞ്ഞാണത്തിൽ ചോര തുപ്പാം. ഒരു തുണ്ട് വെള്ളക്കടലാസിൽ വായിലേക്കുചൊരിഞ്ഞുകൊടുക്കുന്ന വെള്ളപ്പൊടിയാണ് ആകെയുള്ള മരുന്ന്. അതോടെ ചോര നില്ക്കും. ക്രമേണ വേദനയും.

വിരിയിൽ ഉണങ്ങാനിട്ടിരിക്കുന്ന അണ്ടിപ്പരിപ്പിന്റെ രഹസ്യം അപ്പോഴേ മനസ്സിലാകൂ. ഡോക്ടർ തന്റെ സേവനത്തിന്റെ ചരിത്രം സാക്ഷ്യപ്പെടുത്തുകയാണ്. അത്രയും പല്ലുകൾ സ്വരൂപിക്കണമെങ്കിൽ എത്രമാത്രം ദന്തരോഗികൾ അദ്ദേഹത്തിനുമുമ്പിൽ ഇരുന്നുകൊടുത്തിട്ടുണ്ടാകണം! അതും എത്രകാലം! ആരും ആലോചിച്ചുപോകും.

ചന്തദിവസമാകുമ്പോഴേക്കും എവിടെനിന്നെങ്കിലും ഇത്തിരി ചില്ലറത്തുട്ടുകൾ ഞാൻ കരുതിവെച്ചിട്ടുണ്ടാകും. ആഴ്ചയിലൊരിക്കലെങ്കിലും ഇത്തിരി മധുരം നുണയാനുള്ള ചില ചങ്ങാതിമാരുടെ കൂട്ടും സഹായത്തിനെത്തും. ഒന്നും ഒത്തുകിട്ടാത്ത ദിവസങ്ങളും ഉണ്ടാകാറുണ്ട്. ചന്തയും ചന്തക്കാഴ്ചകളും കണ്ടുകഴിയുമ്പോഴേക്കും ഉച്ച സമയം കഴിഞ്ഞുപോകും. ആശയ്ക്കും നിരാശയ്ക്കുമൊന്നും മനസ്സിൽ ഇടംകൊടുക്കാതെ വീണ്ടും ക്ലാസിലെത്തും

പുതുശ്ശേരിത്തറവാട്ടിലെ ചെറൂണ്ണിയേട്ടന്റെ ചായക്കടയിലെ കപ്പയുടെയും കറിയുടെയും സ്വാദറിയുന്ന ദിവസങ്ങൾ ഒരോണംപോലെയാണ്. ഇരുമ്പുവസിയിൽ കോരിയിടുന്ന വെളുത്തകപ്പക്കഷ്ണത്തിന് മുകളിൽ മീൻകറിയുടെ ഒരു ചുകന്ന പുണ്യാഹം! ആവശ്യപ്പെടാതെ തന്നെ ചെറുണ്ണിയേട്ടൻ ഒരു ഗ്ലാസ് പച്ചവെള്ളം തന്നിട്ടുണ്ടാകും. ഒരണയിലൊതുങ്ങുന്ന തീറ്റക്കാരെ നന്നായി അറിയാവുന്ന ആളായിരുന്നു ചെറുണ്ണിയേട്ടൻ.

ഒരൂന്നുവടിയിൽ ചാടിച്ചാടി നടക്കുന്ന ചെറുണ്ണിയേട്ടൻ പീടികയ്ക്കകത്ത് ഊന്നുവടി ഉപയോഗിക്കാറില്ല. ഒരമ്പിളിവട്ടത്തിൽ നടന്നുതിരിയാൻ കൈകൾകൊണ്ട് അങ്ങുമിങ്ങും ഊന്ന് കൊടുക്കുകയാണ് പതിവ്. വളഞ്ഞുപോയ കാൽമുട്ടിൽ തൂങ്ങിനില്ക്കുന്ന കണങ്കാൽ ചെറുണ്ണിയേട്ടന് ഒരിക്കലും ഒരു ഭാരമായിത്തോന്നിയിരുന്നില്ല!

പുതുമകളൊന്നുമില്ലാത്ത ആറാംക്ലാസിലെ പഠിത്തം ഒരു വഴിപാടുപോലെ ഞാൻ തുടർന്നുകൊണ്ടിരുന്നു. ഒരുദിവസം ക്ലാസിലിരിക്കുമ്പോൾ എനിക്ക് പതിവില്ലാത്ത തലവേദനയും ക്ഷീണവും. കുലച്ചിൽപോലുള്ള എന്റെ ഇരുത്തം ശ്രദ്ധയിൽപ്പെട്ട ഗോവിന്ദൻ മാഷ് എന്നെ അദ്ധ്യാപകരുടെ മുറിയിൽകൊണ്ടുപോയി ഒരു ബെഞ്ചിൽ കിടത്തി. കുറച്ചുനേരം കഴിഞ്ഞപ്പോൾ മസാൽച്ചി എന്ന് എല്ലാവരും വിളിക്കുന്ന പ്യൂൺ ഒരു ഗ്ലാസ് ചായയുമായി എന്റെ അടുത്തെത്തി. അത് കുടിച്ചുകഴിഞ്ഞതോടെ എന്റെ അസുഖം മാറിത്തുടങ്ങുകയും ചെയ്തു.

ചുമരിലെ രണ്ട് വലിയ ചിത്രങ്ങൾ അപ്പോഴാണ് എന്റെ ശ്രദ്ധയിൽ പെട്ടത്. ഒന്നിൽ മഹാത്മാഗാന്ധി, മറ്റേതിൽ ജവഹർലാൽ നെഹ്റു. നെഹ്റുവിന്റെ മുഖത്ത് ചെറിയൊരു പുഞ്ചിരി. അഞ്ചാംക്ലാസിലെ ചുമരിൽ കണ്ടുപരിചയിച്ച അതേ ചിത്രങ്ങൾ.

സ്വാതന്ത്ര്യസമര ചരിത്രത്തിലെ രണ്ട് നായകന്മാർ. നെഹ്റുവിന്റെ പിതാവ് മോത്തിലാൽ നെഹ്റു കോടീശ്വരനിലും വലിയകോടീശ്വരനായിരുന്നുവത്രെ. കേരളം വിലപറഞ്ഞു വാങ്ങാൻ വന്ന മനുഷ്യൻ. പഠിക്കുന്നകാലത്ത് ഓരോദിവസവും ഒന്നിലേറെത്തവണ വസ്ത്രം മാറ്റിയിരുന്നു നെഹ്റു. ഹെഡ്മാസ്റ്റർ കുമാരക്കുറുപ്പ് പറഞ്ഞുതന്നിരുന്ന ചരിത്രങ്ങളൊന്നും മറന്നുപോയിട്ടില്ല.

തുന്നിത്തുന്നി തുന്നാനിടമില്ലാതായ എന്റെ തോളിലെ കുപ്പായക്കീറ് ഇനിയും മറച്ചുവെക്കാനാവില്ല. ഒരു പുതിയ കുപ്പായം കിട്ടേണ്ടിയിരുന്ന സമയം കഴിഞ്ഞുപോയിരിക്കുന്നു. അക്കാരണത്താൽ അതിന്റേതായ പ്രയാസങ്ങൾ ഞാൻ നേരിട്ടുഭവിക്കുകയും ചെയ്യുന്നുണ്ട്. രാഷ്ട്രപിതാവായ ഗാന്ധിജിപോലും കുപ്പായം ഇടാതെയാണല്ലോ ഇരിക്കുന്നത്! അദ്ദേഹത്തിന്റെ നാട്ടിൽ ജീവിക്കുന്ന എനിക്ക് കുപ്പായമില്ലെങ്കിലെന്ത്! ആലോചിച്ചുനോക്കുമ്പോൾ യുക്തികൾ പലതും തോന്നുന്നുണ്ട്. പക്ഷേ, അത് ഗൗനിക്കാൻ ആരുമില്ലല്ലോ.

ഗോവിന്ദൻമാഷ് അടുത്തെത്തിയത് വളരെപ്പെട്ടെന്നായിരുന്നു. പിടിച്ചെഴുന്നേല്പിച്ച് തോളിൽ തട്ടി ക്ലാസിൽപോയിരുന്നുകൊള്ളാൻ പറഞ്ഞു. എന്റെ അസുഖം മാറിയെന്ന് എന്റെ മുഖം കണ്ടപ്പോൾത്തന്നെ അദ്ദേഹം മനസ്സിലാക്കി.

അടുത്ത രണ്ടുദിവസം ഞാൻ പുരയിൽത്തന്നെ അമർന്നിരുന്നു. ഒരു കുപ്പായം കിട്ടാതെ സ്കൂളിലേക്കില്ലെന്ന ഉറച്ച തീരുമാനത്തിലെത്തുകയും ചെയ്തു. പക്ഷേ, ആരോടും പറഞ്ഞില്ല. പറയാനുള്ള ഒരവസരം ഒത്തുകിട്ടിയിരുന്നില്ലെന്നതും ഒരു കാരണം. ഒന്നാം ദിവസം പോലെതന്നെ രണ്ടാംദിവസവും കടന്നുപോയി. ഈ നില തുടർന്നാൽ വീണ്ടും പഠിത്തം മുടങ്ങിയേക്കുമോ എന്ന ശങ്ക എന്നെ വിഴുങ്ങിത്തുടങ്ങുകയും ചെയ്തു. ഒരാവർത്തികൂടി മുകൾഭാഗം തുന്നിച്ചേർത്ത് മൂന്നാംദിവസം വീണ്ടും ഞാൻ ക്ലാസിലെത്തി.

ഒരു ചീത്ത കാലത്തിന്റെ തുടക്കമായിരുന്നു അത്. എന്റെ ശരീരത്തിന് കെല്പ് കുറഞ്ഞുവന്നു. സ്കൂളിൽപോക്ക് വയ്യാതായിത്തുടങ്ങി.

മനസ്സിൽ അകാരണമായ ഭീതി. പഠിത്തം നിർത്താനുമില്ല ധൈര്യം. എന്തുചെയ്യണമെന്നറിയാത്ത അവസ്ഥയിൽ ഒറ്റയ്ക്കിരുന്നു കരഞ്ഞു.

വേവലാതി കൂടിക്കൂടിവന്നതോടെ പനി തുടങ്ങി. പിന്നെ മനംപിരട്ടൽ, ഛർദ്ദി, കിടപ്പ്. സമയബോധം മങ്ങി. അന്തിയും മോന്തിയും തിരിച്ചറിയാതായി.

താളിയോലയിൽ തുളസിയില തിരുമ്മിത്തേച്ച് അക്ഷരം തെളിയിച്ച് അച്ഛൻ കുറിപ്പടി എഴുതിയുണ്ടാക്കി. പച്ചമരുന്നുകൾ പറിച്ചുകൊണ്ടുവന്നു. ഉണ്ണിക്കുട്ടിവൈദ്യരുടെ മരുന്നുപീടികയിൽനിന്ന് അങ്ങാടി മരുന്നുകൾമാത്രം കാശുകൊടുത്തുവാങ്ങി. വിധിപ്രകാരം കഷായമുണ്ടാക്കി. അത് അണ്ണാക്കിലൂടെ കന്നുപൂട്ടിക്കൊണ്ട് മൂന്നുനേരം വയറ്റിലെത്തി. ചെമ്പുതകിടിലെഴുതിയ വെള്ളിയുറുക്കിലടച്ച രക്ഷ അരയിൽ കെട്ടിത്തന്നു. നേർച്ചയും മടക്കും മന്ത്രവാദവുമൊക്കെ ഒപ്പം നടന്നു.

പതുക്കെ എനിക്ക് ജീവൻ വെച്ചുതുടങ്ങി. കുറേ ദിവസങ്ങൾക്കുശേഷം പുതിയ കുപ്പായവും ചാർത്തി ഞാൻ ക്ലാസിലെത്തി. എന്റെ ശരീരം വളരെ ശോഷിച്ചുപോയിരുന്നു. ഇത്തിരിവണ്ണം കൂട്ടിക്കിട്ടാൻ എന്തുചെയ്യണമെന്നതിനെക്കുറിച്ചായിരുന്നു എന്റെ ചിന്ത.

അതിനും അച്ഛൻ ഒരു വഴി കണ്ടുപിടിച്ചു. മീൻമാർക്കറ്റിനടുത്ത് മക്കാനി നടത്തുന്ന ഒരു പരിചയക്കാരന്റെ കടയിൽ ഉച്ചയ്ക്കൊരു ചായയും കടിയും ഏർപ്പാടാക്കി. ഒരു മാസത്തോളം അത് തുടർന്നു. പറഞ്ഞപ്രകാരം പറ്റ് തീർക്കാൻ അച്ഛൻ എത്തിയിരുന്നില്ല. അതോടെ അങ്ങോട്ടുള്ളപോക്കും ഞാൻ അവസാനിപ്പിച്ചു.

മനസ്സിലേക്ക് ഒരു ഭയം കൂടി ഇഴഞ്ഞുവരാൻ അതും കാരണമായി. ഗോവിന്ദൻ മാഷ് ചായ വരുത്തിത്തന്ന ദിവസം കാലത്ത് ഞാൻ ഒന്നും കഴിച്ചിരുന്നില്ല. അത് രഹസ്യമാക്കിവെച്ചു. ശീലിച്ചുപോയ ഉച്ചച്ചായയും കടിയും നിന്നുപോയാൽ ഇനിയും അങ്ങനെ വല്ലതും സംഭവിക്കുമോ?

അച്ഛൻ എനിക്ക് ഒരു പുതിയ ചികിത്സകൂടി ആരംഭിച്ചു. അയലത്തെ ആശാരുകണ്ടിയിൽ കുഞ്ഞീമ ഉമ്മയുടെ പുരയിൽ ദിവസവും കാലത്ത് ഞാൻ എത്തണം. അപ്പോൾ കറന്നെടുക്കുന്ന ആട്ടിൻപാൽ ചൂടാറും മുമ്പെ അരഗ്ലാസ് നിന്ന നില്പിൽ കുടിക്കണം. അങ്ങനെ മൂന്നുമാസം!

ആ ചികിത്സയും മൂന്നു മാസം തുടരാൻ കഴിഞ്ഞിരുന്നില്ല. ഇടയ്ക്കുവെച്ച് ആടിന് മതിയുണ്ടായി. ആട് കരയാൻ തുടങ്ങി. കുഞ്ഞീമ ഉമ്മ അതിനേയും കൊണ്ട് എവിടെയോപോയി ചവിട്ടിച്ച് തിരിച്ചുകൊണ്ടുവന്നു. പിന്നെ കറ വറ്റി.

എങ്കിലും അതുകൊണ്ട് ഗുണമുണ്ടായെന്ന് എനിക്കും തോന്നി. എന്റെ അവസ്ഥ കുറേയേറെ ഭേദപ്പെട്ടിരുന്നു. ഏതോ ഗ്രന്ഥത്തിൽ പറഞ്ഞ ചികിത്സ നടപ്പാക്കിയതായിരുന്നു അച്ഛൻ.

നാട്ടുകാർക്കിടയിൽ അംഗീകരിക്കപ്പെട്ട ഒരു വൈദ്യനായിരുന്നു അച്ഛൻ. പക്ഷേ, അമ്മയ്ക്ക് അങ്ങനെ തോന്നിയിരുന്നില്ല. അമ്മയ്ക്കങ്ങനെ തോന്നാത്തതുകൊണ്ട് എനിക്കും അച്ഛനെ പൂർണ്ണമായും വിശ്വസിക്കാൻ കഴിഞ്ഞിരുന്നില്ല. ആട്ടിൻപാൽ കുടിച്ചാൽ ഏത്കുട്ടിയും നന്നാകുമെന്നായിരുന്നു എന്റെ വിശ്വാസം.

ഏഴ്

ആകാശം നിറയെ പൂത്തുലയുകയും നാട്ടിലാകെ മധുരമുള്ള കൊച്ചുമാമ്പഴം വാരി വിതറുകയും ചെയ്തുകൊണ്ടിരുന്ന കൂറ്റൻ നാട്ടുമാവ് മുറിച്ച് കൊണ്ടുപോകുവാനുള്ള ജന്മിയുടെ തീരുമാനം ഞങ്ങളെയാകെ ദുഃഖത്തിലാഴ്ത്തി. മാമ്പഴക്കാലമായാൽ പാതിരായ്ക്കുപോലും ചൂട്ടുകത്തിച്ച് മാമ്പഴം പെറുക്കിക്കൊണ്ടുവരുമായിരുന്നു, ഞങ്ങൾ. നട്ടുച്ചകളിൽ മാവിൻ തണലിൽ കളിച്ചും വിശ്രമിച്ചും കഴിയുകയായിരുന്നു പതിവ്. ഇടയ്ക്കിടെ ഭൂമിയിൽ വീണ്പതിക്കാറുള്ള കൊച്ചുമാങ്ങയുടെ രുചിയും മറക്കാൻ കഴിയാത്ത നറുമണവും എന്നെന്നും ഒരു ലഹരിയായായി അനുഭവപ്പെട്ടിരുന്നു.

ഒറ്റത്തടിയായി വളർന്ന് ആകാശം നിറഞ്ഞുനില്ക്കുന്ന മാവിന് ചില്ലകൾ വിരിഞ്ഞുകാണുന്നത് പതിനഞ്ചടിയെങ്കിലും ഉയരത്തിലെത്തിയതിനുശേഷമാണ്. നാലു ദിക്കുകളിലേക്കും നീണ്ടുപന്തലിച്ചുപോയ കൊമ്പുകളിൽ അള്ളിപ്പിടിച്ച് അതിന്റെ അറ്റത്തെവിടെയെങ്കിലും നിവർന്നുനില്ക്കാൻ കഴിയുന്നവൻ ഭാഗ്യവാനാണ്. കാരണം അവൻ കുറച്ചുനേരം ആ കൊമ്പിൽ പിടിച്ചാട്ടിയാൽ ഭൂമിയിൽ പഴുത്തമാങ്ങയുടെ പെരുമഴ തുടങ്ങും. അയലത്തെ പുരകളിൽനിന്ന് മാത്രമല്ല അകലങ്ങളിലെ പുരകളിൽ നിന്നുപോലും കുട്ടകളും മുറങ്ങളുമായി ആണുങ്ങളും പെണ്ണുങ്ങളും കുട്ടികളും മാങ്ങ പെറുക്കാനെത്തും. ആ ആഘോഷത്തിൽ പങ്കെടുക്കാത്തവരില്ല. തലങ്ങും വിലങ്ങും വീഴുന്ന മാങ്ങകൾ പെറുക്കിക്കൂട്ടാൻ പരസ്പരം മറന്ന് സ്നേഹവായ്പോടെ മത്സരിക്കുന്ന അച്ഛനും അമ്മയും മക്കളും ഏവർക്കും എക്കാലത്തും ഒരോർമ്മയായിരുന്നു.

ഉച്ചക്കാറ്റടിച്ചുതുടങ്ങുമ്പോൾ പണ്ടൊക്കെ ഞങ്ങൾ കുട്ടികൾ മാങ്ങ പെറുക്കാനായി വേഷംമാറുമായിരുന്നു. ആൺകുട്ടികൾ ട്രൗസർ അഴിച്ചുമാറ്റി പകരം ലാത്തിക്കുവ്വയുടെ ഇലകൾ പറിച്ചെടുത്ത് ദേഹത്തിൽ അടുക്കിവെച്ച് പനനാരുകൊണ്ട് കെട്ടി മറ്റൊരു ട്രൗസർ രൂപപ്പെടുത്തും. കൊച്ചുപാവാടകൾ അഴിച്ചുമാറ്റി പെൺകുട്ടികളും അതേ കൂവയിലകൾ കൊണ്ട് പാവാടകൾ രൂപപ്പെടുത്തും. ചിലർ പെരിയിലകൾകൊണ്ടാവും ഇങ്ങനെയൊക്കെ ചെയ്യുക. മാവിൻ ചുവട്ടിൽ കുരങ്ങുകുട്ടികൾ ജനിച്ചത് ഇങ്ങനെയായിരുന്നു. വളർന്നു തുടങ്ങിയപ്പോൾ മാവിനും മാങ്ങയ്ക്കും മാറ്റങ്ങളൊന്നുമുണ്ടായില്ല. അതിന്റെ സ്വാദും നുണഞ്ഞുകൊണ്ടുതന്നെ ഞങ്ങളും വളർന്നു വന്നു. പക്ഷേ, ഞങ്ങൾ വളരെയേറെ മാറിപ്പോയിരുന്നു.

ഒരു പകൽസൂര്യനേയോ ഒരു പാതിരാചന്ദ്രനെയോ ഒന്നിച്ച് മറച്ചുപിടിക്കാൻ കഴിയുമായിരുന്ന ഒരു മാവിന്റെ പതനം ഒരു ഗ്രാമത്തിന്റെ ശാശ്വതമായ ദുഃഖമായി പരിണമിച്ചപ്പോഴും ഭൂമിയിലെങ്ങും ഒരിലപോലും അനങ്ങാനുണ്ടായിരുന്നില്ല. മുറ്റത്തുനിന്ന് നോക്കിയാൽ കണ്ണെത്താത്ത ആകാശത്തിന്റെ നഗ്നമായ നീലനിറം ഞങ്ങളെ വേട്ടയാടിക്കൊണ്ടിരുന്നു.

ലോകാവസാനംവരെ ഇനിയൊരിക്കലും നികത്തപ്പെടാനാവാത്ത ഒരു നിതാന്തശൂന്യത! അത് സൃഷ്ടിച്ചെടുക്കാൻ കഴിഞ്ഞത് ഒരു ജന്മിയുടെ ജന്മസാഫല്യമായിരിക്കണം. അല്ലെങ്കിൽ ഞങ്ങളുടെ മുജ്ജന്മപാപം!

ആഴ്ചകളോളം നെടുനീളത്തിൽ കിടന്ന മാവിൻതടിയുടെ വണ്ണവും നീളവും നാട്ടിലൊരു ചർച്ചാവിഷയമായിരുന്നു. പിന്നീടത് കയറുകളുടേയും ദണ്ഡുകളുടേയും ബലത്തിൽ ആൾക്കൂട്ടം വലിച്ചിഴച്ച് പുഴക്കടവിലെത്തിച്ചു. അവിടെനിന്നും ചെറുപുഴകീറിമുറിച്ച് തരിപ്പമായിട്ടൊഴുകി കല്ലായിയിലെത്തി. അത് മൂന്ന് കഷ്ണങ്ങളാക്കി മൂന്ന് തോണികൾ വെട്ടിയെന്നായിരുന്നു ഞങ്ങൾ പിന്നെ കേട്ടത്. അത് ഒരു മാവിന്റെ അന്ത്യമായിരുന്നില്ല, ഒരു വെറും മരത്തിന്റെ അന്ത്യവുമായിരുന്നില്ല, അതൊരു മഹാത്മാവിന്റെ അന്ത്യമായിരുന്നു.

പറമ്പിൽനിന്നും വന്മരങ്ങൾ അതിനുമുമ്പും ജന്മിതന്നെ വെട്ടിക്കൊണ്ടുപോയിരുന്നു. വൻതേക്കുകളും തെക്കൻപൂളകളുമൊക്കെ ആയിരുന്നപ്പോൾ ഞങ്ങൾക്ക് ദുഃഖമുണ്ടായിരുന്നില്ല. സ്വാദോടെ ഭക്ഷിക്കാനുള്ള കായ്ഫലമൊന്നും അത് നല്കിയിരുന്നില്ലല്ലോ. രണ്ട് കുടുംബങ്ങളുടെ ജീവിതം നിലനിർത്തിയിരുന്ന ഒരു പഴം പിലാവിന്റെ കഥ മാത്രം വേറിട്ടുനിന്നിരുന്നു. എണ്ണിയാൽ തീരാത്ത ചക്കകളുടെ വിവിധ പ്രായത്തിലുള്ള ഒരു ഘോഷയാത്രയുടെ കാലമായിരുന്നു അത്. മടലും, കുരുവും, പോണ്ടിയും, കൂഞ്ഞും, ചമിണിയും, ചുളയും ഞങ്ങൾ പല രൂപത്തിലും ഭുജിച്ചു ജീവിച്ചുകൊണ്ടിരുന്നു. സ്നേഹസമ്പന്നനായ ഒതു തറവാട്ടുകാരണവരുടെ മരണം പോലെയായിരുന്നു ഞങ്ങൾക്ക് ആ പിലാവിന്റെ അന്ത്യവും.

ഇന്നും അണ്ണാക്കിലൊളിഞ്ഞുകിടക്കുന്ന ആ നാടൻ മാങ്ങയുടെ സ്വാദ് ഞങ്ങളെ ദുഃഖത്തിലാഴ്ത്തുന്നു. അതിനുപകരം വെക്കാൻ എവിടെയുമില്ല ഒന്നും.

ഇത്രയൊക്കെ ആയിട്ടും അച്ഛനും ജന്മിയും തമ്മിലുണ്ടായിരുന്ന ബന്ധത്തിനും സ്നേഹത്തിനും വിഘ്നങ്ങളൊന്നുമുണ്ടായില്ല. കുഴിക്കൂറുകളുടെ അവകാശത്തെക്കുറിച്ചും തർക്കങ്ങളൊന്നുമുണ്ടായില്ല. മണ്ണിൽ ജീവിക്കാനുള്ള അവകാശം നഷ്ടപ്പെടുന്നില്ലല്ലോ. ജന്മിക്കുള്ളതല്ലേ ജന്മി കൊണ്ടുപോകുന്നുള്ളു? അത്രയേ അച്ഛൻ ചിന്തിച്ചിരുന്നുള്ളൂ. അതിനപ്പുറം ചിന്തിക്കാൻ അച്ഛന് കഴിയുമായിരുന്നില്ല.

1927 മുതല്ക്കുള്ള ചരിത്രബന്ധങ്ങളുടെ മറ്റൊരു കഥയായിരിക്കണം അത്. പലതും പറയുന്നതിനിടയിൽ അല്പം കഥകൂടി നുഴഞ്ഞുകയറിയാൽ നമുക്കെന്തു ചെയ്യാനാകും?

താമരശ്ശേരിയിലെ ചെറുവലം തറവാട്ടിൽനിന്നും ഒരമ്മ തന്റെ മൂന്ന് മക്കളേയുംകൊണ്ട് എന്നെന്നേക്കുമായി ഇറങ്ങിപ്പോന്നു. ചെറുപുഴയുടെ കിഴക്കേക്കരയിലുള്ള പെരുമയിൽ എന്ന സ്വന്തം തറവാട്ടിലേക്ക്. മക്കളുടെ അച്ഛന് എന്തുപറ്റി എന്ന് ആരും എവിടേയും പറഞ്ഞുകേട്ടിട്ടില്ല. ആ അമ്മ അവരുടെ തറവാട്ടുജന്മിയെ ചെന്നു കണ്ട് രണ്ടേക്കർ സ്ഥലം പന്ത്രണ്ട് വർഷത്തേക്ക് കാണം ചാർത്തി എഴുതി വാങ്ങിച്ചു. അതിൽ

ഒരു കൊച്ചുപുരയും വെച്ച് ആ അമ്മയും മക്കളും ആവാസം തുടങ്ങി. ആ വർഷമാണ് 1927.

ആ കൊച്ചു പുരയിൽ മൂന്നു മക്കൾ വളർന്നു വന്നു. ഏറ്റവും ഇളയത് പെൺകുട്ടി. (സ്വന്തം തറവാട്ടിൽനിന്നും മൂന്നു വിളിപ്പാടകലമേ ഉണ്ടായിരുന്നൊള്ളൂ ആ പുരയിലേക്ക്) മരിച്ചുപോയ ഭർത്താവിന്റേതായ എല്ലാ അവാകാശങ്ങളും അമ്മ കൊണ്ടുവന്നിരിക്കണം. വെറുംകൈയോടെ ഒരു ജന്മിയെച്ചെന്നുകാണാൻ അവർക്കാവില്ലല്ലോ. പത്തേക്രയോളം വരുന്ന ഭൂസ്വത്തുക്കൾ വിറ്റുമാറി ഒരു കുടുംബം പിരിഞ്ഞു പോയതായിരുന്നു എന്ന് പിന്നീട് കേട്ട ചരിത്രം. പില്ക്കാലത്ത് പൈതൃകത്തിന്റെ അടയാളങ്ങൾ അന്വേഷിച്ചു പോയവരെല്ലാം വെറുംകൈയോടെ തിരിച്ചുപോന്നു. ദേശാടനപ്പക്ഷികളുടെ പഴങ്കഥകളുമായി.

പ്രായമായതോടെ മകളെ നാട്ടിൽത്തന്നെ ഒരാൾക്ക് വിവാഹം ചെയ്തുകൊടുത്തു. ആൺമക്കൾ രണ്ടുപേരും ഉറ്റവരും ഉടയവരുമായി അമ്മയോടൊപ്പം ജീവിച്ചുകൊണ്ടിരിക്കെ ആ അമ്മ അവിചാരിതമായി കാലഗതിപ്രാപിക്കുന്നു. ഒരു കർക്കിടകസംക്രമരാത്രിയിൽ വാഴയില ക്കീറുകൊണ്ട് മൂടിപ്പിടിച്ച നേർച്ചനിവേദ്യങ്ങളുമായി തറവാടായ പെരുമയിലേക്ക് നടന്നുപോകവേ ഇടവഴിയിൽവെച്ച് ചെകുത്താന്മാർ തല്ലിക്കൊന്നുവെന്നാണ് ഞാൻ കേട്ട കഥ!

പിന്നീട് ആൺമക്കൾ വിവാഹിതരായി. ആദ്യം മൂത്തവൻ. പിന്നെ ഇളയവൻ. അപ്പോഴേക്കും അവർ അദ്ധ്വാനിച്ച് ജീവിക്കാൻ തുടങ്ങിയിരുന്നു. അവർ മക്കാട്ടുകടവിന്റെ ഉടമസ്ഥരായി. അതോടൊപ്പം കൃഷിക്കാരായി. അയൽവാസികളിൽനിന്നും ചില നിലങ്ങൾ പണംകൊടുത്തു വാങ്ങി. പുല്ലങ്കോട് എന്ന മലയടക്കം മറ്റൊരു പറമ്പുകൂടി കാണം ചാർത്തിവാങ്ങി - ആണ്ടിൽ ഒരണ പാട്ടത്തിന്. പഴഞ്ചേരി ഗോവിന്ദൻനായരായിരുന്നു ജന്മി. ഇളയവൻ അതിലേക്ക് മാറിത്താമസിച്ചു. മൺകട്ടകൊണ്ടുണ്ടാക്കിയ ചെറിയ ഒരോലപ്പുരയിൽ ഭാര്യയോടൊപ്പം.

ജ്യേഷ്ഠാനിയന്മാർ വെവ്വേറെ താമസം തുടങ്ങിയെങ്കിലും ജീവിതം ഒരുമിച്ചായിരുന്നു. കടവിലും കൃഷിയിലും, ചിരിയിലും കളിയിലും. പനകൾ ചെത്തി കള്ളുണ്ടാക്കാനും കള്ളുകുടിക്കാനും മീൻപിടിക്കാനും, നായാട്ടിനും.

മലങ്കൃഷിയും നായാട്ടുമായി കുടുംബം പിന്നേയും കൊഴുത്തു. ഇരട്ടക്കുഴൽ തോക്കും, ലൈസൻസും നായാട്ടുനായ്ക്കളും കൂട്ടിനെത്തി. തറവാടിന്റെയും തറവാട്ടിലെ താമസക്കാരുടെയും പേരുകൾക്ക് പ്രസിദ്ധി കൂടി. പത്തായത്തിലും കോലായിലും മുറ്റത്തും നെല്ല് നിറഞ്ഞൊഴുകി. നെല്ലിൻ കറ്റകൾ നിലമൊഴിയാൻ കാത്തുകിടന്നു. ഉമ്മറങ്ങളിൽ നായാട്ടുനായ്ക്കൾ ഉലാത്തിക്കൊണ്ടിരുന്നു. അകത്തളങ്ങളിൽ തോക്കുകൾ വിശ്രമംകൊണ്ടു. എൽ ജി തിരകൾ ഇരിക്കോൽ പെട്ടികളിൽ ഊഴവും കാത്തുകിടന്നു.

പേരും പ്രസിദ്ധിയും പറന്നുവന്നത് ആകാശത്തിലൂടെയായിരുന്നു. എന്തിനും പോന്നവരായി, ധൈര്യശാലികളായി സമ്പന്നരായി ഒരനിയനും

ജ്യേഷ്ഠനും. രൂപഭാവാദികൾകൊണ്ടും സൗന്ദര്യംകൊണ്ടും ആരും ആർക്കും താഴെയല്ലാത്ത അവരുടെ ഭാര്യമാരും.

കീർത്തിയും സമൃദ്ധിയും പൊൻമേട്ടിലെത്തിയതുകൊണ്ടായിരിക്കണം അവർ കൂടുതൽ കൂടുതൽ സമ്പാദ്യവുമായി പിന്നേയും പിന്നേയും മുന്നേറിക്കൊണ്ടിരുന്നത്. ആ മുന്നേറ്റത്തിന്റെ ഒരിടവേളയിൽ വെച്ചായിരുന്നു പാതാളം അവർക്കുവേണ്ടി വാ പിളർന്നതും.

കണ്ണൻകോട് മലഭാഗത്ത് നായാട്ടുപാറയിൽ നായാട്ടിനുപോയ ഒരു ദിവസം. അന്നും പതിവുപോലെ കൂട്ടാളികളെല്ലാം സുസജ്ജമായിത്തന്നെ അവരുടെ സംഘത്തിലുണ്ടായിരുന്നു. ജ്യേഷ്ഠൻ ഒന്നാമനായിരുന്നെങ്കിലും രണ്ടാം സ്ഥാനത്ത് തന്റെ അമ്മയുടെ ജ്യേഷ്ഠത്തിയുടെ മകനായിരുന്നു. അയാൾ കരുത്തനും കതിനക്കുറ്റിപോലത്തെ ശരീരമുള്ളവനുമാണ്. അതും മറ്റൊരനിയൻതന്നെ. എല്ലാറ്റിനും പോന്നവൻ. കല്യാണം പോലും കഴിച്ചിട്ടില്ലാത്തവൻ. വെടിയുണ്ടപോലും ഏല്ക്കാത്തവൻ!

കാടിളക്കി നായാട്ടുവിളികളും ആർപ്പുകളും ഉച്ചസ്ഥായിയിലെത്തിയപ്പോൾ പുല്ക്കാടിനിടയിലെ ഇളക്കവും അനക്കവും ലക്ഷ്യമാക്കി ജ്യേഷ്ഠൻ വെടിയുതിർത്തു. വെടിയൊച്ച തീരുംമുമ്പേ മനുഷ്യന്റെ അലർച്ച കേട്ടപ്പോൾ ഭൂമികുലുങ്ങി! കൂടപ്പിറപ്പോളംപോന്ന മൂത്തമ്മയുടെ മകന്റെ മാറിൽ രക്തപ്പുഴ രൂപംകൊണ്ടു.

ഭൂമി വീണ്ടും വീണ്ടും കുലുങ്ങുകയും ആകാശം പിളരുകയും ചെയ്യുന്നതുകണ്ടപ്പോൾ തോക്കിൻ ചട്ടകൊണ്ട് തുരുതുരെ നെഞ്ചിലിടിച്ച് ദുഃഖം തീർക്കുകയായിരുന്നുവത്രെ ജ്യേഷ്ഠൻ. ബന്ധംകൊണ്ടും - അമ്മയുടെ ജ്യേഷ്ഠത്തിയുടെ മകൻ - സ്നേഹംകൊണ്ടും കുഞ്ഞനിയൻ. ജീവനൊടുങ്ങുംമുമ്പേ പെറ്റമ്മയുടെ കൺമുമ്പിലെത്തിക്കാനായിരുന്നുവത്രെ എല്ലാവരുടേയും തത്രപ്പാട്.

പനയോലയിൽ കെട്ടിയെടുക്കുമ്പോൾ അർദ്ധപ്രജ്ഞനായിരുന്നു. പനിച്ചിങ്ങാപറമ്പിലെത്തുമ്പോഴും ജീവൻ തുടിച്ചുകൊണ്ടിരുന്നു. ചുമട്ടുകാർ കൈത്തളർച്ചമാറ്റാൻ ഒരു പറങ്കിമാവിന്റെ ചുവട്ടിൽ അല്പനേരം വെച്ചു. ആ കുഞ്ഞിടവേളയിലെ തണലിൽ കണ്ണുകൾ തുറന്നു വെള്ളം ചോദിച്ചുവത്രെ. തുള്ളികൾ മുഴുവൻ ഇറങ്ങിത്തീരുംമുമ്പേ കണ്ണുകളടഞ്ഞു.

തോക്കുകൾ യുദ്ധഫണ്ടിലേക്ക് കണ്ടുകെട്ടിപ്പോയതും നായാട്ടുനായ്ക്കൾ ഊരുമാറിപ്പോയതും, മലയടിവാരങ്ങൾ അന്യംനിന്നുപോയതും പിന്നീടുണ്ടായ സംഭവങ്ങളിൽ ചിലതുമാത്രം. ദുരിതങ്ങൾ അവിടംകൊണ്ടൊന്നും അവസാനിക്കുകയായിരുന്നില്ല. അവിടെനിന്നും ആരംഭിക്കുകയായിരുന്നു. തോക്കിൻ ചട്ടയുടെ പ്രഹരംകൊണ്ടുണ്ടായ ആഘാതം ജ്യേഷ്ഠനെ കിടപ്പിലാക്കി. ആ കിടത്തം ജീവനെ ഇഞ്ചിഞ്ചായി മരണത്തിലേക്ക് വലിച്ചിഴച്ചുകൊണ്ടുപോയി.

മക്കളായിട്ട് ഒരാണും മൂന്ന് പെണ്ണും. അച്ഛനില്ലായ്മയുടെ വേദനയെന്തെന്ന് ആ മക്കൾ അറിയരുതെന്നായിരുന്നു അനിയന്റെ ആഗ്രഹം. അയാളുടെ അകമഴിഞ്ഞ ഇടപെടലും സ്നേഹവും ആ മക്കൾക്ക് അതി

രില്ലാത്ത അനുഗ്രഹമായിത്തീർന്നു. ജീവിതത്തിൽ ഒരുമിച്ചുകഴിഞ്ഞിരുന്നതിനേക്കാൾ ആഴത്തിൽ ജ്യേഷ്ഠന്റെ ആത്മാവുമായി ഇഴുകിച്ചേർന്ന് ജീവിക്കുകയായിരുന്നു അനിയൻ. ആ കുടുംബത്തിലുണ്ടായ ഒരു വേർപാടിന്റെ വേദന നക്കിനക്കിത്തീർക്കുകയായിരുന്നു അനിയൻ.

കഥയെഴുതാനുള്ള കാലത്തിന്റെ കഴിവ് നിസ്സീമമാണ്. ഒരു കഥയിൽ ഒരു രാജാവുണ്ടാകുമല്ലോ, രാജാവുണ്ടായാൽ ഒരു രാജ്ഞിയും. വാടിത്തളർന്നുപോയ ഒരു കുടുംബത്തിൽ അനിയൻ രാജാവായിത്തീരുന്നതായിരുന്നു അടുത്ത അദ്ധ്യായം. അതുകൊണ്ടുതന്നെ പിന്നീട് രാജ്ഞിയായത് ജ്യേഷ്ഠത്തിയമ്മയും. അവർ രാജാവും രാജ്ഞിയുമായി ഭൂമിയിലേക്കിറങ്ങിവന്നതോടെ അരുതായ്മകളുടെ കമ്പക്കയറുകൾ പൊട്ടിപ്പോവുകയായിരുന്നു. കഴിഞ്ഞുപോയകാലത്തിന്റെ എഴുത്തുകുത്തുകൾ മാഞ്ഞുപോവുകയായിരുന്നു. ഇക്കാരണങ്ങളാൽ ഒരു കഥയിലെന്നപോലെതന്നെ ജ്യേഷ്ഠത്തിയമ്മ ഒരു പെൺകുഞ്ഞിന് ജന്മം നല്കുകയായിരുന്നു.

ഏതു കഥയും ചുരുക്കി പറഞ്ഞുതീർക്കാനാണല്ലോ നാം ഇഷ്ടപ്പെടുക. പക്ഷേ, ചില കഥകൾ കാലത്തെപ്പോലും അതിജീവിച്ച് കടന്നുപോകുന്നു. ഈ സംഭവങ്ങളെല്ലാം നടക്കുമ്പോൾ അനിയന് ഒരു ഭാര്യയും കുഞ്ഞുമുണ്ടെന്ന കാര്യം ആരെങ്കിലും ഓർക്കേണ്ടതായിരുന്നു. ഇപ്പോൾ അവർ എവിടെയാണെന്നറിയാതെ എങ്ങനെയാണ് നാം കഥ അവസാനിപ്പിക്കുക?

രണ്ട് വയസ്സുപോലും തികഞ്ഞിട്ടില്ലാത്ത തന്റെ ആൺകുഞ്ഞിനേയും കക്ഷത്തിലിറുക്കി അമ്മ പുരയിൽനിന്നിറങ്ങി - സ്വന്തം തറവാട്ടിലേക്ക്. ഇനിയൊരിക്കലും തിരിച്ചുവരില്ലെന്ന് മനസ്സാ ശപഥം ചെയ്തു. ഏതൊരു സ്ത്രീയും ചെയ്യുന്നതുപോലെ. തന്റെ സന്തതിയേയുമെടുത്ത് അവൾ കിണറ്റിൽ ചാടിയില്ല, കിടപ്പുമുറിയിൽ തൂങ്ങിച്ചാവാൻ ഒരുമ്പെട്ടില്ല.; കുഞ്ഞിനെ കഴുത്ത്ഞെരിച്ചു കൊല്ലാൻ മിനക്കെട്ടില്ല.

വിധിയായാലും അല്ലെങ്കിലും ഒരു കുടുംബം നേടിയെടുത്തതെല്ലാം പാതാളത്തിലേക്കിറങ്ങിപ്പോയി - സൽപ്പേരിനോടൊപ്പം. നാടെങ്ങും കരിങ്കാക്കകൾ കഥകൾപാടി പറന്നുപോയി. പുഴനടുവിൽ പൊട്ടിപ്പൊളിഞ്ഞുപോയ തോണിപോലെ രണ്ടുകുടുംബങ്ങൾ.

നാട്ടുപ്രമാണിമാരും മദ്ധ്യസ്ഥന്മാരും പലതവണകൂടിപ്പിരിഞ്ഞു. മാറിമാറിയിട്ട താക്കോലുകൾ കറങ്ങിത്തിരിഞ്ഞതല്ലാതെ പൂട്ടുമാത്രം തുറന്നില്ല. അത് തുറക്കാനുള്ളതല്ലെന്ന് എല്ലാവരും തീർത്തു പറഞ്ഞു. കുഞ്ഞിനേയുമെടുത്ത് പുരയിറങ്ങിപ്പോയ ഒരമ്മയെ എങ്ങനെ തിരിച്ചെത്തിക്കുമെന്നതായിരുന്നു പ്രശ്നം. അവളിനി തിരിച്ചുവരില്ലെന്ന് കഥയറിഞ്ഞവരെല്ലാം മനസ്സിൽ പറഞ്ഞു. എങ്ങുമുണ്ടായില്ല, ഒരൊത്തുതീർപ്പും.

ഞങ്ങൾ ഇളയമ്മയെന്ന് വിളിക്കുന്ന അച്ഛന്റെ പെങ്ങൾ വല്ലപ്പോഴുമാണ് ഞങ്ങളുടെ പുരയിൽ വരിക. വന്നാൽ രണ്ടുദിവസമെങ്കിലും താമസിക്കും. വളരെ ചുരുങ്ങിയ സന്ദർഭങ്ങളിലേ അതിൽക്കൂടുതൽ നില്ക്കാറുള്ളു - അതും ആർക്കെങ്കിലും വല്ല അസുഖവുമുണ്ടെങ്കിൽ.

എന്റെ തടി നന്നാവാൻവേണ്ടി കുഞ്ഞീമയുമ്മയുടെ ആട്ടിന്റെ ചുടുപാൽ ഞാൻ നിത്യവും കഴിക്കുന്നുണ്ടെന്ന വിവരം അമ്മയാണ് നാത്തൂനോട് (ഇളയമ്മ) പറഞ്ഞത്. അതുകേട്ടപ്പോൾ സ്നേഹപൂർവ്വം എന്റെ വാരിയല്ലുകളിൽ തടവി. ഇളയമ്മ എന്നോട് പറഞ്ഞു.

"മോനെ, അന്ന് നിന്നെയുമെടുത്ത് ഞാനാ മുമ്പിലിറങ്ങിയത്. ഇന്ന് ഇങ്ങനെയെങ്കിലും നിന്നെയെനിക്ക് കാണാനുണ്ടല്ലോ."

രണ്ടും കല്പിച്ചുള്ള ഇളയമ്മയുടെ ധൈര്യം! പഞ്ചായത്ത് പറഞ്ഞവരെല്ലാം തോറ്റ് മടങ്ങിയപ്പോൾ എല്ലാവരോടുമായി ഒറ്റയ്ക്കൊരു യുദ്ധം. അമ്മ ശപഥം നിറവേറ്റിയിരുന്നെങ്കിൽ ഞാൻ ഈ കഥ എഴുതുമായിരുന്നില്ല. അമ്മയെ കല്യാണം കഴിക്കാൻ വേറെ ആണുങ്ങളെത്തുമായിരുന്നു! അമ്മയുടെ തറവാട്ടിൽനിന്നും എന്നെയുമെടുത്തിറങ്ങിയ ഇളയമ്മയുടെ പിറകെ അമ്മയ്ക്കു വരാതിരിക്കാനാകുമായിരുന്നില്ല.

എട്ട്

മലയാളം സംസാരിക്കുന്നവർക്കുമാത്രമായി ഒരു സംസ്ഥാനം പിറക്കാൻപോകുന്നു എന്ന വാർത്ത കേട്ടപ്പോൾ അത്ര വലിയ സന്തോഷമൊന്നും തോന്നിയിരുന്നില്ല. അതിന്റെ നേട്ടങ്ങളെക്കുറിച്ച് അറിഞ്ഞുതുടങ്ങിയപ്പോൾ അങ്ങനെയൊന്നുണ്ടായിരിക്കട്ടെ എന്ന് തോന്നുകയും ചെയ്തു. ഇവിടെ ചെയ്യുന്ന വോട്ടുകൾ ഇനി മദിരാശിയിൽ കൊണ്ടുപോയി എണ്ണേണ്ടിവരില്ല. ഫലമറിയാൻ വളരെ കാലം കാത്തിരിക്കുകയും വേണ്ട. നമുക്ക് നമ്മുടേതായ അസംബ്ലിയുണ്ടാകും. മന്ത്രിമാരുണ്ടാകും. നമ്മുടെ ഭരണം നാം നമ്മുടെ ഭാഷയിൽത്തന്നെ നിർവ്വഹിക്കും. ഇന്ത്യയ്ക്ക് സ്വാതന്ത്ര്യം കിട്ടിയതിനേക്കാൾ വലിയ ഒരു കാര്യമാണ് ഒരു സംസ്ഥാനം കിട്ടിയതെന്നമട്ടിലായിരുന്നു എല്ലാവരുടേയും ആഹ്ലാദ പ്രകടനം.

സ്കൂളിൽ ആഘോഷങ്ങൾ തുടങ്ങി. ഞങ്ങൾ കൊടികൾ പിടിച്ച് പാട്ടുപാടി ജാഥ നടത്തി. മിഠായി വിതരണം ചെയ്തു. സ്കൂളിൽനിന്നും ആരംഭിച്ച ജാഥ പനിച്ചിങ്ങാപറമ്പിലെത്തി. മക്കാട്ടില്ലം നമ്പൂതിരിമാരുടെ ഓലമേഞ്ഞ സ്കൂളിൽനിന്നും ചിരട്ടയിൽ പായസം കുടിച്ചു.

കേരളപ്പിറവിയോടനുബന്ധിച്ച് കോഴിക്കോട്ടങ്ങാടിയിലുണ്ടായ ആഘോഷങ്ങളെക്കുറിച്ചു കേട്ട് ഞാൻ അത്ഭുതപ്പെട്ടു. ടൗൺഹാളിൽ കവികളുടെ ഒരു സമ്മേളനം. മാനാഞ്ചിറമൈതാനത്ത് മലബാർ സ്പെഷൽ പൊലീസിന്റെ കവാത്ത്. പിന്നെ ബഹുജനങ്ങളുടെ ഘോഷയാത്രയും പൊതുയോഗവും. രാജ്യരക്ഷാമന്ത്രി വി കെ കൃഷ്ണമേനോന്റെ ഉദ്ഘാടനം. അദ്ധ്യക്ഷനായി സാമൂതിരി രാജ. നേരം പുലരുവോളം പരിപാടികൾ. മൈതാനത്തിന്റെ ഒരുഭാഗം സ്ത്രീജനങ്ങൾക്ക് മാത്രമായി നീക്കിവെച്ചു. ക്ലാസ് ലീഡർ അഹമ്മദ്കുട്ടി കോഴിക്കോട്ടുള്ള അളിയന്റെ വീട്ടിൽപോയിരുന്നു. അളിയൻ അഹമ്മദ്കുട്ടിയെ കൂട്ടിക്കൊണ്ടുപോയി എല്ലാം കാണിച്ചുകൊടുത്തു. ഞങ്ങൾ കൂട്ടംകൂടിനിന്ന് ക്ലാസ് ലീഡറുടെ വിവരണങ്ങൾ കാതുനിറയെ കേട്ടുനിന്നു.

പുതിയ സംസ്ഥാനവുമായി ബന്ധപ്പെട്ട കുറച്ചുകൂടി വിവരങ്ങൾ സാമൂഹ്യപാഠം പഠിപ്പിക്കുന്ന ഗോവിന്ദൻമാഷ് പറഞ്ഞുതന്നു. ഒക്ടോബർ 25 നുതന്നെ മദിരാശി അസംബ്ലി കേരളത്തിലെ അംഗങ്ങൾക്ക് യാത്ര യയപ്പ് സൽക്കാരം നടത്തിയിരുന്നു. പതിനഞ്ചായിരം ചതുരശ്രമൈൽ വിസ്തീർണ്ണമുള്ള പുതിയ സംസ്ഥാനത്തിൽ മലയാളം സംസാരിക്കുന്നവരായി 140 ലക്ഷം പേരുണ്ടത്രെ.

ആന്ധ്രക്കാരനായ പോറ്റി ശ്രീരാമുലു രക്തസാക്ഷിത്വം വഹിച്ചത് നിരാഹാരം അനുഷ്ഠിച്ചുകൊണ്ടായിരുന്നുവത്രെ. ഭാഷാടിസ്ഥാനത്തിൽ സംസ്ഥാനം വേണമെന്ന ആവശ്യം ആദ്യമായി ഉന്നയിച്ചതും ശ്രീരാമുലുവായിരുന്നു. നമ്മൾ മലയാളികൾ ആന്ധ്രക്കാരനായ ശ്രീരാമുലുവിനോട് കടപ്പെട്ടിരിക്കുന്നുവെന്നും ശ്രീരാമുലുവിനെ ഓർമ്മിക്കണമന്നും ഗോവിന്ദൻമാഷ് പറഞ്ഞു.

മദിരാശി സംസ്ഥാനത്തിലെ മലബാർ ജില്ലക്കാരായ നമ്മൾ ഇനി മേലിൽ തിരു-കൊച്ചി സംസ്ഥാനക്കാരോടൊപ്പം ചേർന്ന് കേരള സംസ്ഥാനക്കാരായി മാറും. അങ്ങനെ മലബാർ മലയാളികളുടെ സ്വന്തം നാടായിത്തീരും.

പരശുരാമൻ മഴുവെറിഞ്ഞ് സൃഷ്ടിച്ചതാണ് കേരളം! പിന്നീട് പല രാജാക്കന്മാരും കത്തിയും കൊടുവാളുംകൊണ്ട് അത് വെട്ടിമുറിച്ച് പലരുടേതുമാക്കിമാറ്റി. ഇപ്പോൾ വീണ്ടും അത് പരശുരാമന്റേതായിത്തീർന്നിരിക്കുന്നു. ഇത്രയും പറഞ്ഞ് ഒരിളം ചിരിയും ചിരിച്ച് ഗോവിന്ദൻമാഷ് പെട്ടെന്ന് ഗൗരവക്കാരനായി മാറി. ഇനി ആറുമാസത്തിനകം തെരഞ്ഞെടുപ്പ് നടക്കും. ഇരുപത്തൊന്ന് വയസ്സ് തികഞ്ഞ ആർക്കും മത്സരിക്കാം മന്ത്രിയാകാം. നാടുഭരിക്കാം.

പുതിയസംസ്ഥാനം നിലവിൽവന്നതോടെ ഓരോ മാസത്തിലുമുള്ള ദിവസങ്ങളുടെ എണ്ണത്തിൽ കുറവുണ്ടായി! ദിവസങ്ങളുടെ നീളത്തിൽ കുറവുണ്ടായതുകൊണ്ട് അങ്ങനെ തോന്നിയിരുന്നു എന്നതാണ് വാസ്തവം. ആദ്യമായുണ്ടായ പുത്തൻ സംസ്ഥാനത്തിന്റെ വിധിയെഴുത്തായതുകൊണ്ടായിരിക്കണം, എങ്ങും ആവേശവും അല്പം അങ്കലാപ്പും. ഇപ്പോൾ നാട്ടിൽ ചില വിശേഷങ്ങൾ കാണാൻ തുടങ്ങിയിട്ടുണ്ട്. അതായത് ജാഥകൾ. കുട്ടികളുടെ ജാഥകൾ മാത്രമേ മുമ്പ് കണ്ടിരുന്നുള്ളൂ. ഇപ്പോൾ ആണുങ്ങളും പെണ്ണുങ്ങളും ചേർന്ന ജാഥകളാണ് നിരത്തിലൂടെ ആവേശത്തിൽ മുദ്രാവാക്യങ്ങൾ മുഴക്കി നടന്നുപോകുന്നത്.

ടിന്നുകൊണ്ടുണ്ടാക്കിയ മെഗാഫോണിലൂടെയാണ് ഏറ്റവും മുമ്പിൽ നടക്കുന്നയാൾ അട്ടഹസിക്കുക. പിറകിലുള്ളവർ അതേറ്റുവിളിക്കും. നിരത്തിൽനിന്നും അകലങ്ങളിലുള്ള പുരകളിലൊക്കെ ആ ശബ്ദം കൂടുതൽ ഉച്ചത്തിൽ കേട്ടുതുടങ്ങും. തെങ്ങും കവുങ്ങും മുരിക്കും മുളകുവള്ളികളും നിറഞ്ഞ പറമ്പുകൾക്കിടയിലൂടെ ആ പരുപരുക്കൻ ധ്വനി ഓലപ്പുരകൾ കീറിമുറിച്ച് അക്ഷരങ്ങളറിഞ്ഞുകൂടാത്ത ചെവികൾക്കുള്ളിൽ അതിന്റെ അർത്ഥങ്ങൾ തെളിയിച്ചുകൊടുത്തു.

നിരത്തുവക്കിലെ വണ്ണം കൂടിയ കോമാവിന്റെ മുരടുകളിൽ പഴയ

പത്രങ്ങളിൽ മഷിയിൽ കനപ്പിച്ചെഴുതിയ പോസ്റ്ററുകൾ പ്രത്യക്ഷപ്പെട്ടു. ഏറ്റവും അടിഭാഗത്ത് ഉച്ചഭാഷിണി ഉണ്ടായിരിക്കുമെന്നും സ്ത്രീകൾക്ക് ഇരിക്കാൻ പ്രത്യേകസൗകര്യം ഏർപ്പെടുത്തുമെന്നും ചെറിയ അക്ഷരങ്ങളിൽ എഴുതിച്ചേർത്തിരുന്നു.

പുതിയ സംസ്ഥാനത്ത് ആദ്യത്തെ തിരഞ്ഞെടുപ്പ് നടക്കാൻ പോകുന്നതിന്റെ തുടക്കങ്ങളായിരുന്നു ഇതെല്ലാം. ഇരുപത്തിയൊന്ന് വയസ്സ് തികഞ്ഞ എല്ലാവർക്കും വോട്ട് ചെയ്യാനുള്ള അവകാശമുണ്ട്. വളരെക്കാലമായി അടച്ചിട്ടിരുന്ന വാതിലുകൾ തുറന്നുകിട്ടിയപ്പോൾ മുറിക്കകത്തേക്ക് ഒരിളംകാറ്റ് ശീൽക്കാരത്തോടെ വന്നുകയറിയ അനുഭവമായിരുന്നു നാട്ടിലാകെ.

പരശുരാമനും മഴുവുമില്ലാതെ പുനർജ്ജന്മം നേടിയ മലയാളമണ്ണിൽ രാഷ്ട്രീയത്തിന്റെ വസന്തകാലം മൊട്ടിട്ടുതുടങ്ങുകയാണ്. കോൺഗ്രസിന്റെ ഇരട്ടക്കാളകളും കമ്യൂണിസത്തിന്റെ അരിവാൾ നെൽക്കതിരും ചില്ലാനക്കടകൾക്കുമുമ്പിലെ ഉപ്പുമഞ്ചകളിലും ഓവുപാലങ്ങളുടെ കൽച്ചുമരുകളിലും പ്രത്യക്ഷപ്പെടുകയാണ്. പനിച്ചിങ്ങാപറമ്പിലും ചുറ്റുവട്ടത്തുമായിരുന്നു ഇത് ഏറെയും. മക്കാട്ടു കടവുകടന്ന് പുത്തൂരിലെത്തുമ്പോഴേക്കും കൂടുതൽ സ്ഥലങ്ങളിൽ കോണിയും കുറച്ചിടങ്ങളിൽ മാത്രം കാളകളും എന്ന മട്ടിലാകും. നിലാവുള്ള രാത്രികളിൽ നീളൻ നിരത്തിലൂടെ നടന്നുപോകുന്നവർക്കെല്ലാം അവർ എത്ര മരമണ്ടന്മാരായിരുന്നാലും അറിയാതെ ആസ്വദിക്കാനുള്ള ഒരു കലാവിരുന്നായിത്തീർന്നിരുന്നു ആ ചിത്രങ്ങളെല്ലാം.

സന്ധ്യക്ക് മുമ്പും പുലർന്നുകഴിഞ്ഞും കാലഭേദമറിയാതെ ചുറ്റിക്കറങ്ങുന്ന കുറുക്കന്മാരും കാട്ടുപൂച്ചകളുമുള്ള എന്റെ ഓണം തെളിയാത്ത നാടൻ മണ്ണിന് ഇതെല്ലാം ഒരു അലങ്കാരവുമായിരുന്നു.

നെഹ്റുവിന്റെ പാർട്ടിയാകും ജയിക്കുക എന്ന് അച്ഛൻ പറഞ്ഞു. ഇരട്ടക്കാളകൾ ജയിക്കും എന്നാവും ചിലപ്പോൾ പറയുക. ഇരട്ടക്കാളകൾ എന്നാൽ ഇന്ത്യൻ നാഷണൽ കോൺഗ്രസാണ്. അതുതന്നെയാണ് മഹാത്മാഗാന്ധിയുടെയും പാർട്ടി. ജീവിച്ചിരിപ്പില്ലെങ്കിലും കോൺഗ്രസിന് ജീവൻ നല്കുന്നത് മഹാത്മാഗാന്ധിയാണെന്ന് തന്നെ അച്ഛൻ വിശ്വസിക്കുന്നു. നെഹ്റു ജീവിച്ചിരിക്കുന്നതുകൊണ്ട് മാത്രമാണ് കോൺഗ്രസ് നെഹ്റുവിന്റെകൂടി പാർട്ടിയാകുന്നത്. ഇത്രയേറെ രാഷ്ട്രീയബോധമുള്ളവരാരും എന്റെ ചുറ്റുവട്ടത്തുണ്ടായിരുന്നില്ല. അതുകൊണ്ട് ആർക്കും ആരോടും വോട്ടുചോദിക്കാം. വോട്ട് ചെയ്യേണ്ടതെങ്ങനെയെന്ന് പഠിപ്പിച്ചുകൊടുക്കുകയായിരുന്നു പ്രയാസം.

കോൺഗ്രസുകാരുടെ മാത്രം താവളമായിരുന്ന മങ്ങാട്ടങ്ങാടിയിലെ ഒരു പഴയ തിയ്യത്തറവാട്ടിലെ ജന്മി എല്ലാ വ്യാഴാഴ്ചകളിലും കൊരൂൽ ചന്തയിലേക്ക് നടന്നുപോകുമായിരുന്നു. ഞങ്ങളുടെകൂടി ജന്മിയായിരുന്നു അദ്ദേഹം. അച്ഛന്റെ കുടുംബത്തിലെ ഒരംഗം കൂടിയാണെന്ന അവകാശം ഉള്ളിലൊതുക്കി അച്ഛൻ അദ്ദേഹത്തെ പുരയിലേക്ക് കൂട്ടിക്കൊണ്ടുവരുമായിരുന്നു. മുൻകാലങ്ങളിലേ തുടർന്നുവരുന്ന ഒരു മട്ടായിരുന്നു

ഇത്. ഉടുമുണ്ടിനുള്ളിൽ നാഭിയോടുചേർത്ത് ഒരു കുപ്പി അച്ഛൻ തിരുകി വെച്ചിട്ടുമുണ്ടാകും. പുരയ്ക്കുള്ളിൽ കിഴക്കേമൂലയിലെ വെളിച്ചം കുറഞ്ഞ മുറിയാകും ജന്മി-കുടിയാൻ ബന്ധം ഊട്ടിയുറപ്പിക്കുന്ന അവരുടെ ഒളിത്താവളം.

അച്ഛൻ പതിവായി പാട്ടം കൊടുക്കാറില്ല. വല്ലപ്പോഴെങ്കിലും കൊടുത്തെങ്കിലായി. ജന്മി ചോദിക്കാറുമില്ല. നേരാംവണ്ണം പാട്ടം കൊടുക്കുകയാണെങ്കിൽ ഒരു കുപ്പിയുടെ വിലകൊണ്ട് അഞ്ചുകൊല്ലത്തേതെങ്കിലും കൊടുത്തു തീർക്കാനാവും. നിരോധം നിലവിലുള്ള കാലവും കൂടിയാണല്ലോ. ലാഭം നോക്കിയായിരുന്നില്ല അച്ഛന്റെ കച്ചവടം. കുടികിടപ്പവകാശത്തിന് ഒരു കുത്തുപാളയുടെ ഉറപ്പല്ലേയുള്ളു! ജന്മിയെന്ന് പറഞ്ഞാൽ അതൊരാനയാണ്. ഇടയാതെ നോക്കണം. പാട്ടത്തേക്കാൾ വലുത് പനമ്പട്ടയാണ്. അതിന്റെ വില നോക്കേണ്ടതില്ല. ഇതായിരുന്നിരിക്കണം അച്ഛന്റെ ഗണിതം!

തിരഞ്ഞെടുപ്പ് എന്റെ ഗ്രാമത്തിൽ അത്രവലിയ ഒച്ചപ്പാടുകളൊന്നുമുണ്ടാക്കിയിരുന്നില്ല. പണം പിരിക്കാൻ ചില കമ്യൂണിസ്റ്റുകാർ വന്നിരുന്നു. അവർ പണ്ടും വരാറുള്ളതുമാണ്. സൈക്കിളിൽ അലക്കുസോപ്പും വിറ്റ് നടന്നിരുന്ന രാമുണ്ണിനായരും മറ്റുരണ്ട് സഖാക്കന്മാരും. ഒരാൾ തോർത്തുമുണ്ടുകൊണ്ട് തളപ്പുകെട്ടി തെങ്ങിൽക്കയറും. തേങ്ങയായിരിക്കും അച്ഛന്റെ സംഭാവന. മൂന്നാമന്റെ കൈയിലായിരിക്കും ചാക്ക്. പണ്ടൊക്കെ നാല് തേങ്ങയായിരുന്നു. പക്ഷേ, ഇപ്പോൾ ഒരു കുല തേങ്ങ ഒന്നിച്ച് വീഴ്ത്തിയിരിക്കുന്നു. പത്തെണ്ണമെങ്കിലും കാണും. തിരഞ്ഞെടുപ്പല്ലെ, അച്ഛന്റെ മനസ്സറിഞ്ഞ സംഭാവനയാകും.

ഏതെങ്കിലും കാലത്ത് ഒരു കുടിയൊഴിപ്പിക്കലും കേസും ഉണ്ടാകില്ലെന്നാർക്കറിയാം. എന്തെങ്കിലുമുണ്ടായാൽ ഒരത്താണിവേണമല്ലോ. അതായിരുന്നോ അച്ഛന്റെ ഉള്ളിലിരുപ്പ്? അച്ഛന് ആകെ രണ്ട് കാലുകളാണുള്ളത്. ഒന്ന് കോൺഗ്രസുകാരനായ ജന്മിയുടെ തോണിയിലാണ്. മറ്റേത് കമ്യൂണിസ്റ്റുകൾക്കുവേണ്ടി പണയത്തിലുമാണ്! അതുകൊണ്ട് രാമുണ്ണിനായരില്ലാതെ അച്ഛന് ഒരു ജിവിതമില്ല. അങ്ങനെ അവർ ഒന്നായിത്തീരുകയായിരുന്നു.

ബീഡി തെറുപ്പുകാരും തുന്നക്കാരുമായി പനിച്ചിങ്ങാപറമ്പിലെ ചെറുപ്പക്കാരിൽ നല്ലൊരുഭാഗം കമ്യൂണിസ്റ്റുകളാണ്. കട്ടൻചായ കുടിച്ച് ചായപ്പെട്ടിമേലിരുന്ന് ബീഡിയിലവെട്ടുമ്പോൾ ഓരോ ബീഡിതെറുപ്പുകാരനും അച്ചടിഭാഷയിൽ രാഷ്ട്രീയം പറയും.. തുന്നൽമെഷീന്റെ ഉൾത്തടങ്ങളിൽ ഓയിലിട്ട് മിനുക്കുമ്പോഴും ഓരോ തുന്നൽക്കാരനും അതുതന്നെ പറയും. അവർ സത്യസന്ധരായ വിപ്ലവകാരികളായിരുന്നു. ഇഴഞ്ഞുനീങ്ങിക്കൊണ്ടിരിക്കുന്ന ഓരോ ദിവസത്തെയും യാഥാർത്ഥ്യബോധത്തോടെ നേരിൽക്കണ്ടുഴലുമ്പോഴും വരാനിരിക്കുന്ന നാളെയെക്കുറിച്ച് അവർ സ്വപ്നങ്ങൾ മാത്രം കണ്ടു. എങ്കിലും ഒരിക്കലും അതെത്തിപ്പിടിക്കാൻ അവർക്ക് കഴിഞ്ഞിരുന്നില്ല. എന്നിട്ടും അവർക്ക് നിരാശയുണ്ടായിരുന്നുമില്ല. അക്കൂട്ടത്തിലൊരാളായിരുന്നു ചാത്തുണ്ണി.

ഹിന്ദുക്കളും മുസ്ലീങ്ങളുമുണ്ടായിരുന്നു കമ്യൂണിസ്റ്റുകളുടെ കൂട്ടത്തിൽ. അവർ അമ്പലങ്ങളിലോ പള്ളികളിലോ പോയി ശീലിച്ചിരുന്നില്ല. അതുകൊണ്ടുതന്നെ അവർക്ക് ശത്രുക്കളും ഏറെയായിരുന്നു.

ചെറുപുഴ അതിരിട്ടതുകാരണം മക്കാട്ടുകടവിന്റെ അക്കരെയും ഇക്കരെയും പനിച്ചിങ്ങാപ്പറമ്പും പുത്തൂരുമായിത്തന്നെ വേറിട്ടുകിടക്കുകയായിരുന്നു. മഴക്കാലം മുഴുവനും എന്റെ മുത്തപ്പന്റെ തോണിയായിരുന്നു ഈ കരകളെ പരസ്പരം കൂട്ടിയിണക്കിയിരുന്നത്. പുഴവറ്റിത്തെളിഞ്ഞൊഴുകുന്ന വേനലിൽ മാത്രം ഈ കരകൾ തോളോട് തോൾ ചേർന്ന് സൗഹൃദം പങ്കുവെച്ചു. (എന്റെ അമ്മയുടെ ജ്യേഷ്ഠത്തിയുടെ ഭർത്താവിനെ ബഹുമാന സൂചകമായി മുത്തപ്പൻ എന്നാണ് ഞങ്ങൾ വിളിക്കുക)

തിരഞ്ഞെടുപ്പ് അടുത്തെത്തിയതോടെ ഏത് പാർട്ടിയാകും ജയിക്കുകയെന്ന ചങ്കിടിപ്പ് കമ്യൂണിസ്റ്റുകാരിലായിരുന്നു ഏറെ. കോൺഗ്രസ്കാർക്ക് അവർ ജയിക്കുമെന്ന കാര്യത്തിൽ സംശയമൊന്നുമുണ്ടായിരുന്നില്ല. ഇന്ത്യയിലെങ്ങും ഇരട്ടക്കാളകൾ മാത്രം കുളമ്പടിക്കുന്ന കാലമാണല്ലോ. അതുകൊണ്ട് കേരളത്തിലും ആ കുളമ്പടിയല്ലാതെ മറ്റൊന്നും കേൾക്കാനാവില്ല എന്ന് തന്നെയായിരുന്നു അവരുടെ വിശ്വാസം. ആ വിശ്വാസം അവരിൽ മാത്രമായി ഒതുങ്ങിനില്ക്കുകയും ചെയ്തിരുന്നില്ല. മൺപാനി നിറഞ്ഞുതുളുമ്പുമ്പോൾ തെരികയും നനയുന്നതുപോലെ കമ്യൂണിസ്റ്റുകാരിലേക്കും നനവായും നിനവായും കോൺഗ്രസിന്റെ പൂൽ കുറേശ്ശയായി ഇറങ്ങിച്ചെന്നിരുന്നു എന്ന് പറയാം.

അച്ഛന്റെ ഒരുവകയിൽ മരുമകനായ ബീഡിതെറുപ്പുകാരൻ ചാത്തുണ്ണി കിടിലനായ കമ്യൂണിസ്റ്റുകാരനായിരുന്നിട്ടും അച്ഛനുമായി സംസാരിക്കുമ്പോൾ ഒരിക്കൽ പറഞ്ഞു: അതും പതുങ്ങിയ സ്വരത്തിൽ.

“ഇന്ത്യ മുഴുവൻ ഇരട്ടക്കാളയല്ലെ? ഈ കുഞ്ഞുസംസ്ഥാനത്തിൽ അരിവാളെന്തുചെയ്യാനാ?”

അച്ഛനും ചാത്തുണ്ണിയോട് യോജിച്ചു. ഇരട്ടക്കാളകൾക്ക് തന്നെയാണ് മുൻതൂക്കം. എങ്കിലും കമ്യൂണിസ്റ്റുകളാണ് ജയിക്കേണ്ടിയിരുന്നതെന്ന സ്വകാര്യമായ ആഗ്രഹം പുറത്തുപറയുകയും ചെയ്തു.

ചാത്തുണ്ണി അവസാനമായിപ്പറഞ്ഞു.

“ജയിക്കുന്നത് ആരെങ്കിലുമാവട്ടെ, അരിവാളിനേ വോട്ടുചെയ്യാവൂ.”

കുറേക്കാലമായി ഒരുകെട്ടിൽ അടുക്കിവെച്ച് അയയിൽ തൂക്കിയിട്ടിരുന്ന മുണ്ടും കുപ്പായവും അമ്മ പുറത്തെടുത്തു. ഒരു കല്യാണത്തിനെന്നപോലെ ഒരുങ്ങി. അച്ഛൻ പതിവുപോലെ കാക്കിക്കുപ്പായവും മല്ലുമുണ്ടും. കെടയത്തൂരിലെ മാപ്പിള എൽ പി സ്കൂളിലാണ് വോട്ട്. അയൽ വീട്ടുകാരിയായ പാത്തുമ്മ വോട്ടുചെയ്യാൻ പോയില്ല. വോട്ടുചെയ്യാതിരിക്കാനും വേണമായിരുന്നു ധൈര്യം. പാത്തുമ്മയ്ക്കതുണ്ടായിരുന്നു

വോട്ടുചെയ്തു വന്നതിനുശേഷം അതിന്റെ വിശേഷങ്ങളൊക്കെ അമ്മ പാത്തുമ്മയോട് പറയുന്നതുകേട്ടു. ഓരോ ചിത്രത്തിനും ഓരോ പെട്ടി. ചിലരൊക്കെ കടലാസ് പെട്ടിപ്പുറത്തുവെച്ച് പോയത്രെ. അച്ഛൻ

എന്തോ ഒരു കുസൃതിയും ഒപ്പിച്ചു. ഒരു പേന കീശയിൽ കരുതിയിരുന്നു. കുറച്ച് പണം തന്ന് സഹായിക്കണമെന്ന് എഴുതിയാണത്രെ കടലാസ് പെട്ടിയിലിട്ടത്. അച്ഛൻതന്നെയായിരുന്നു ഇക്കാര്യം വെളിപ്പെടുത്തിയതും.

കച്ചേരിക്കുന്നിലെ സ്കൂളിൽ വോട്ടുചെയ്യാൻ പോയവർക്ക് പുട്ടും ചായയും കിട്ടി. ഇരട്ടക്കാളകളുടെ ആൾക്കാർ കൂടുതലുള്ളസ്ഥലമാണ് കച്ചേരിക്കുന്ന്. തലേദിവസം രാത്രി അവിടത്തുകാർക്ക് ആരോ സ്വകാര്യമായി കടലാസു നോട്ടുകൾ എത്തിച്ചുകൊടുത്തിരുന്നുവത്രെ. നാലാളുകൂടുമ്പോൾ പറഞ്ഞുകേട്ട വർത്തമാനങ്ങളായിരുന്നു ഇതെല്ലാം.

ചെറുപുഴയിൽ തുണിയലക്കാനെത്തിയ മാണിക്കം അമ്മയോട് പറഞ്ഞതായിരുന്നു മറ്റുവിശേഷങ്ങൾ. പനിച്ചിങ്ങാപറമ്പിൽ കള്ളവോട്ടു ചെയ്യാനെത്തിയ ബീഡിതെറുപ്പുകാരൻ അബുബക്കറിനെ പൊലീസുകാർ പിടിച്ചുകൊണ്ടുപോയി. രണ്ട് കാളകളെ നടത്തിച്ചു കൊണ്ടുപോവുകയായിരുന്ന അറവുകാരൻ ആലിക്കാക്കയെ കമ്യൂണിസ്റ്റുകാർ തല്ലിയോടിച്ചു. ഇരട്ടക്കാളകൾക്ക് വോട്ട് ചെയ്യിക്കാനുള്ള ഒരു സൂത്രമായിരുന്നത്രെ അത്.

വോട്ടുചെയ്യാൻ പോയിട്ട് ഒരിറക്ക് വെള്ളംപോലും കിട്ടാത്തതിലായിരുന്നു അമ്മയ്ക്ക് സങ്കടം. കെടയത്തൂരിൽ കോണിക്കാരാണ് കൂടുതൽ. ചായകൊടുത്ത് വോട്ടുവാങ്ങുന്നത് ഹറാമാണെന്ന വിശ്വാസക്കാരായിരുന്നു അവർ.

ഒൻപത്

തിരഞ്ഞെടുപ്പ് ഫലം പുറത്തുവന്നപ്പോൾ ഞെട്ടാത്തവർ ആരും തന്നെ ഉണ്ടായിരുന്നില്ല. കമ്യൂണിസ്റ്റുകളാണ് ജയിച്ചത്. ആ വാർത്ത മാപ്പിളലഹളയ്ക്കുശേഷം നാട്ടിലുണ്ടായ ഒരു വൻസംഭവമായിരുന്നു. കമ്യൂണിസ്റ്റുകളാണ് ജയിച്ചത് എന്ന് കോൺഗ്രസുകാർ അടക്കം പറഞ്ഞു. കമ്യൂണിസ്റ്റുകളും അവർതന്നെയാണോ ജയിച്ചത് എന്ന ശങ്ക വിട്ടുമാറാത്തവിധം പരുങ്ങി. പെട്ടെന്നുള്ള ആഹ്ലാദപ്രകടനത്തിനൊന്നും അവർ മുതിർന്നില്ല. അതിനുള്ള ധൈര്യവും അവർക്കുണ്ടായില്ല.

കമ്യൂണിസ്റ്റുകൾ അധികാരത്തിലെത്തിയാൽ എന്തൊക്കെയാവും സംഭവിക്കുക? മൂന്നാം ക്ലാസിലായിരുന്നപ്പോൾ ഞാൻ കണ്ടിരുന്ന ഒരു കൊച്ചുപുസ്തകത്തിന്റെ മുഖച്ചിത്രം എന്റെ മനസ്സിൽ ഉയർന്നുവന്നു. നിസ്കാരക്കുപ്പായമിട്ട് *ഖുർആൻ* വായിച്ചുകൊണ്ടിരുന്ന ഒരുമ്മയെ മുടിപിടിച്ചുവലിച്ച് ഒരു കമ്യൂണിസ്റ്റുകാരൻ അരിവാൾകൊണ്ട് വെട്ടാൻ ഓങ്ങിനില്ക്കുന്നു! അതിനകത്ത് വിവരിച്ചിരിക്കുന്നത് വായിച്ചുനോക്കിയാൽ ഒരാളും ഒരിക്കലും കമ്യൂണിസ്റ്റാവുകയില്ല. ആർക്കും ജാതിയും മതവുമൊന്നുമുണ്ടാകില്ലത്രെ. അടിയാളന്മാരായ താണ ജാതിക്കാർ പെണ്ണന്വേഷിച്ച് ഉയർന്ന ജാതിക്കാരുടെ വീടുകളിലൊക്കെ കയറിച്ചെല്ലും. അവർക്ക് പെൺകുട്ടികളെ കല്യാണം കഴിച്ചുകൊടുക്കേണ്ടിവരും. എഴുപതുകഴിഞ്ഞവരെ പിടിച്ചുകൊണ്ടുപോയി വെട്ടിക്കൊല്ലും. മുസ്ലിം സ്ത്രീ

കളെ കിതാബ് ഓതാൻപോലും സമ്മതിക്കുകയില്ല. അവരെ അരിവാൾ കൊണ്ടുവെട്ടും. ഇനി ഇതൊക്കെയാണോ നാട്ടിൽ നടക്കാൻപോകുന്നത്? എനിക്കും സന്തോഷമൊന്നും തോന്നിയില്ല. വലിയവലിയ ആളുകളും പണക്കാരുമൊക്കെ കമ്യൂണിസത്തിനെതിരെയാണ് പറയുന്നതും പ്രവർത്തിക്കുന്നതും. അപ്പോൾ അതിൽ എന്തെങ്കിലും കാര്യം ഇല്ലാതിരിക്കുമോ?

ഇരട്ടക്കാളകളുടെ ആൾക്കാർ ഊണും ഉറക്കവുമില്ലാതെ സ്വന്തം വീടുകളിൽ വാതിലടച്ചുകിടന്ന വാർത്തകൾ ഞാൻ കേട്ടു. വൈകുന്നേരങ്ങളിൽ അങ്ങാടിയിൽ ആൾപ്പെരുമാറ്റം വളരെയേറെക്കുറഞ്ഞു. ചിരിച്ചുകൊണ്ട് എപ്പോഴും സന്തോഷത്തോടെ ഖദർ മാത്രം ധരിച്ചു നടക്കുമായിരുന്ന ഇടപ്രമാണിമാരായ കോൺഗ്രസുകാർ തീരെ ചിരിക്കാതായി. ജന്മിമാരായ ചില നായർ പ്രമാണിമാർക്ക് വയറിളക്കവും മനം പിരട്ടലും പിടിപെട്ടു. കൂലിപ്പണിക്കാരും പുല്ലരിഞ്ഞുവില്ക്കുന്നവരുമായ ചില പെണ്ണുങ്ങളായിരുന്നു ഈ വാർത്തകളെല്ലാം സ്വന്തക്കാരെ രഹസ്യമായി അറിയിച്ചിരുന്നത്. ആ വാർത്തകൾ എവിടെയും ഒതുങ്ങിക്കിടന്നില്ല. അട്ടകളെപ്പോലെ ഇഴഞ്ഞും നുഴഞ്ഞും പലപലകാതുകളിൽ ചേക്കേറുകയായിരുന്നു.

തിരഞ്ഞെടുപ്പിന്റെ വിശേഷവിവരങ്ങൾ പത്രങ്ങളിലൂടെയും പത്രങ്ങൾ വായിക്കാത്തവരിലൂടെയും നാട്ടിലേക്കിറങ്ങിവരാൻ തുടങ്ങി. ഒന്നുരണ്ടുദിവസങ്ങളിൽ പത്രം വാങ്ങാൻവേണ്ടി മാത്രമായി ഞാൻ പനിച്ചിങ്ങാപ്പറമ്പിലെത്തിയിരുന്നു. സ്ഥിരമായി വാങ്ങുന്നവർക്കല്ലാതെ പത്രം കൊടുക്കാനില്ലെന്ന മറുപടി കിട്ടി. അതിനുശേഷം അകിടുനോക്കിനടക്കുന്ന കിടാങ്ങിനെപ്പോലെ എവിടെനിന്നെങ്കിലും കുറേശ്ശെ കട്ടുവായിക്കുകയായിരുന്നു.

സംസ്ഥാനത്തിൽ ആകെയുള്ള 126 സീറ്റുകളിലേക്ക് നടന്ന തിരഞ്ഞെടുപ്പിൽ കമ്യൂണിസ്റ്റുകൾക്ക് 60 സീറ്റ് കിട്ടിയപ്പോൾ ഇന്ത്യൻ നാഷണൽ കോൺഗ്രസിന് 43 സീറ്റുകൾ. പ്രജാസോഷ്യലിസ്റ്റുപാർട്ടിക്ക് 9 ഉം, മുസ്ലിംലീഗിന് 8 ഉം. പിന്നെ അഞ്ച് സ്വതന്ത്രന്മാർ, പി എസ് പിയും ലീഗും കോൺഗ്രസിനോടൊപ്പം നില്ക്കും. സ്വതന്ത്രന്മാരെ കിട്ടിയാൽ കോൺഗ്രസിന് സംസ്ഥാനത്തിന്റെ ഭരണം കൈയിലൊതുക്കാം. കമ്യൂണിസ്റ്റുകളെ പെട്ടിയിലടയ്ക്കുകയും ചെയ്യാം. കോൺഗ്രസ് അതിനുള്ള ശ്രമങ്ങളാരംഭിച്ചിരിക്കുന്നു എന്ന വാർത്ത ആദ്യമായി അച്ഛനോട് പറഞ്ഞത് കോമുണ്ണി നായരായിരുന്നു. ഒരു കോൺഗ്രസ് നേതാവായ കുന്നത്തുവീട്ടിൽഗോപാലൻ നായർ പറഞ്ഞതായിരുന്നുവത്രെ അത്. ദഹനക്കേടുമായി ബന്ധപ്പെട്ട അസുഖത്തിനുവേണ്ടി മരുന്നുംതേടി വന്നതായിരുന്നു മുയൽവീട്ടിൽ കോമുണ്ണിനായർ.

എന്നാൽ അതു നടക്കില്ലെന്നുറപ്പിച്ചുപറഞ്ഞ ഒരേയൊരാൾ ചാത്തുണ്ണിയേട്ടനായിരുന്നു. അച്ഛൻ അത് പൂർണ്ണമായും വിശ്വസിച്ചില്ല. ആരെങ്കിലും കാലുമാറിയാൽ എന്തുസംഭവിക്കുമെന്ന ശങ്ക അച്ഛനെ വരിഞ്ഞുമുറുക്കുകയായിരുന്നു. ചാത്തുണ്ണിയേട്ടന്റെ അഭിപ്രായം അച്ഛൻ നായരോട് തുറന്നുപറയുകയും ചെയ്തു.

പക്ഷേ, കോമുണ്ണിനായർ വിട്ടില്ല. ഒരു രഹസ്യംകൂടി അയാൾ അച്ഛനോട് പറഞ്ഞു. സ്വതന്ത്രന്മാരെ പ്രധാനമന്ത്രി നെഹ്റു ഡൽഹിയിലേക്ക് വിളിപ്പിച്ചിരിക്കുന്നത്രെ. അവർക്ക് സ്വർണ്ണംകൊണ്ടുള്ള ആനക്കുട്ടികളെ സമ്മാനമായി കൊടുക്കാൻപോകുന്നു! ഇത്രയും വിലപ്പെട്ട സമ്മാനം കിട്ടിയാൽ ആരെങ്കിലും വേണ്ടെന്നുവെക്കുമോ? കോമുണ്ണിനായർ ചുണ്ടനക്കാതെ അച്ഛനോട് ചോദിച്ചു. സ്വതന്ത്രന്മാർ അവസാനം നെഹ്റുവിനോടൊപ്പം നില്ക്കുമെന്ന കാര്യത്തിൽ പഴയ കോൺഗ്രസുകാർക്കൊന്നും സംശയവും ഉണ്ടായിരുന്നില്ല... ചുരുക്കം ചില കമ്യൂണിസ്റ്റുകളും അച്ഛനെപ്പോലെ ശങ്കിച്ചിരുന്നു.

ആനക്കുട്ടികളെയല്ല, സ്വർണ്ണംകൊണ്ടുള്ള കൊമ്പനാനകളെ കൊടുക്കേണ്ടിവന്നാലും ഭരണം കമ്യൂണിസ്റ്റുകൾക്ക് വിട്ടുകൊടുക്കരുതെന്ന അഭിപ്രായവും ചില കോൺഗ്രസുകാർക്കുണ്ടായിരുന്നു. അച്ഛന്റെ ഒരു ബന്ധുവും ആധാരമെഴുത്തുകാരനുമായ രാമൻകുട്ടി കൊരുവിൽ രജിസ്ട്രാപ്പീസിൽനിന്ന് വരുന്നവഴി പുരയിൽ കയറി സൗഹൃദം പങ്കിടുമ്പോൾ പറഞ്ഞത് ഞാൻ കേട്ടതാണ്. പാർട്ടി പ്രവർത്തകനല്ലെങ്കിലും നെഹ്റുവിന്റെ ഒരാരാധകനും കോൺഗ്രസുകാരനുമാണ് രാമൻകുട്ടി.

കോൺഗ്രസ് തോറ്റിട്ടില്ലെന്നും കമ്യൂണിസ്റ്റുകൾ ജയിക്കുകയാണ് ചെയ്തിട്ടുള്ളതെന്നും കെടയത്തൂർ അങ്ങാടിയിലൂടെ അങ്ങോട്ടുമിങ്ങോട്ടും നടന്ന് അലറിയിരുന്ന കോൺഗ്രസുകാരൻ പരപ്പൻ നായരും ഇതേ അഭിപ്രായക്കാരനായിരുന്നു. മുസ്ലിംലീഗുകാരുടെ വെള്ളരിക്കണ്ടമായിരുന്ന കെടയത്തൂരിൽ കമ്യൂണിസ്റ്റുകൾ വളരെ കുറവായിരുന്നു. ഓർക്കാപ്പുറത്തുണ്ടായ തോല്വിയിൽനിന്നും ആശ്വാസം നേടാനും ലീഗുകാരെ ഭയപ്പെടുത്താനുമായിരുന്നു പരപ്പൻനായരുടെ പരാക്രമങ്ങൾ.

വരാൻപോകുന്ന മന്ത്രിസഭയെക്കുറിച്ചുള്ള കൂടുതൽ വിവരങ്ങൾ അച്ഛന് പറഞ്ഞുകൊടുത്തത് രാമുണ്ണിനായരായിരുന്നു. മുഖ്യമന്ത്രി ഇ എം എസ് നമ്പൂതിരിപ്പാടായിരിക്കുമത്രെ. തികഞ്ഞ ആഭിജാത്യവും ധാരാളം ഭൂസ്വത്തുക്കളുമുള്ള ഒരു പുരാതന നമ്പൂതിരി കുടുംബത്തിലെ അംഗം. വളരെ ചെറുപ്പത്തിലേ സംസ്കൃതവും വേദാന്തവും പഠിച്ച മഹാൻ. എന്നാൽ പഠിത്തം അവിടംകൊണ്ടൊന്നും അവസാനിച്ചില്ല. അങ്ങാടിപ്പുറത്ത് ഹൈസ്കൂളിൽ പഠിച്ചു. പാലക്കാട്ടും തൃശൂരും കോളേജിൽ പഠിച്ചു. പിന്നെ രാഷ്ട്രീയത്തിലേക്കിറങ്ങി. ജയിൽ ജീവിതവും അനുഭവിച്ചു.! രാമുണ്ണിനായർ ഇ എം എസിന്റെ ജീവിതവും ഗുണഗണങ്ങളും വാതോരാതെ പറഞ്ഞുതുടങ്ങി.

വളരെയേറെ പഠിച്ചവരും, ധനവാന്മാരും, ഉയർന്ന ജാതിക്കാരും കമ്യൂണിസ്റ്റുകാരിലുണ്ടാവില്ലെന്ന ഒരു വിശ്വാസക്കാരനായിരുന്നു ഞാൻ. ഇ എം എസ് ആ വിശ്വാസത്തെ തിരുത്തിക്കളഞ്ഞു. ജവഹർലാൽ നെഹ്റുവും മോത്തിലാൽ നെഹ്റുവും ഗാന്ധിജിയുമൊക്കെ കമ്യൂണിസ്റ്റുകളാവാതിരുന്നത് പണമുള്ളവരായതുകൊണ്ടല്ലെന്നും എനിക്കു ബോദ്ധ്യമായി. അതിന്റെ കാരണങ്ങൾ കണ്ടുപിടിക്കാൻ എന്നെക്കൊണ്ടാവില്ല. ഭാവിയിൽ ഞാൻ ഏത് പാർട്ടിക്കാരനാകുമെന്നുപോലും ഇപ്പോൾ പറ

യാനാവില്ല എന്നതല്ലേ സത്യം? ഈ രീതിയിലും ഞാൻ ചിന്തിച്ചുതുടങ്ങി.

കൊരുവിൽ അങ്ങാടിയുടെ പേര് കൊടുവള്ളി എന്ന് തിരുത്തിപ്പറഞ്ഞു തുടങ്ങുന്ന കാലം.

ഈ സമയത്താണ് നാട്ടുകാരിൽ ആശയക്കുഴപ്പവും അങ്കലാപ്പുമുണ്ടാക്കുന്ന നയാപൈസയുടെ രംഗപ്രവേശം. ഉറുപ്പിക നിലനില്ക്കുമെങ്കിലും അണയും പൈസയും ഇല്ലാതാവുകയാണ്. പതിനാറണയുണ്ടായിരുന്ന ഒരുറുപ്പികയ്ക്ക് ഇനിമുതൽ നൂറ് പൈസയാണുണ്ടാവുക. കണക്കുകൾ ദശാംശനാണയ വ്യവസ്ഥയിലേക്ക് മാറ്റപ്പെടുന്നു. നാലുമുക്കാൽചേർന്നുണ്ടാകുന്ന ഒരണയുടെ വില ആറുപൈസയായി ചുരുങ്ങും. ഓട്ടമുക്കാലും ചെമ്പുമുക്കാലും ഓർമ്മയിൽപോലും ഇല്ലാതാകും. അതിന്റെ നാലുകാശുവിലയും ശൂന്യമായിത്തീരും.

കമ്യൂണിസ്റ്റുകൾ ഭരണത്തിലെത്താൻവേണ്ടി എന്തെങ്കിലും ഒന്ന് ചെയ്യണമെന്ന നിർബ്ബന്ധം അച്ഛനുണ്ടായി. പറശ്ശിനിക്കടവ് മുത്തപ്പന്റെ സഹായം തേടുകയെന്നതായിരുന്നു പെട്ടെന്നുള്ള പോംവഴി. ഒരു തിരുവപ്പനയും വെള്ളാട്ടും. അതിനുള്ള പണം ഉഴിഞ്ഞ് തുണിയിൽ കെട്ടി അകത്തെ അയയിൽ തൂക്കി. ഉടനെ ഒരു നേർച്ചയും കൊടുക്കാനുള്ള തയ്യാറെടുത്തു. സഹായത്തിന് ചാത്തുണ്ണിയെ വിളിച്ചാൽമതി. ചാത്തുണ്ണി പലതവണ മുത്തപ്പൻകാവിൽ പോയിട്ടുള്ള ആളാണ്. തോന്നുമ്പോഴൊക്കെ മുത്തപ്പൻകാവിൽ പോവുകയും അയൽപക്കത്തെ വീടുകളിൽ പോയി തെങ്ങിൻകള്ളും അയലക്കറിയും കഴിക്കുന്ന ശീലക്കാരനാണ് അച്ഛൻ. കള്ളില്ലാതെ മുത്തപ്പനെയോ മുത്തപ്പനില്ലാതെ കള്ളിനെയോ ഓർക്കാൻ കഴിയാത്ത ഒരാളാണ് അച്ഛൻ!

ഈ വിവരമറിഞ്ഞപ്പോൾ കലിതുള്ളിയത് അമ്മയാണ്. എഴുതാനും വായിക്കാനും അറിഞ്ഞുകൂടാത്ത അമ്മ ഇമ്മാതിരി പണികളിലൊന്നിലും വിശ്വസിക്കുന്നില്ല. എന്നാൽ കമ്യൂണിസ്റ്റല്ല. കോൺഗ്രസാണോ അതുമല്ല. അമ്മ ആരാണെന്ന് ആർക്കും മനസ്സിലാക്കാൻ കഴിഞ്ഞിട്ടില്ല. ഞങ്ങൾ പലരുടേയും കൂടെ മുത്തപ്പൻ കാവിൽ പോയിരുന്നപ്പോൾ അമ്മയും വന്നിട്ടുണ്ട്. മുത്തപ്പനെ ഇഷ്ടപ്പെടാത്ത ഒരാളായിരുന്നില്ല അമ്മ. അച്ഛനേക്കാൾ മുത്തപ്പനെ ഇഷ്ടപ്പെട്ടത് അമ്മയായിരുന്നു എന്നുപോലും എനിക്ക് തോന്നിയിരുന്നു പക്ഷേ, അച്ഛന്റെ ഇഷ്ടങ്ങളൊന്നും അമ്മയുടെ ഇഷ്ടങ്ങളായിരുന്നില്ല. ഇപ്പോഴും അതുതന്നെയാണ് സ്ഥിതി. കമ്യൂണിസ്റ്റുഭരണം വരാതിരിക്കട്ടെ എന്നാണ് അമ്മ ആഗ്രഹിക്കുന്നതെങ്കിൽ അതിനുകാരണം അച്ഛൻ ആ ഭരണം വന്നുകാണാൻ ആഗ്രഹിക്കുന്നു എന്നതുകൊണ്ടുമാത്രമാണ്.

വളരെ വൈകിക്കിട്ടിയ ഒരു തമാശവർത്തമാനവും കൊണ്ടാണ് അന്ന് സന്ധ്യയോടൊത്ത് ചാത്തുണ്ണിയേട്ടൻ കയറിവന്നത്. നേർച്ചക്കാര്യം കൂടി ഉള്ളതുകൊണ്ടാണ് നേരത്തെ വന്നത്. ബീഡിക്കെട്ട് അച്ഛനുകൊടുത്തശേഷം തിരഞ്ഞെടുപ്പ് ഫലം പുറത്തുവന്നദിവസം തെക്കെവിടെയോ നടന്നതാണ് സംഭവം. ചന്തിരൂർ എന്ന സ്ഥലത്ത്. ഒരു കോൺഗ്രസുകാരനും ഒരു കമ്യൂണിസ്റ്റുകാരനും തമ്മിലായിരുന്നു വാതുവെപ്പ്.

കോൺഗ്രസ് ജയിക്കുമെന്നും ജയിച്ചില്ലെങ്കിൽ തലമൊട്ടയടിക്കുമെന്നും കോൺഗ്രസുകാരൻ: മറിച്ച് കമ്യൂണിസ്റ്റുകാരനും. അവസാനം കോൺ ഗ്രസുകാരന് തലമൊട്ടയടിക്കേണ്ടിവന്നു. പിന്നീട് രണ്ടുപേരും ചായ കുടിച്ച് പിരിഞ്ഞു.

അച്ഛൻ ചിരിച്ചില്ല. ഈ തമാശയൊന്നും അച്ഛനെ രസിപ്പിക്കുന്നതായി എനിക്കുതോന്നിയില്ല. കൊടുവള്ളി ചന്തയിലേക്ക് തിരുവമ്പാടിയിൽ നിന്നും നാല്ക്കാലികളെ വില്ക്കാൻ കൊണ്ടുപോകുന്ന വെന്തിങ്ങ ക്കാരുടെ വർത്തമാനം അച്ഛൻ കേട്ടിട്ടുണ്ട്. ജോസഫ്മുണ്ടശ്ശേരിയെ കോൺഗ്രസിലേക്ക് കൊണ്ടുവരാൻവേണ്ടി ഇന്ത്യയിലെ ഉന്നതരായ കർ ദ്ദിനാൾമാരും കേരളത്തിലെ ചില ബിഷപ്പുമാരും ഇറങ്ങിത്തിരിച്ചിട്ടു ണ്ടത്രെ. മുണ്ടശ്ശേരിയെ കാണാൻ അമേരിക്കയിൽനിന്നുപോലും പാതി രിമാർ വരുന്നുണ്ടത്രെ. പ്രധാനമന്ത്രിയുടെ കൊമ്പനാനകൾ മുണ്ടശ്ശേ രിയെ മുതുകിലേറ്റി നടത്തിക്കളയുമോ? കോൺഗ്രസിന്റെ മന്ത്രിസഭ യാണ് വരാൻപോകുന്നതെന്ന കോമുണ്ണിയുടെ രഹസ്യം പറച്ചിൽ പര സ്യപറച്ചിലായി മാറിപ്പോകുമോ!

ജന്മിയെന്നു കേട്ടാൽ അച്ഛൻ ഭയപ്പെടുന്നതിന് ചരിത്രപരമായ ചില കാരണങ്ങളുണ്ട്. തറവാട്ടിൽ ഐശ്വര്യവും പ്രശസ്തിയും നിറഞ്ഞു നിന്നിരുന്ന കാലത്ത് അച്ഛൻ മലയും പറമ്പും ഒരു നായർ തറവാട്ടുകാര ണവരായ പഴഞ്ചേരി ഗോവിന്ദൻ നായരിൽനിന്നും കാണം ചാർത്തി വാങ്ങിയിരുന്നു. അന്ന് ഒരണയായിരുന്നു പാട്ടം! അച്ഛൻ വിവാഹി തനായപ്പോൾ ഈ പറമ്പിൽ ഒരു പുരവെച്ച് താമസവും തുടങ്ങി.

പഴയ തറവാടുവീടിന്റെ ഏതാണ്ട് അടുത്തുതന്നെയായിരുന്നു ഇതും. ഒരു ഇടുങ്ങിയ ഇടവഴിയാണ് രണ്ട് പറമ്പുകളേയും വേർതിരി ക്കുന്നത്.

തറവാട്ടിൽ പിന്നീടുണ്ടായിരുന്ന ദുരന്തങ്ങളുടെ തുടക്കത്തിന് ഒരു ഒടുക്കമില്ലാതിരുന്ന ഇടവേളയിൽ പലതും സംഭവിച്ചിരുന്നല്ലോ. കാലം അതിന്റെ ക്രൂരതയുമായി മുന്നേറിയപ്പോൾ ഒരണപാട്ടം പോലും കൊടു ക്കപ്പെടാതായി. ജന്മി കോഴിക്കോട്ട് കോടതിയിൽ കേസുകൊടുത്തു. പാട്ടക്കുടിശ്ശികയുടെ പേരിൽ ഭൂമി ഒഴിപ്പിച്ചെടുക്കാനായിരിക്കണം. ഒരു കുഞ്ഞിരാമൻ നായരായിരുന്നു അച്ഛന്റെ വക്കീൽ. ഇരുപതു നാഴിക ദൂരം നടന്നുപോയി അച്ഛൻ കേസ് നടത്തേണ്ടിവന്നു. അക്കാലത്ത് ബസ് കിട്ടുക പ്രയാസമായിരുന്നു. അവസാനം കേസ് ജയിച്ചു. പുല്ലങ്കോട് മലയും പറമ്പും കുടിയാൻ ജന്മമെടുത്തു. (അച്ഛന്റെ ജ്യേഷ്ഠന്റെ മൈനറായ മകന്റെ കൂടി പേരിൽ) പക്ഷേ, മലയടക്കം പകുതിയിലേറെ സ്വത്ത് വില്ക്കേണ്ടിവന്നു, കേസുനടത്താൻ ചെലവായ കടബാദ്ധ്യത തീർക്കാൻ! ബാക്കിയായത് പകുതിയിൽ താഴെ പറമ്പുമാത്രം.

പുല്ലങ്കോട് മലയുടെ ഉച്ചിയിൽ കയറിനിന്ന് നോക്കിയാൽ തച്ചറാ വിൽ പുഴ കാണാമായിരുന്നു. ഭൂമിയിലുള്ള എല്ലാ മലകളും ജ്യേഷ്ഠാ നുജന്മാരെപ്പോലെ അകലങ്ങളിൽ നില്ക്കുന്നത് കാണാമായിരുന്നു. രാത്രി യാകുമ്പോഴേക്കും ആകാശത്തിലുള്ള എല്ലാ നക്ഷത്രങ്ങളും ആ മല

ചുറ്റിക്കാണാനെത്തുമായിരുന്നു. കിഴക്ക് സൂര്യനുദിക്കുന്നതും പടിഞ്ഞാറ് അസ്തമിക്കുന്നതും ഒരേ നില്പിൽ കാണാമായിരുന്നു. ചന്ദ്രനെ പൂർണ്ണമായും ഭാഗികമായും എല്ലാ കാലത്തും ആ മലയിൽനിന്നാൽ കാണുമായിരുന്നു. (അമാവാസി ദിനത്തിലൊഴികെ.)

എന്റെ തോളോടുയരത്തിൽ വളർന്നുനിന്നിരുന്ന പറങ്കിമാവിന്റെ പന്തലിച്ച ചില്ലകളിൽനിന്നും ഞങ്ങൾ പറങ്കിയണ്ടി പറിച്ചെടുത്ത് കാമ്പരച്ച് പാലാക്കി ചായ കാച്ചിയിരുന്നു. ഞങ്ങളെന്നു പറഞ്ഞാൽ അച്ഛനും ഞാനും; ആ മലയും ഞാനും തമ്മിലുള്ള ബന്ധം അത്രയേ എന്റെ ഓർമ്മയിലുള്ളു. മകുടംപോലുള്ള മല വിറ്റുപോയതോടെ ഒരു സാമ്രാജ്യം തന്നെ അച്ഛനു നഷ്ടമായി. ആ കച്ചവടമെല്ലാം വളരെ കൊല്ലങ്ങൾക്കു ശേഷമേ ഞാനറിഞ്ഞിരുന്നുള്ളു. അക്കാലത്ത് അതൊന്നും ഞാൻ അറിയേണ്ട കാര്യമായിരുന്നില്ല. പക്ഷേ, അതിന്റെ ഫലങ്ങളെല്ലാം അനുഭവിക്കേണ്ടവനായിരുന്നുതാനും.

ജന്മിയെന്ന് കേട്ടാൽ അച്ഛൻ ഭയപ്പെടാതിരിക്കുമോ? പുലിയെ കാണുന്നതുപോലെയായിരിക്കണം അച്ഛൻ ജന്മിയെ കാണുന്നത്! അത് വാതുറക്കാതിരിക്കാനായിരിക്കണം അതിനകത്തേക്ക് ഇഷ്ടപ്പെട്ട എന്തെങ്കിലും വെച്ചുകൊടുക്കുന്നത്. അവയുടെ ശല്യം തീർന്നുകിട്ടാൻവേണ്ടിയായിരിക്കണം കമ്യൂണിസ്റ്റുകൾ ജയിച്ചുകാണാനാഗ്രഹിക്കുന്നത്.

പത്ത്

1957 ഏപ്രിൽ അഞ്ച്.

അന്ന് രാത്രി ചാത്തുണ്ണിയേട്ടൻ പുരയിൽ കയറി വന്നപ്പോൾ കൂടുതൽ ഉന്മേഷവാനായി കാണപ്പെട്ടു. ബീഡി ഒരു കെട്ടിനു പകരം രണ്ടു കെട്ട്. ഒരു കെട്ട് അച്ഛന് ഇനാം. ഒരു സന്തോഷത്തിന്. ഇ എം എസ് കേരളത്തിന്റെ മുഖ്യമന്ത്രിയായിരിക്കുന്നു. കമ്യൂണിസ്റ്റുകൾ അധികാരത്തിലെത്തിയിരിക്കുന്നു! കുടിയാന്മാർ സന്തോഷിക്കേണ്ട ദിവസമാണല്ലോ.

ജന്മി താനുമായുണ്ടായിരുന്ന ചിരകാല ബന്ധം അറുത്തെറിഞ്ഞിരിക്കുന്നുവെന്ന വർത്തമാനമായിരുന്നു അച്ഛന് ആദ്യം പറയാനുണ്ടായിരുന്നത്. വ്യാഴാഴ്ചയായിരുന്നതുകൊണ്ട് മക്കാട്ട് കടവിൽ ചുറ്റിപ്പറ്റി കാത്തിരുന്നു. അന്ന് ജന്മി ചന്തയ്ക്ക് വന്നതേയില്ല. അത് മനഃപൂർവ്വമായിരിക്കണം. കമ്യൂണിസ്റ്റ് മന്ത്രിസഭ സത്യപ്രതിജ്ഞചെയ്യുന്ന ദിവസമാണല്ലോ. കുടിയാന്മാരുടെ മുഖത്തുനോക്കാൻ പ്രയാസപ്പെടുന്നുണ്ടാകണം. അതുമല്ലെങ്കിൽ കമ്യൂണിസ്റ്റുഭരണവുമായി ബന്ധപ്പെട്ട എന്തെങ്കിലും പ്രശ്നമായിരിക്കണം.

കമ്യൂണിസ്റ്റുകൾ ഭരണത്തിലെത്തുംവരെ ഉറങ്ങാനാവില്ലെന്ന് കരുതിയിരുന്ന അച്ഛനെ ഈ വാർത്തയും ഉറക്കംകെടുത്തുകയാണോ? അച്ഛന്റെ വേവലാതിയും വിവശതകളും ദുഃഖവും നേരിട്ടുകണ്ട ചാത്തുണ്ണിയേട്ടൻ അത്ഭുതപ്പെടുകതന്നെ ചെയ്തു. ഭൂമിയിലങ്ങോളമിങ്ങോ

ളമുള്ള കുടിയാന്മാർ സന്തോഷത്തിന്റെ കണ്ണുനീർ വീഴ്ത്തുകയാണ്. അവർക്ക് പുതുജീവൻ വെച്ചിരിക്കുന്നു. അവർ ജീവിതം ആഘോഷിച്ചു തുടങ്ങുകയാണ്. ചെങ്കൊടികൾ പിടിച്ച് ജാഥകൾ നടത്തിത്തുടങ്ങിയിരിക്കുന്നു. ഇൻക്വിലാബ് വിളികൊണ്ട് അവരുടെ തൊണ്ടകളിൽ രക്തം പൊടിയുകയാണ്. അച്ഛൻമാത്രം ദുഃഖിതനായി കണ്ണുനീർ വീഴ്ത്തുകയാണ്.

പേടിക്കാൻ ഇനിയൊന്നുമില്ലെന്നു പറഞ്ഞ് ആശ്വസിപ്പിക്കാൻ ശ്രമിക്കുന്ന ചാത്തുണ്ണിയേട്ടനോട് അച്ഛൻ പറയുകയാണ്.

"പേടിക്കാൻ ഇനിയൊന്നുമില്ലായിരിക്കാം. കമ്യൂണിസ്റ്റ് മന്ത്രിസഭ നിലനില്ക്കും കാലത്തോളം പേടിക്കാൻ ഇനിയൊന്നുമില്ലായിരിക്കാം. പക്ഷേ, എത്രകാലം?" അച്ഛന് ഉറപ്പൊന്നുമില്ല! മന്ത്രിസഭ വന്നെന്നിരിക്കും പോയെന്നിരിക്കും ജന്മിയും കുടിയാനും ഇവിടത്തന്നെയുണ്ടാകും. അവർക്കെങ്ങോട്ടും പോകാനാവില്ല. കമ്യൂണിസ്റ്റുകൾ ഇല്ലാത്തകാലത്തും ജീവിതം നിലനിന്നുപോവണമല്ലോ. കഴിഞ്ഞതെല്ലാം എങ്ങനെ മറക്കാനാകും? ഇക്കാണുന്നതെല്ലാം താൻ കഷ്ടപ്പെട്ടുണ്ടാക്കിയതല്ലല്ലോ. ജന്മി കഷ്ടപ്പെട്ടുണ്ടാക്കിയതുമാവില്ല. ചിലപ്പോൾ ദൈവം നേരിട്ടുണ്ടാക്കിയതായിരിക്കാം. എന്നിരുന്നാലും ഇത് തന്റേതല്ലല്ലോ. അതുകൊണ്ട് അച്ഛൻ പരമസാത്വികനായി ചോദിക്കുകയാണ്.

"ഞാൻ ആരോടെങ്കിലും നന്ദി പറയേണ്ടവനല്ലേ?"

"അമ്മാവൻ ദുഃഖിക്കുകയൊന്നും വേണ്ട. ഇനി നാട്ടിൽ ഒരു കളിയൊക്കെ നടക്കും." ചാത്തുണ്ണിയേട്ടൻ പറഞ്ഞ മറുപടി അച്ഛൻ പ്രതീക്ഷിക്കാത്ത വിധത്തിലുള്ളതായിരന്നു. അതുകൊണ്ടുതന്നെ അച്ഛന് ആകാംക്ഷയും കൂടി. അച്ഛൻ ചോദിച്ചു.

"എന്തു കളി?"

"വലിയവന്മാരൊക്കെ ഒത്തുകൂടും - എന്ന് പറഞ്ഞാൽ കമ്യൂണിസ്റ്റല്ലാത്തവരൊക്കെ. കമ്യൂണിസ്റ്റുകൾ അധികകാലം ഭരിക്കില്ലെന്ന് അവരൊക്കെ ഇപ്പോത്തന്നെ പറഞ്ഞു തൊടങ്ങീട്ടുണ്ട്" ചാത്തുണ്ണിയേട്ടൻ പറഞ്ഞു.

അച്ഛൻ എവിടെ നില്ക്കണമെന്നറിയാത്ത ഒരവസ്ഥയിലേത്തിയിരിക്കുകയാണ്! ആ മുഖവും ശരീരവും അത് വിളിച്ചറിയിക്കുന്നുണ്ടായിരുന്നു. ജന്മിയോടുള്ള കൂറും സഹതാപവും കാരണം കണ്ണുംപൂട്ടി ഒരു കുടിയാനാകാനാവുന്നില്ല. ഒരു കുടിയാനായതുകാരണം ജന്മിയോടൊപ്പം നില്ക്കാനുമാകുന്നില്ല. സാക്ഷാൽ ദൈവം തമ്പുരാൻതന്നെ ഭൂമി ഓരോരുത്തർക്കുമായി അളന്ന് വീതിച്ചുനല്കിയാൽ മതിയായിരുന്നു എന്ന് അച്ഛൻ അഭിപ്രായപ്പെട്ടു.

അച്ഛന്റെ ഈ ഭാവമാറ്റം ചാത്തുണ്ണിയേട്ടനെ ദുഃഖിപ്പിക്കുകയും നിരാശപ്പെടുത്തുകയും ചെയ്തു. അച്ഛനെ കെട്ടിയിടാൻ പറ്റിയ ഒരു കയർ ദൈവം തമ്പുരാന്റെ കൈയിലിരിപ്പുണ്ടെന്നല്ലെ അച്ഛൻ പറഞ്ഞതിനർത്ഥം? അതുകൊണ്ട് ആ കയറിൽത്തന്നെ കയറിപ്പിടിക്കാനായിരുന്നു ചാത്തുണ്ണിയേട്ടന്റെ ശ്രമം.

“കുടിയാനാണെന്നുവെച്ച് ജന്മിയെ എല്ലാകാലത്തും സ്നേഹിക്കുകയോ സേവിക്കുകയോ ചെയ്യേണ്ടതില്ല. ഈ ഭൂമി ജന്മികളുടെ സ്വന്തമല്ല. ദൈവം ഒരു ഭൂമിയേ സൃഷ്ടിച്ചിട്ടുള്ളു. അത് ഈ ഭൂമിയിലെ സകല മനുഷ്യർക്കും വേണ്ടിയുള്ളതാണ്. എല്ലാമനുഷ്യർക്കും തുല്യാവകാശമുള്ള ഒരു സ്വത്താണ് ഭൂമി. മനുഷ്യൻ ജീവിച്ചിരിക്കുമ്പോൾ മാത്രമേ ആ സ്വത്തിന് അവകാശവും അർഹതയുമുള്ളു. മനുഷ്യർക്ക് മരണം എന്നൊന്നുണ്ടായതുതന്നെ ഭൂമി ഒന്നേയുള്ളു എന്ന ഒറ്റക്കാരണത്താലാണ്. മരണം ഇല്ലാത്ത ഒരു കാലം വന്നാൽ മനുഷ്യൻ പെരുകിപ്പെരുകി ഭൂമിയിലിടമില്ലാതാവുകയില്ലേ? അങ്ങനെ വരാതിരിക്കാനാണ് അവർക്ക് മരണമുണ്ടായത്. ഒരു കൂട്ടർ മരിച്ചുകൊണ്ടിരിക്കുമ്പോഴേക്കും പുതിയ കൂട്ടർ ജനിച്ചുകൊണ്ടിരിക്കും. ജീവിച്ചിരിക്കുന്ന ഏതൊരാൾക്കും ഭൂമിയിൽ ഒരവകാശമുണ്ടായിരിക്കും. ഭൂമിയിലവകാശമില്ലാതെ ആരെങ്കിലും ജിവിച്ചിരിക്കുന്നെങ്കിൽ അവരുടെ ഭൂമി ആരുടെയെങ്കിലും കൈവശമുണ്ടെന്നോർക്കണം. ഇല്ലാത്തവന് പകരം ഭൂമി എവിടെനിന്നെങ്കിലും കിട്ടിയിരിക്കണം. നമ്മുടെ അവകാശം നമ്മൾ വെട്ടിപ്പിടിച്ചില്ലെങ്കിൽ ആരാണ് നമുക്കത് തിരികെ തരിക?

ഭൂഗോളത്തിന്റെ കരഭാഗത്തെ ആകെ ജനസംഖ്യകൊണ്ട് ഹരിച്ചാൽ കിട്ടുന്ന അളവാണ് ദൈവം ഒരാൾക്ക് വിധിച്ചിട്ടുള്ളത്. അതിലേറെ കൈവശമുള്ളവരെല്ലാം അത് ഭൂമിയില്ലാത്തവർക്കായി വിട്ടുനല്കേണ്ടതാണ്. അത് നമുക്കിവിടെ നടപ്പാകുമെന്ന് തോന്നില്ല. കമ്യൂണിസ്റ്റുകൾ അതിനുവേണ്ടി ശ്രമിക്കുന്നുണ്ട്.” ചാത്തുണ്ണിയേട്ടൻ ദീർഘമായൊന്ന് നിശ്വസിച്ചു.

“അത് നമുക്കിവിടെ നടക്ക്വോ ച്ത്തുണ്ണ്യേ?” അച്ഛൻ ചോദിച്ചു.

“സാധിക്കും. സാധിക്കാതെന്താ? പക്ഷേ, ശത്രുക്കളെ മുഴുവനും കൊന്നൊടുക്കേണ്ടിവരും” ചാത്തുണ്ണിയേട്ടൻ പറഞ്ഞു.

“അതും സാധിക്ക്യോ?” അച്ഛൻ വീണ്ടും ചോദിച്ചു.

“സാധിക്ക്യോ?” ചാത്തുണ്ണിയേട്ടൻ തിരിച്ചുചോദിച്ചു.

“സാധിക്ക്യോ?”

ഒരേ ചോദ്യം പരസ്പരം ചോദിച്ചുകൊണ്ട് രണ്ടുപേരും മുഖത്തോട് മുഖം നോക്കി. പിന്നെ അവർ എന്നെ നോക്കി. ചാത്തുണ്ണിയേട്ടൻ അടുക്കളയുടെ മുൻവശത്ത് കോലായയിൽ നില്ക്കുകയായിരുന്ന അമ്മയെ നോക്കി. ആരും ഒന്നും മിണ്ടുന്നില്ല.

ചാത്തുണ്ണിയേട്ടൻ ചിലപ്പോൾ അങ്ങനെയാണ്. തമാശയ്ക്കുവേണ്ടിയും ചോദ്യങ്ങൾ ചോദിക്കും. ജയിച്ചുകിട്ടാൻവേണ്ടിമാത്രം തർക്കിക്കും. അവസരത്തിലും അനവസരത്തിലും സിദ്ധാന്തങ്ങൾ മിനച്ചുകെട്ടും. ഞങ്ങൾ തമ്മിലും വാദപ്രതിവാദങ്ങൾ നടക്കാറുള്ളതാണ്. ഞാൻ ജയിച്ചാലും ചാത്തുണ്ണിയേട്ടൻ സമ്മതിച്ചുതരാറില്ല. അതുതന്നെയാണ് ചാത്തുണ്ണിയേട്ടന്റെ പ്രത്യേകതയും.

കമ്യൂണിസ്റ്റുപാർട്ടി അധികാരമേറ്റ ദിവസമായതുകൊണ്ട് പനിച്ചിങ്ങാപ്പറമ്പിൽ പാർട്ടിയുടെ ആഹ്ലാദപ്രകടനമുണ്ടായിരുന്നുവെന്ന് ചാത്തുണ്ണിയേട്ടൻ പറഞ്ഞു. അച്ഛന് അതിൽ പുതുമയോ സന്തോഷമോ തോന്നി

യിരുന്നില്ല. ജന്മി ചന്തയ്ക്ക് വരാത്തതിലായിരുന്നു അച്ഛന് സങ്കടം. നാഭിയിൽ ഉടുമുണ്ടിനടിയിൽ ഒളിപ്പിച്ചുവെച്ചിരുന്ന കുപ്പി ഉപയോഗപ്പെടുത്താനായില്ല. അച്ഛന് ഒറ്റയ്ക്കുതന്നെ വളരെ എളുപ്പത്തിൽ ചെയ്യാവുന്ന ഒരു പണിയാണ് അതെന്ന് എനിക്കറിയാം. പക്ഷേ, അച്ഛന് ഒരു സംശയം ബാക്കിനില്ക്കുന്നു. കമ്യൂണിസ്റ്റുകൾ ഭരണത്തിലെത്തിയെന്ന് വെച്ചു ജന്മിക്ക് ചന്തയിൽ പോകരുതെന്നുണ്ടോ?

ആരെന്തൊക്കെ പറഞ്ഞാലും ഉടുമുണ്ടഴിഞ്ഞുപോകുന്നതുപോലെ തന്റെ സ്വത്തവകാശങ്ങൾ ഊർന്നിറങ്ങിപ്പോകുന്നത് കണ്ടുനില്ക്കാൻ ഏത് ജന്മിക്കാണ് കഴിയുക? പരമ്പരാഗതമായിക്കിട്ടിയ സ്വത്തുവകകൾ നോക്കിനടത്താൻ അന്യരായ വിശ്വസ്തരെ വിശ്വസിച്ച് ഏല്പിച്ചതാണ്. വിശ്വസിക്കാവുന്ന ഒരു ഹൃദയം ഒരു ശ്രീകോവിൽ തന്നെയല്ലെ! അത് ഇടിഞ്ഞുപൊളിഞ്ഞ് പോവുകയോ പൊട്ടിപ്പൊളിയുകയോ ചെയ്യാൻ പാടുണ്ടോ? അച്ഛൻ ഒരിക്കൽ പറഞ്ഞതുതന്നെ വീണ്ടുംവീണ്ടും പറഞ്ഞു കൊണ്ടിരുന്നു. ഒരിക്കൽ ചോദിച്ചത് വീണ്ടുംവീണ്ടും ചോദിച്ചുകൊണ്ടിരുന്നു. അതോടെ എനിക്കും സംശയം വന്നു തുടങ്ങി - ആ കുപ്പി അതേപടി തന്നെയാണോ സൂക്ഷിച്ചുവെച്ചിരിക്കുന്നത്!

ചാത്തുണ്ണിയേട്ടന്റെ കണ്ടെത്തലുകൾക്ക് വ്യക്തത പോര; ഒന്നും തൃപ്തികരമായിത്തോന്നുന്നില്ല. അച്ഛന് വീണ്ടും സംശയങ്ങൾ.

ജന്മിയുടെ ഹൃദയം പിടയ്ക്കുകയും നീറുകയും ചെയ്യുന്നുണ്ടാകില്ലേ? നൊമ്പരം മനസ്സിലാക്കാൻ ആർക്കാണ് കഴിയുക. ഒരു ജന്മിയല്ല, നാട്ടിലെ ഒരു ജന്മിയും വീടുവിട്ട് പുറത്തിറങ്ങുകയില്ല. ഇവരെല്ലാം ഒത്തുചേർന്ന് ഇ എം എസിനെ പിടിച്ചുവലിച്ച് താഴെയിറക്കുമോ?

"ഈശ്വരാ അങ്ങനെയൊന്നും സംഭവിക്കാതിരിക്കട്ടെ" അച്ഛൻ സ്വയം മന്ത്രിച്ചുകൊണ്ട് സമാധാനിക്കുകയായിരുന്നു.

വരാനിരിക്കുന്ന വിഷുവിന്റെ വെടിക്കോപ്പുകൾ സ്വരൂപിക്കുന്ന തിരക്കിലാണ് ഞാൻ. ചീനച്ചട്ടിയിൽ വെടിയുപ്പ് കലക്കി മുറ്റത്തെ ഒരു മൂലയിൽ അടുപ്പുകൂട്ടി അതിൽ കേറ്റിയിരിക്കുന്നു. അത് ഇളക്കിയിളക്കി വറ്റിച്ച് വെളുത്ത പൊടിയാക്കണം. ഗന്ധകം ഉരലിലിടിച്ച് പൊടിയാക്കി ഭസ്മ പാകത്തിൽ കോരിയെടുക്കണം. മുളയിലയിട്ട് തിളപ്പിച്ചവെള്ളം തണുപ്പിച്ചുവെക്കണം. പിന്നേയുമുണ്ട് പണികളേറെ. എല്ലാം വിഷുവിനുമുമ്പെ ചെയ്തുതീർക്കണം.

ഒരു വേനലവധി തീരുംമുമ്പെ നിലക്കടല വിറ്റും പറങ്കിയണ്ടിയോടിച്ചും സ്വരൂപിക്കുന്ന കാശ് ഒരു വിഷുപ്പുലരിയിലെ വിഷുക്കണിയോടൊപ്പം വെടിയും വെളിച്ചവുമായി ശുക്രനിലോളം ചെന്നെത്തണം. ഭൂമി കുലുങ്ങണം. ചന്ദ്രനും നക്ഷത്രങ്ങളും കിടുകിടാ വിറയ്ക്കണം. കാതിന്റെ അകത്തളങ്ങളിൽ വെടിശബ്ദത്തിന്റെ അലകൾ ഇടിമുഴക്കങ്ങൾ സൃഷ്ടിക്കണം. ഗന്ധകത്തിന്റെ പുകച്ചുരുളുകളേറ്റ് അന്തരീക്ഷം പരിശുദ്ധമാകണം. മാറാവ്യാധികളുടെ ബീജസങ്കേതങ്ങളിൽ അഗ്നിജ്വാലകൾ താണ്ഡവമാടണം.

മരുന്നിടിച്ച് പാകപ്പെടുത്താനുള്ള ഉരലും ഉലക്കയും കിട്ടാൻ

അമ്മയുടെ മനസ്സലിയണം. പണികഴിഞ്ഞാൽ കഴുകിവൃത്തിയാക്കിക്കൊടുക്കാമെന്ന കരാറിലൊപ്പിട്ടാലേ അത് സാധിച്ചു കിട്ടുകയുള്ളു.

ഒരാഘോഷത്തിന്റെ കാര്യം വരുമ്പോൾ ഞാൻ ഏകനായിരിക്കും. അച്ഛനൊരു പരുങ്ങലാണ്. അമ്മയോടൊത്തുള്ള ആഘോഷങ്ങളൊന്നുമില്ല അച്ഛന്. എങ്കിലും കൂട്ടുകാരോടൊത്ത് മിനുങ്ങുമ്പോളെങ്കിലും സന്തോഷത്തിലാകും. അമ്മയ്ക്ക് അങ്ങനെയുമില്ല ഒരു സ്വഭാവം. ജീവിച്ചുതീർക്കാൻവേണ്ടി കരാറെടുത്ത ഒരു ജിവിതം. ഒരു നാട്ടുനടപ്പ്.! അതുകൊണ്ട് വിഷു ആഘോഷം എന്റേതുമാത്രമായിത്തീരുകയാണ്.

ജീവിക്കാൻവേണ്ടിയുള്ള വഴികൾ തേടുന്നതിനിടയിൽ മക്കളുടെ സന്തോഷത്തെക്കുറിച്ച് ചിന്തിക്കാൻ അച്ഛനാവില്ല എന്ന് എനിക്കറിയാം. അമ്മ അച്ഛനെ പാട്ടിനുവിടുന്നതുപോലെ, ഞങ്ങൾ മക്കളും അച്ഛനെ പാട്ടിനുവിടുന്ന പാഠം പഠിച്ചുകഴിഞ്ഞിരുന്നു. ആവശ്യങ്ങളൊന്നുമില്ലാത്ത ഒരു ഭാര്യയേയും കുറേ മക്കളേയും കിട്ടിയത് അച്ഛന്റെ ഭാഗ്യമായിരിക്കണം.

പതിനൊന്ന്

ഞാൻ കാത്തിരുന്ന വിഷു. അവൻ കയറിവന്നിരിക്കുന്നു.

ഏത് പട്ടിണിക്കാലത്തും വിഷു ഒരാഘോഷമാണ്. പുതുവസ്ത്രങ്ങളും ഇലയിൽ വിളമ്പുന്ന ചോറുമല്ല കാരണം. പലപലവർണ്ണങ്ങളിൽ മിന്നിത്തെളിയുന്ന വെളിച്ചവും അകലങ്ങളിൽച്ചെന്ന് മുഴക്കങ്ങളുതിർക്കുന്ന വെടികളും വിഷുവിന്റെ മാത്രം പ്രത്യേകതയാണ്. ആണുങ്ങളായാൽ ആഘോഷിക്കേണ്ടത് വിഷുവാണ്. ആണും പെണ്ണുമായി കാലത്തെ വേർതിരിച്ചാൽ ഞാൻ ആണിനോടൊപ്പം നില്ക്കും.

ഒന്നാം വിഷുവാണ് ചെറുത്. രണ്ടാം വിഷു വലുതും. കുളിച്ചുകഴിഞ്ഞേ അമ്മ ആ ദിവസങ്ങളിൽ ഭക്ഷണമുണ്ടാക്കൂ. ഓണത്തിനും അങ്ങനെതന്നെ. ഒരു നല്ല കാര്യത്തിനുവേണ്ടി അമ്മ കാലത്തുകുളിക്കുന്ന നല്ല ദിവസങ്ങൾ! മറ്റുദിവസങ്ങളിലെല്ലാം ഉച്ചയ്ക്കുശേഷം. ഏത് പെരുമഴക്കാലമായിരുന്നാലും അമ്മയ്ക്ക് പ്രശ്നമില്ല. കരയിൽ പുഴ വരയ്ക്കുന്ന ഏത് പേനത്തുമ്പിലും അമ്മ കയറിപ്പിടിക്കും. പുഴയ്ക്ക് അമ്മയെ പേടിയായിരന്നു. വസൂരിയെപോലെത്തന്നെ.

ഈ വിഷു ഒന്നുകൂടി കൊഴുപ്പിക്കണമെന്ന് അച്ഛനും കരുതിയിരുന്നു. ഒരു കതിനക്കുറ്റികൂടി കൊണ്ടുവന്നത് അതുകൊണ്ടായിരിക്കണം. കൊല്ലന്റെ വകയുള്ള ഒരു സമ്മാനം അവന്റെ ചെക്കന്റെ കൊക്കക്കുര മാറ്റിക്കൊടുത്തത് അച്ഛനായിരുന്നു.

വിഷുകൊഴുപ്പിക്കാൻ അച്ഛനെ പ്രേരിപ്പിച്ചത് പുതിയ മന്ത്രിസഭയും അതിന്റെ ചില തീരുമാനങ്ങളുമായിരുന്നു. ആരോരുമറിയാത്ത ഒരാശ്വാസം ഉള്ളിലെവിടെയോ തണൽവിരിക്കുന്നുണ്ടെന്ന തോന്നൽ അച്ഛന് പൂർണ്ണമായും ഒളിച്ചുവെക്കാനായില്ല. നോക്കിലും വാക്കിലും ചലനത്തിലും അത് പ്രകടമായിരുന്നു. എങ്കിലും ഒരിടത്തുമാത്രം അച്ഛൻ പഴയ അച്ഛനായിത്തന്നെ നിലകൊണ്ടു. പുഴനിറഞ്ഞാലും പുഴവറ്റിയാലും അല

ക്കുകല്ലിന്റെ സ്ഥാനം മാറിപ്പോവുകയില്ലല്ലോ. അതായിരുന്നു അമ്മയുടെ മുമ്പിലെ അച്ഛൻ. ഇ എം എസ് വന്നാലും പോയാലും ഒരു അലക്ക് കല്ലുപോലെയേ അമ്മയ്ക്കും നില്ക്കാൻ കഴിയുമായിരുന്നുള്ളൂ.

പാർട്ടിക്കാരനായ രാമുണ്ണിനായർ പുരയിൽ വന്നുപോയതിനുശേഷ മാണ് അച്ഛന്റെ ഈ ഭാവമാറ്റങ്ങളത്രയും. കുടിയാന്മാർക്കുവേണ്ടി സർ ക്കാർ ചെയ്യാൻപോവുന്നതെന്തൊക്കെയാണെന്ന് കീശയിൽനിന്നും ഒരു കടലാസെടുത്ത് വായിച്ചുകൊടുക്കുകയായിരുന്നു രാമുണ്ണിനായർ. അച്ഛൻ അത് ചെവികൂർപ്പിച്ച് കേട്ടുകൊണ്ടിരുന്നു.

ഒന്ന് - മരണശിക്ഷയ്ക്ക് വിധിക്കപ്പെട്ട എല്ലാ കുറ്റവാളികളേയും ഈ സർക്കാർ ശിക്ഷയിളവിന് വിധേയമാക്കിയിരിക്കുന്നു. ശിക്ഷ ജീവ പര്യന്തമാക്കിക്കുറയ്ക്കും. ഈ കൂട്ടത്തിൽ ഒരു കോൺഗ്രസുകാരനെ കൊന്ന ഒരു കമ്യൂണിസ്റ്റുകാരനും ഇളവുകിട്ടും. അയാളുടെ പേരാണ് വാസുപിള്ള. (രാമുണ്ണിനായർ സന്തോഷത്തോടെ ചിരിക്കുന്നു)

രണ്ട് - വരുന്ന മെയ് 1 അവധിയായിരിക്കും. ഭാവിയിൽ എല്ലാവർ ഷവും മെയ് 1 തൊഴിലാളി വർഷമായി ആചരിക്കും. അവധി നല്കും.

മൂന്ന് - കുടി ഒഴിപ്പിക്കൽ ഓർഡിനൻസ് വഴി റദ്ദ് ചെയ്തിരിക്കുന്നു.

തുടർന്ന് കടലാസിൽ നോക്കാതെ രാമുണ്ണിനായർ തുടർന്നു; “മന്ത്രിസഭ ആദ്യദിവസം എടുത്ത തീരുമാനങ്ങളാണ് ഇപ്പറഞ്ഞതെല്ലാം. ഇക്കഴിഞ്ഞ ഏപ്രീൽ 11-ാം തീയതി ബുധനാഴ്ചതന്നെ കുടിയൊഴിപ്പി ക്കൽ നടപടി നിർത്തിവെച്ചതായി ഗവർണർ ഓർഡിനൻസ് പുറപ്പെടു വിച്ചുകഴിഞ്ഞു. അത്രയും പോരെ?” രാമുണ്ണിനായർ അധികാരഭാവ ത്തോടെ ചിരിച്ചുകൊണ്ട് അച്ഛനോട് ചോദിച്ചു.

“മതി. അത്രയും മതി.” അച്ഛൻ സന്തോഷത്തോടെ നെടുവീർപ്പിട്ടു.

വെള്ളക്കടലാസ് മടക്കി കീശയിലിട്ടുകൊണ്ട് രാമുണ്ണിനായർ തുടർന്നു.: “ഇപ്പഴ് ഞാനൊറ്റക്കാണ് വന്നത്. ഇനിയിപ്പം തെങ്ങിൽക്കയ റുന്ന പണിയൊക്കെ നിർത്തേണ്ടിവരും. പാർട്ടിക്കുള്ള സംഭാവനയൊക്കെ പണമായിട്ടുതന്നെ പിരിക്കാനാണ് ആലോചന. അടുത്തമാസം ഒരു ജില്ലാറാലിയുണ്ട്, കോഴിക്കോട്ട്. എന്താ ഉള്ളത്?”

അച്ഛൻ കാക്കി ഷർട്ടെടുത്ത് അതിന്റെ ഉൾഭാഗത്തുള്ള കള്ളറയിൽ രണ്ടുവിരലുകളിട്ട് പരതി. മൂന്നാമതൊരു വിരൽകൂടി അതിനകത്ത് കട ത്താനാവില്ല. പൊത്തിൽനിന്നും നീർക്കോലി പരലിനെ കടിച്ചെടുക്കുന്ന തുപോലെ ഒരു കാലുറുപ്പികയുടെ വെളുത്ത തുട്ട് പുറത്തെടുത്ത് രാമുണ്ണിനായർക്ക് കൊടുത്തു.

അയാൾ അതുവാങ്ങി ഹൃദ്യമായൊന്ന് ചിരിച്ചു. കൂടുതൽ വർത്ത മാനം പറയാൻ നില്ക്കാതെ ഇറങ്ങിനടന്നു.

ഓണമായാലും വിഷുവായാലും കാലത്ത് പുറത്തുപോയാൽ ഒന്ന് മിനുങ്ങിയേ അച്ഛൻ തിരിച്ചുവരാറുള്ളൂ. ഉച്ചയൂണിനുമുമ്പെ തിരിച്ചെത്തി വിഭവങ്ങളോരോന്നും മൺമറഞ്ഞുപോയ കാരണവന്മാർക്ക് ഒരു നേർച്ചകൂടി വെച്ചുകൊടുത്തേ ഞങ്ങൾ ഭക്ഷണം കഴിക്കാറുള്ളൂ. എത്ര വിശന്നാലും നേർച്ചകൊടുക്കാതെ കുട്ടികൾപോലും ഒന്നും എടുത്ത്

കഴിക്കുന്ന ശീലമില്ല. അച്ഛൻ ഇന്നും അങ്ങനെ പോയിരിക്കുകയാണ്.

ഞങ്ങൾ അമ്മയും മക്കളും അവധികഴിഞ്ഞ കാത്തിരിപ്പിന്റെ മോന്തായത്തിലെത്തിയിരിക്കുന്നു. കണ്ണെത്തുന്ന ദൂരത്തിലുള്ള വഴികളുടെ അറ്റങ്ങളിലൊന്നും അച്ഛന്റെ പാദങ്ങളെത്തിയിട്ടില്ല. ഞങ്ങളുടെ ഓർമ്മയിലുള്ള അച്ഛന്റെ പഴയകാലത്തെ വേച്ചുവേച്ചുള്ള നടത്തവുമില്ല. രാത്രിയായിരുന്നെങ്കിൽ ചൂട്ടിന്റെ മിന്നേറ് കാണാമായിരുന്നു. ഈ പട്ടാപ്പകൽ അതുണ്ടാവില്ലല്ലോ.

സന്ധ്യമയങ്ങുമ്പോൾ ആദ്യംകാണുന്ന നക്ഷത്രമുകുളംപോലെ അച്ഛന്റെ ഒരു ലാഞ്ചന പ്രത്യക്ഷപ്പെടുന്നതും നോക്കി നോക്കി ഞങ്ങൾ നിന്നു. ഭക്ഷണത്തിനുമുമ്പുള്ള ഒരു വെടിക്കെട്ട് ഒരു തീനാളത്തിനു വേണ്ടി കാത്തിരിക്കുകയാണ്. കോർത്തുകോർത്തു കെട്ടിപ്പകുത്തിട്ട ഓലപ്പടക്കങ്ങളുടെ വീർപ്പുമുട്ടലുകൾ ഞങ്ങൾ മനസ്സിലാക്കിത്തുടങ്ങിയിട്ടും അച്ഛൻ അതൊന്നുമറിയാതെ എന്തെടുക്കുകയാവും?

പുതിയേടത്തുകടവിലെ പുഴയ്ക്കടുത്ത് താമസക്കാരനായ അത്യമാൻ പുരയ്ക്കുമുമ്പിലെ ഇടവഴികടക്കാനിട്ട ഒറ്റത്തടി പാലത്തിന്റെ അക്കരെ നിന്നും ഞങ്ങളോടെന്തോ പറയാൻ ശ്രമിക്കുന്നുണ്ടായിരുന്നു. കൂടുതൽ വ്യക്തതയ്ക്കുവേണ്ടി ഞാൻ അത്യമാന്റടുത്തേക്കിറങ്ങിച്ചെന്നു

“വൈദ്യർ പുതിയേടത്തുകടവിൽ പുഴക്കരയിൽ കിടക്കുന്നുണ്ട്” - അത്യമാൻ പറഞ്ഞു.

നേരെ ഇടവഴിയിലിറങ്ങി പുതിയേടത്തുകടവിനെ ലക്ഷ്യമാക്കി ഞാൻ നടന്നു.

അച്ഛൻ മുമ്പും ഇത്തരം വിക്രിയകളൊക്കെ കാട്ടിക്കൂട്ടിയിട്ടുണ്ട്. എന്തെങ്കിലും ഒരാഘോഷമോ സന്തോഷമോ ഉണ്ടാകാനിടയുള്ള ദിവസങ്ങൾ ആണ്ടിൽ വല്ലപ്പോഴുമാണുണ്ടാവുക. അപ്പോഴൊക്കെ എന്തെങ്കിലും അങ്കലാപ്പുകൾ ഒപ്പിച്ചെടുക്കും. അതാണ് അച്ഛന്റെ ആഘോഷം. ഓണമായാലും വിഷുവായാലും അന്ന് പുരയ്ക്കകത്ത് നെഞ്ചത്തടിയും കരച്ചിലും ഉണ്ടായെന്ന് വരും. വെന്തചോറ് നേരെചൊവ്വേ വിളമ്പിത്തിന്നാൻ കഴിഞ്ഞെന്ന് വരാറില്ല. തലച്ചോറിനകത്ത് വലിഞ്ഞുകയറി വരുന്ന ലഹരിയുടെ കണ്ണുംകാതും ഭൂതകാലത്തിലേക്കിറങ്ങിച്ചെന്നെന്നിരിക്കും. മാളത്തിലൊളിഞ്ഞിരിക്കുന്ന വിഷപ്പാമ്പുകളെ ഒന്നടങ്കം പുകച്ചു പുറത്തുചാടിച്ച് തല്ലിക്കൊല്ലാൻ കിട്ടുന്ന വിരളമായ അവസരങ്ങൾ. മാറിലും മനസ്സിലും തീക്കനലുകൾ വാരിയിടുന്ന അച്ഛന്റെ പദപ്രയോഗങ്ങൾ! ഓമനമക്കളുടെ ഇളം മനസ്സുകളിൽ അതിസുന്ദരമായ സാഹിത്യപദങ്ങൾ കൊറോപ്പക്കൈതകൾ പൂത്തതുപോലെ ഉലഞ്ഞാടിയെന്നുവരും!

മക്കളുടെ അച്ഛൻ ജീവിച്ചിരുന്നോട്ടെ എന്ന് ആർക്കാനുംവേണ്ടി മനസ്സിൽ ആഗ്രഹിക്കുമ്പോഴും ഭർത്താവ് മരിച്ചുകിട്ടിയാൽ മതിയെന്ന് ആഗ്രഹിക്കാൻ തക്കവിധം അമ്മ പാകപ്പെട്ടിരുന്നു. ലോകം ഉദ്ഘോഷിക്കുന്ന പുണ്യകർമ്മങ്ങളും പുണ്യചിന്തകളും പലപ്പോഴും പൂർണ്ണമായും സത്യത്തോടടുത്ത് നില്ക്കുന്നില്ലെന്നുപോലും ഞാൻ വിചാരിച്ചു

പോയിട്ടുണ്ട്. മാതാപിതാക്കൾ ജന്മഹേതുക്കളാകാം. ശാസ്ത്രീയമായ ഒരു സത്യം എന്നതിലേറെ ജിവഹേതുക്കളുമായി ഇതിനെന്തുബന്ധം? ആദിയും അന്ത്യവുമില്ലാത്ത പ്രകൃതിയുടെ ഭാവമായും രൂപമായും അത് നിലനില്ക്കുകയോ നശിച്ചുപോവുകയോ ചെയ്യുന്നു. സ്നേഹമെന്നത് മനുഷ്യൻ അവന്റെ സ്വാർത്ഥതയ്ക്കുവേണ്ടി പറഞ്ഞുണ്ടാക്കിയ ഒരു താല്ക്കാലിക സങ്കേതമാണ്. കണ്ണാടിയിൽ തെളിയുന്ന ഒരു സൂര്യ ബിംബം. കാർമേഘം എവിടെ എപ്പോൾ സൂര്യനെ മറയ്ക്കുന്നുവോ അപ്പോൾ കണ്ണാടിയും കറുക്കുന്നു. പൂവിതൾ പോലെ മൃദുലമായ ഒരു മിഥ്യ സ്വർണ്ണ പാളികളേക്കാൾ ദൃഢവും അമൂല്യവുമായ ഒരു സത്യമായി ലോകത്തെ നയിച്ചുകൊണ്ടിരിക്കുന്നു.

കൊടും വേനലിന്റെ ഊഷരമായ പുരാണ കിട്ടങ്ങളിൽ എന്റെ നഗ്ന പാദങ്ങൾ കൊച്ചുകൊച്ചു ഉമ്മകൾ നല്കിക്കൊണ്ട് കടന്നുപോകുമ്പോൾ ഞാൻ ചിന്തിച്ചതത്രയും അനാവശ്യകാര്യങ്ങളെക്കുറിച്ചായിരുന്നു - അതായത് സാർവ്വലൗകികമായ സ്നേഹത്തെക്കുറിച്ചു തന്നെ. കൊട പ്പനക്കൂട്ടങ്ങൾക്കിടയിലൂടെ കടുംനീല നിറത്തിൽ തെളിഞ്ഞു കിടന്ന ആകാശത്തിന്റെ അരഞ്ഞാണച്ചരടുപോലെ, കുന്നുകൂടിയ പഞ്ചാര മണ ലിന്റെ കൈക്കുടന്നയിൽ ചെറുപുഴ.

മുകളിൽ ദൂരത്ത് പുഴക്കരയിൽ വേരുകളത്രയും വായുവിൽ തുറ ന്നിട്ട കൂറ്റൻ നീരിട്ടിമരത്തിന്റെ ചുവട്ടിൽ ഒന്നുരണ്ടുപേർ നില്പുണ്ട്.

ഞാൻ അവരുടെ അടുത്തെത്തി. തല കരയിലും ശരീരം ഭാഗികമായി വെള്ളത്തിലുമായി മൺചട്ടിയിലെ അയിലമീൻപോലെ അച്ഛൻ മലർന്നു കിടക്കുന്നു. നനയാൻമാത്രം വെള്ളം സൂക്ഷിച്ചിരുന്ന ആ കൈവഴി അച്ഛനെ രക്ഷിക്കുകയായിരുന്നു. അച്ഛൻ ജലാശയത്തിൽ നിർവൃതികൊ ള്ളുകയാണ്.

ഞങ്ങൾ അച്ഛനെ തവളയെപ്പോലെ ഇരുത്തിച്ചു. പിന്നെ എഴുന്നേല് പിച്ചു. പിന്നെ നടത്തിച്ചു. ഞാൻ താങ്ങിപ്പിടിച്ചു. ഒരു കൊച്ചുകുഞ്ഞി നെപ്പോലെ അച്ഛൻ നടന്നു. അഴിഞ്ഞുവീണ നനഞ്ഞ മല്ലുമുണ്ട് പിഴിഞ്ഞ് വീണ്ടും ഉടുപ്പിച്ചു. നനഞ്ഞ വെള്ളക്കോണകവുമായി അച്ഛൻ അനുസര ണയോടെ നിന്നുതന്നു.

സഹായികൾ കുറച്ചുദൂരംകൂടി ഞങ്ങളോടൊപ്പം നടന്നു. അവർ പരിചയക്കാരായിരുന്നു.

ഉച്ചയൂണുകഴിഞ്ഞ വിഷുപ്പൊലിമയുടെ വെടിക്കെട്ടുകൾ പലേടത്തു നിന്നും കേൾക്കാൻ തുടങ്ങിയിരുന്നു. പുരാണ കിട്ടങ്ങളിൽ കാലുറയ് ക്കാത്ത അച്ഛനെ ഇതിലും വേഗത്തിൽ നടത്താനാവില്ല. ഞാൻ പിതാവും അച്ഛൻ കുഞ്ഞുമായി ഞങ്ങൾ ഇടവഴി പിന്നിട്ട് ഒരുവിധം പുരയിലെത്തി. അച്ഛനെ പിടിച്ച് തിണ്ണയിൽ കിടത്തി.

പിന്നീട് ഞങ്ങൾ ഭക്ഷണം കഴിച്ചു. പതിവുപോലെ പാത്രങ്ങളിലല്ല, തൂശനിലയിൽ.

അച്ഛൻ സുഖിയനായി കിടക്കുകയാണ്. അങ്ങനെത്തന്നെ കിടക്ക ട്ടെയെന്ന് ഞങ്ങളും കരുതി. ഒറ്റയ്ക്കുള്ള ആഘോഷമാണല്ലോ.

എന്റെ വെടിക്കെട്ടുകൾ ഭൂമിയെ കുലുക്കി. ആകാശങ്ങളെ കുലുക്കി. പ്രപഞ്ചത്തെ ഒന്നടങ്കം കുലുക്കി. അച്ഛൻമാത്രം ഒന്നുമറിഞ്ഞില്ല.

വിഷുവിശേഷങ്ങളുമായി ചാത്തുണ്ണി കയറിവന്നത് രാത്രിയിലായിരുന്നു. കട തുറന്നിരുന്നില്ലെങ്കിലും അമ്മാവനുണ്ടാക്കിയ പുകിലെല്ലാം ചാത്തുണ്ണിയും കേട്ടറിഞ്ഞിരുന്നു. ഉടുതുണിയില്ലാതെ ഒരാൾ പുഴയിൽ ചത്തുകിടക്കുന്നുവെന്നായിരുന്നുവത്രെ ആദ്യം കേട്ടത്. അറിഞ്ഞറിഞ്ഞുവന്നപ്പോഴാണ് കാര്യം വ്യക്തമായത്. തുള്ളിപോലും കുടിക്കാത്ത ചാത്തുണ്ണി കുടിക്കുന്നവരെ വെറുക്കുന്നവൻകൂടിയാണ്. അതുകൊണ്ടുതന്നെ ചാത്തുണ്ണിയെ കണ്ടപ്പോൾ ജാള്യതയും കുറ്റബോധവും മറച്ചുവെക്കാനായിരുന്നു അച്ഛന്റെ ശ്രമം.

കമ്യൂണിസ്റ്റുകൾ അധികാരത്തിലെത്തിയ ആദ്യത്തെ വിഷു. മിനുക്കം ചെറിയതോതിലൊന്നു കൂടിപ്പോയി ഏപ്രിൽ പതിനൊന്നിന്റെ ഗവർണറുടെ കല്പനയാണ് എല്ലാറ്റിനും കാരണം. കുടിയൊഴിപ്പിക്കൽ നിയമം എന്നെന്നേക്കുമായി നിർത്തിയെന്ന് കേട്ടാൽ ആരാണ് കുടിക്കാതിരിക്കുക? ഇതിൽപ്പരം ഈ ഭൂമിയിൽ എന്താണിനി കിട്ടാനുള്ളത്? ഇനി മരിച്ചുപോയാലെന്താണ്? മക്കളെക്കുറിച്ച് ചിന്തിക്കേണ്ടല്ലോ! അവർ നായ്ക്കളെപ്പോലെ നിരത്തുകൾ തെണ്ടി ജീവിക്കേണ്ടി വരില്ലല്ലോ. മയക്കം പൂർണ്ണമായി വിട്ടുമാറിയിട്ടില്ലെങ്കിലും അച്ഛൻ നിർത്താതെ പറഞ്ഞുകൊണ്ടിരുന്നു.

പിന്നെ കുടിക്കാൻ കൊടുത്തവനെതിരെയായി പരാതി. മിനുക്കം ചെറിയതോതിലൊന്ന് കൂടിപ്പോയി. ഇത്രയും കൂടുമെന്ന് കരുതിയിരുന്നില്ല. ഇതിലെന്തോ ചതിയുണ്ട്. നവസാരം, ബേറ്ററി അല്ലെങ്കിൽ കൂരിവേര്. വിഷുവിന്റെ കള്ളക്കച്ചവടം. അച്ഛൻ കാരണങ്ങൾ വിശദീകരിക്കുകയായിരുന്നു.

മുളപ്പിച്ച നെല്ലും ശർക്കരയും അല്ലെങ്കിൽ ഈത്തപ്പഴം. അതാ മദ്യം. അതാണ് അമൃത്. മിതമായി മദ്യം കഴിക്കുന്നവന് അമൃത് കഴിക്കുന്ന ഫലം കിട്ടുമെന്നാണ്, പ്രമാണം. ഞാനിതൊക്കെ ഉണ്ടാക്കി കഴിച്ചവനല്ലെ? എന്നിട്ട് എന്നോടാണോ കളി? അച്ഛൻ രോഷം കൊള്ളുകയാണ്.

അച്ഛന്റെ ന്യായവാദങ്ങളൊക്കെ തള്ളിക്കൊണ്ട് ചാത്തുണ്ണിയേട്ടൻ ഏറെ ഗൗരവക്കാരനും കോപിഷ്ഠനുമായി. മന്ത്രിമാർ ഇങ്ങനെ കുടിച്ചിരുന്നെങ്കിലോ? അവരും സന്തോഷിക്കേണ്ടിയിരുന്നില്ലെ? സന്തോഷിക്കലല്ല അവരുടെ ധർമ്മം. സന്തോഷത്തെക്കുറിച്ച് അവർ ചിന്തിക്കുന്നേയില്ല. സത്യപ്രതിജ്ഞ ചെയ്യുന്നതിനുമുമ്പെ ഇ എം എസ് ചെയ്തതെന്താണെന്നറിയാമോ? സഖാവ് കൃഷ്ണപിള്ളയുടെ ശവകുടീരത്തിൽ ചുകന്ന പൂക്കൾ അർപ്പിക്കുകയായിരുന്നു. എന്തിനാണദ്ദേഹം അങ്ങനെ ചെയ്തത്? ഇത്തിരി മദ്യം അകത്താക്കിയാൽ പോരായിരുന്നോ? അദ്ദേഹം ദൈവത്തിൽപ്പോലും വിശ്വസിക്കാത്തവനാണ് എന്നാണ് വെപ്പ്. എന്നിട്ടും മനുഷ്യനിൽ, അതും മരിച്ചുപോയ മനുഷ്യനിൽ വിശ്വസിക്കുന്നല്ലോ? അപ്പോൾ ജീവിച്ചിരിക്കുന്ന മനുഷ്യനിൽ അദ്ദേഹം എത്രമാത്രം വിശ്വസിക്കുന്നുണ്ടാകണം? കൃഷ്ണപിള്ള ഒരു മനുഷ്യനായിരുന്നല്ലോ. ആ

മനുഷ്യന്റെ കുടീരത്തിൽപ്പോലും അദ്ദേഹം ദൈവത്തെ കാണുകയല്ലേ ചെയ്തത്? അതുപോലെയാണോ അമ്മാവൻ ചെയ്തത്?

അച്ഛന് വാക്കുകൾ കിട്ടാതായി. തൊണ്ടയിൽ ഭാരം കൂടി. ഇമകൾക്കിടയിൽ ജലപാളികൾ വലിഞ്ഞുകയറി.

വിഷുവിനുള്ള സ്പെഷ്യൽ ബീഡിക്കെട്ട് നീട്ടിക്കൊടുക്കുമ്പോൾ ചാത്തുണ്ണി മൊഴിഞ്ഞു. "എനിക്കെന്ത് വിഷു? വലിയുമില്ല കുടിയുമില്ല."

അച്ഛന് ഇതെല്ലാം ഉണ്ടെന്ന് സൂചിപ്പിക്കുകയായിരുന്നോ ചാത്തുണ്ണി?

"ഇതൊക്കെ ഞാനും നിർത്തും." പെട്ടെന്നുണ്ടായ ഊർജ്ജത്തിന്റെ ബലത്തിൽ അച്ഛൻ തറപ്പിച്ചുപറഞ്ഞു.

"നിർത്തും, നിർത്തും - മക്കൾ ബലിയിടുമ്പം. അമ്മാവൻ കാക്കയായിട്ടുവരുമ്പം ഇതൊന്നും ചെയ്യാനാവില്ലല്ലോ."

ചാത്തുണ്ണി പരിഹസിച്ചു.

പന്ത്രണ്ട്

ആചാര്യ വിനോബഭാവെ ഞങ്ങളുടെ സ്കൂളിലെത്തുന്നുണ്ടെന്ന വിവരം ഞാനറിഞ്ഞു. സ്കൂൾ അധികൃതർക്ക് അദ്ദേഹത്തിന്റെ വരവുമായി എന്തെങ്കിലും വിവരമുണ്ടോ എന്ന് ഞങ്ങൾ കുട്ടികൾക്കറിയുമായിരുന്നില്ല. വിനോബാജി ഗാന്ധിജിയോളം പോന്ന ഒരു മഹാനാണെന്നും ഭൂദാനയജ്ഞവുമായി നാട്ടിൽ സഞ്ചരിച്ചുകൊണ്ടിരിക്കുകയാണെന്നും ഞാൻ മനസ്സിലാക്കിയിരുന്നു. പ്രശസ്തനായ ഒരു ചരിത്ര പുരുഷൻ നാട്ടിലെത്തുന്നുണ്ടല്ലോ എന്ന തോന്നൽ എനിക്കുണ്ടായെങ്കിലും അത്തരത്തിൽ ചിന്തിക്കുന്ന ഒരാളെയും കണ്ടെത്താൻ കഴിഞ്ഞതുമില്ല. എന്നിട്ടും വിനോബാജിയെ ഒരു നോക്കുകാണണമെന്നുള്ള എന്റെ മോഹത്തിന് ശക്തികൂടുകയായിരുന്നു. അതെങ്ങനെ സാധിച്ചെടുക്കും എന്നതിനെക്കുറിച്ചായിരുന്നു എന്റെ ചിന്ത.

ഞങ്ങളുടെ ആറാം ക്ലാസ് പ്രവർത്തിക്കുന്ന അപ്പർ പ്രൈമറിയുടെ ഒരറ്റത്തായിരുന്നു ഭാവെയുടെ താല്ക്കാലിക ആശ്രമം. ഖാദിവസ്ത്രധാരികളായ ആരൊക്കെയോ അവിടെ വരികയും പോവുകയും ചെയ്യുന്നുണ്ടായിരുന്നു. അവരിൽ എനിക്കു പരിചയമുള്ള ഒരാൾ മാത്രമേ ഉണ്ടായിരുന്നുള്ളു. ശ്രീമാൻ പി കെ പണിക്കർ.

സ്കൂൾ ഗ്രൗണ്ടിലൂടെ നടന്നാൽ ഈ ആശ്രമവും കഴിഞ്ഞ് അടുത്ത മതിൽക്കെട്ടുവരെ എത്താനാകും. അലസമായ ഒരു നടത്തവും ആശ്രമത്തിലേക്കുള്ള ഒരു നോട്ടവും അതായിരുന്നു എന്റെ തന്ത്രം. ഒരു കണക്കിന് അത് വിജയിക്കുകയും ചെയ്തു. ഒരു കട്ടിലിൽ രണ്ടുകാലും നീട്ടി ചാരിയിരുന്ന് വിശ്രമിക്കുന്നു, ആചാര്യ. വണ്ണവും തൂക്കവും കുറഞ്ഞ കൃശഗാത്രം. കണ്ണടയും ചെറിയ താടിയുമുണ്ട്. ഗാന്ധിജിയോട് വളരെ അടുത്തുനില്ക്കുന്നില്ലേ എന്ന് ഞാൻ ശങ്കിച്ചുപോവുകയും ചെയ്തു. - ഗാന്ധിജിയെ നേരിൽ കണ്ടിട്ടില്ലല്ലോ എന്ന കാര്യംപോലും മറന്നുപോവുകയായിരുന്നു.

ആചാര്യയെ കാണാൻ കഴിഞ്ഞത് ഒരു മഹാഭാഗ്യമായിത്തന്നെ ഞാൻ കരുതി. എന്നാൽ അദ്ദേഹത്തിന് ഒരിഞ്ചുഭൂമിയെങ്കിലും വെച്ചു നീട്ടിയ ഒരാളേയും കാണാൻ കഴിഞ്ഞതുമില്ല. ഭൂമിയില്ലാത്തവർക്കു വേണ്ടി ഭൂമിയിലലയുന്ന ഒരു മനുഷ്യൻ! വിനോബഭാവെ എനിക്കു നല്കിയ ഒരു ചിത്രമായിരുന്നു അത്.

അടുത്തദിവസം കാലത്ത് അദ്ദേഹത്തിന്റെ പ്രധാനപ്പെട്ട ഒരു കൃതിയുടെ മലയാളവിവർത്തനം ഞങ്ങളുടെ ഒരദ്ധ്യാപകൻ ക്ലാസിൽ കൊണ്ടുവന്നിരുന്നത് ഞാൻ കണ്ടു. ആദ്യ പേജിൽ മലയാളത്തിൽ പേരെഴുതി വിനോബാജി തന്നെ ഒപ്പിട്ടിരിക്കുന്നു!

വിനോബയുടെ വരവുംപോക്കും കഴിഞ്ഞതോടെ ഏറെ സന്തോഷവും ആവേശവും നിറഞ്ഞ ഒരു വാർത്തയായിരുന്നു ഞങ്ങളെ തേടി എത്തിയത്.

പുതുതായി കുറേ ഹൈസ്കൂളുകൾ. അതിൽ ഒന്ന് കൊടുവള്ളിയിൽ. ഒരു പുതിയ മന്ത്രിസഭ അധികാരത്തിലെത്തിയതിന്റെ സമ്മാനം. അയൽ പ്രദേശങ്ങളായ മുക്കത്തും താമരശ്ശേരിയിലും ഹൈസ്കൂളുകൾ.

ഇ എം എസിനെക്കുറിച്ചും മുണ്ടശ്ശേരിയെക്കുറിച്ചുമൊക്കെ ആളുകൾ ആവേശത്തോടെ സംസാരിച്ചുതുടങ്ങുന്നു. കെ ആർ ഗൗരിയും ടി വി തോമസുമൊക്കെ സിനിമാതാരങ്ങളെപ്പോലെ ചർച്ചാവിഷയമാകുന്നു. ഗാന്ധിജി, നെഹ്റു, വല്ലഭായിപട്ടേൽ, സരോജിനി നായിഡു എന്നീപേരുകളേ ഇതേവരെ കേട്ടിരുന്നുള്ളു. ഇപ്പോൾ കേൾക്കുന്നത് പുതിയ പേരുകൾ.

അധികം താമസിയാതെ ഹൈസ്കൂളിന്റെ നിർമ്മാണപ്രവർത്തനങ്ങളും തുടങ്ങി. മണ്ണുവെട്ടുകാരും മരംവെട്ടുകാരുമൊക്കെ തകൃതിയായ പണിയിലേർപ്പെട്ടു. നോക്കി നടത്താനും നടന്നുകാണാനും നാട്ടുകാരും നാട്ടിലെ രാഷ്ട്രീയക്കാരും.

തെങ്ങിൻ കാലുകളിൽ കവുങ്ങും മുളയുംചേർത്തുവെച്ച് കെട്ടിയുണ്ടാക്കിയ നെടുമ്പുരകൾ പൂർത്തിയായതോടെ അതിൽ ക്ലാസുകൾ തുടങ്ങി. പുതിയ ഹെഡ്മാസ്റ്റർ കറുത്ത ഓവർകോട്ട് ധരിച്ച സി പി ജോൺ. അപ്പർ പ്രൈമറിയിൽനിന്നും കുടിയേറിവന്ന രണ്ട് അദ്ധ്യാപകർ വേറെ -സ്കൗട്ട് തലവൻ പി പി കൃഷ്ണൻ മാസ്റ്ററും ഗണിത വിദഗ്ദ്ധൻ കരുണാകരൻ മാസ്റ്ററും.

യു പി വിഭാഗത്തെ ഹൈസ്കൂളിലേക്ക് പ്രതിഷ്ഠിച്ചപ്പോൾ ഒറ്റാലിൽ കുടുങ്ങിയ മീൻപോലെ ഞാനും അതിൽപെട്ടു. തെങ്ങിൻതൈ കുഴി മാറ്റിക്കുഴിച്ചിട്ടതുപോലെയോ ഞാറുപറിച്ചു നട്ടതുപോലെയോ ഉള്ള ഒരു ഏർപ്പാടായിരുന്നു അത്.

എട്ടോളം നീണ്ടുകിട്ടിയ കോണിയുടെ നീളം ഇപ്പോൾ പത്തോളം എത്തിയിരിക്കുന്നു! സന്തോഷം എപ്പോഴും സന്തോഷം തന്നെയാണല്ലോ. പക്ഷേ, അത് അധികകാലം നീണ്ടുനിന്നില്ല. ഹൈസ്കൂൾ എനിക്കൊരു പേടിസ്വപ്നമാകാൻ പോകുകയാണെന്ന തിരിച്ചറിവ് വ്യാകുലതയുടെ ഒരു ഭാണ്ഡവുമായാണ് എന്നെ എതിരേല്ക്കുന്നത്. തിയ്യജാതിക്കാരൻ

മലബാറിൽ ഉന്നതജാതിക്കാരനാണ്. ഉയർന്ന ക്ലാസിലേക്കുള്ള യാത്ര ഭാരിച്ചതാവും. ഫീസ് കൊടുക്കേണ്ടിവരും. ഞാൻ ഇനിയും പഠിത്തം നിർത്തേണ്ടിവരും.!

ക്രമേണ ഹൈസ്കൂൾ ഒരു ഞണ്ടിനെപ്പോലെ വളർന്നുകൊണ്ടിരുന്നു.

ഏഴാം സ്റ്റാന്റേർഡിൽ ഏറെ നാൾ ഞാൻ പോകാതിരിക്കേണ്ടിവന്നു. തികച്ചും അപ്രതീക്ഷിതമായ ഒരു സംഭവം. ക്ലാസിൽ ഹാജർനില മോശമായാൽ കൊല്ലാവസാനം തോറ്റുപോവുകയേ നിവർത്തിയുള്ളൂ. എനിക്ക് എന്തു സംഭവിച്ചു എന്ന് അദ്ധ്യാപകർക്കോ ക്ലാസിൽ എന്ത് നടക്കുന്നു എന്ന് എനിക്കോ അറിയാൻ കഴിഞ്ഞിരുന്നില്ല. അദ്ധ്യാപകരും രക്ഷിതാക്കളും രണ്ട് വൻകരകളിൽ കഴിഞ്ഞിരുന്നകാലം. മരണപ്പെട്ടുപോയ വിദ്യാർത്ഥികളെക്കുറിച്ചുപോലും ക്ലാസിൽ വിവരം കിട്ടുന്നത് വല്ലപ്പോഴും. പലരും സ്വമേധയാ പഠിത്തം നിർത്തി പോകാറുള്ളതിനാൽ മരണംപോലും അക്കൂട്ടത്തിൽ എഴുതിത്തള്ളിയിരുന്നു.

എനിക്ക് എന്തുപറ്റി എന്ന് അന്വേഷിക്കാൻ ആരുമുണ്ടായിരുന്നില്ല. എന്റെ വിവരങ്ങൾ സ്കൂളിലറിയിക്കാനും ആരുമുണ്ടായിരുന്നില്ല. എങ്കിലും ഒരു മാസംകുടി കാത്ത് ഞാൻ വീണ്ടും ക്ലാസിലെത്തി.

സ്കൗട്ട് തലവനും ക്ലാസ് അദ്ധ്യാപകനുമായ കൃഷ്ണൻമാസ്റ്റർ ഹാജർ വിളിച്ചുകഴിഞ്ഞ് രജിസ്റ്റർ മടക്കിവെച്ചശേഷം എന്നെ അരികിലേക്ക് വിളിച്ചുവരുത്തി.

ഹാജർ പുസ്തകത്തിലെ ശൂന്യമായ കോളങ്ങൾ അദ്ദേഹത്തിന്റെ ശ്രദ്ധയിൽപ്പെട്ടിരിക്കണം.

പതുങ്ങിയ സ്വരത്തിൽ അദ്ദേഹം കാരണം തിരക്കി. അക്ഷരങ്ങൾ മുറിഞ്ഞുപോയ എന്റെ വാക്കുകൾ തൊണ്ടയിൽ കുരുങ്ങി. കണ്ണുകളിൽ അറിയാതെ നനവൂറി. കാരണം പറഞ്ഞൊപ്പിച്ചു. അദ്ദേഹം നിശ്ശബ്ദനായി എന്തോ ആലോചിക്കുന്നമട്ടിൽ ഇരുന്നു.

നാലാം വയസ്സിലെത്തിയ കൊച്ചുപെങ്ങൾ. ബുധനാഴ്ച പാതിരാത്രിയിൽ തുടങ്ങിയ ചെറിയൊരസുഖം. വെള്ളിയാഴ്ച സൂര്യൻ മദ്ധ്യാഹ്നത്തോട് വിടപറയുമ്പോഴേക്കും അവൾ ഒരുങ്ങിത്തുടങ്ങിയിരുന്നു. മാറിടം പതിവില്ലാത്ത വിധത്തിൽ പൊങ്ങിത്താഴുന്നതും ചുണ്ടുകൾ വിളർത്തുവരുന്നതും ഞാൻ കണ്ടു. ഞാൻ പോവുകയാണെന്ന് അവ്യക്തമായ ഭാഷയിൽ അവൾ പറയുന്നതും ഞാൻ കേട്ടു. തുടർന്ന് അക്ഷരങ്ങളില്ലാത്ത ഒരു ഗാനവും.

അന്ത്യയാത്രയ്ക്ക് എടുക്കുംമുമ്പ് അച്ഛൻ അവളുടെ കാൽത്തുടകളിൽ പതുക്കെത്തടവുകയും കാല്ക്കൽ കുമ്പിട്ട് നമസ്കരിക്കുകയും ചെയ്തു. കൂടിപ്പോയ കുസൃതിയടക്കാൻ രണ്ടുദിവസം മുമ്പ് ദേഷ്യപ്പെട്ട് അവളുടെ ചന്തിയിൽ തല്ലിയിരുന്നു. ഇപ്പോൾ ആ വേദന മാറ്റാൻ മാപ്പു ചോദിക്കുകയാണ്.

ഞങ്ങൾ ആൺമക്കൾ നാലുപേർ ജീവിച്ചിരിക്കുമ്പോഴും അവൾ സൃഷ്ടിച്ചുവിട്ട ശൂന്യത കുടുംബത്തെ ഒന്നടങ്കം വിഴുങ്ങിക്കളഞ്ഞു. കുടും

ബത്തിലാരും പിന്നീട് ഒരു കാരണത്തിനും ഒരിക്കലും ഒരാളേയും തല്ലി യിരുന്നില്ല.

മരണം ദുഃഖമാണ്, എല്ലാവർക്കും. അത് സാധാരണവുമാണ്. എന്നാൽ ചില മരണങ്ങൾ ദുഃഖത്തിനും അതീതമാണ്. അതിന്റെ അർത്ഥം അതനുഭവിക്കുന്നവർക്കുമാത്രം മനസ്സിലാകുന്നതും.

ഇതിനിടയിൽ പുതിയ ഭരണത്തിന്റെ അലകളും ചലനങ്ങളും നാട്ടിൽ ചർച്ചാവിഷയമായിക്കഴിഞ്ഞിരുന്നു. കമ്യൂണിസ്റ്റുകൾ ചിലപ്പോൾ വിളിച്ചുകൂട്ടുന്ന പനിച്ചിങ്ങാപ്പറമ്പിലെ പൊതുയോഗങ്ങൾ കേൾക്കുന്നതും എന്റെ ഒരു ശീലമായിക്കഴിഞ്ഞിരുന്നു.

അരിയും മീനുമൊക്കെ വാങ്ങാൻ ഒരു വൈകുന്നേരം അങ്ങാടിയി ലെത്തിയതായിരുന്നു, ഞാൻ. ഒരു ചെറിയ ആൾക്കൂട്ടത്തിനു നടുവിൽ ഒരു കുരിക്കൾ ഇരുമ്പുവളയത്തിലൂടെ ശരീരം കടത്തിയെടുക്കാൻ പെടാപ്പാടുപെടുകയാണ്. ഇടത്തെ കാൽതുട മുഴുവൻ അതിൽ അനാ യാസം കടത്തി തറയിലിരുന്ന് തന്റെ തലകൂടി കഷ്ടപ്പെട്ട് കടത്താനാണ് ശ്രമം. തൊണ്ടയിൽ എല്ല് കുടുങ്ങിയവനെപ്പോലെ കുരിക്കൾ! എങ്കിലും അയാൾ വിടുന്നില്ല. തലയോടൊപ്പം തോളെല്ലുകളും വളയത്തിലൂടെ കടത്തിയെടുക്കേണ്ട ശരീരത്തിലെ പേശികളും മജ്ജയും മാംസവും അസ്ഥിയുമെല്ലാം ഒരു കുഴമ്പുപരുവത്തിലാക്കി അയാൾ ഒരു കുറിഞ്ഞി പ്പൂച്ചയെപ്പോലെ ആ വളയത്തിലൂടെ പുറത്തുകടക്കുന്നു! കാണികൾ കൈയടിച്ച് നെടുവീർപ്പിടുന്നു. ചെണ്ടക്കാരൻ മരണക്കൊട്ടു തുടരുക യാണ്.

അടുത്തകളി തലവെട്ടിമാറ്റിയ ഒരു കവുങ്ങിൻ തുമ്പിലാണ്. ഒരു സാധാരണ കവുങ്ങിന്റെ മട്ടിൽ അത് വഴിയോരത്ത് കുഴിച്ചിട്ടിരിക്കുന്നു. ഒരു കുരങ്ങനെപ്പോലെ കുരിക്കൾ കവുങ്ങിന്റെ ഉച്ചിയിൽ കയറിയെ ത്തുന്നു. തന്റെ പൊക്കിൾകുഴി കവുങ്ങിന്റെ ഉച്ചിയിൽ തൊടുവിച്ചുവെച്ച് കൈകാലുകൾ വായുവിൽ നീട്ടിവെച്ച് ഒരു മുച്ചാൺ വടിപോലെ കുരി ക്കൾ കമിഴ്ന്നുകിടക്കുന്നു. പതുക്കെ ഒരു കാറ്റാടിയന്ത്രംപോലെ തല ഭാഗം വലത്തോട്ട് കറങ്ങിത്തുടങ്ങുന്നു. ആ കറക്കത്തിന് വേഗം കൂടി ക്കൂടി കുരിക്കൾ അദൃശ്യനാകുന്നു. അങ്ങനെ ചലനമറ്റ ഒരോലക്കുട കവുങ്ങിനുമുകളിൽ രൂപംകൊള്ളുന്നു.

കവുങ്ങിന്റെ ഉച്ചിയിൽ സംഘടിപ്പിച്ച ഒരാണിയുടെ അറ്റം കുരി ക്കളുടെ അരപ്പട്ടയിലെ ലോഹദ്വാരത്തിലിറക്കി വെച്ചിരിക്കുകയാണത്രെ. ആർക്കും എത്ര വേഗതയിലും എത്രനേരവും ഇങ്ങനെ കറങ്ങാമത്രെ. ഞാനൊഴിച്ച് എന്നെപ്പോലെയുള്ള പല കുട്ടികളും ഈ രഹസ്യം മനസ്സിലാക്കിയിരിക്കുന്നു. എങ്കിലും എന്റെ അത്ഭുതം കെട്ടടങ്ങിയില്ല. രഹസ്യം മനസ്സിലാക്കിയിട്ടെന്തുകാര്യം? ഇങ്ങനെ കറങ്ങാൻ കഴിയുന്ന തല്ലേ അത്ഭുതം? ആണിയൊന്നിളകിപ്പോയാൽ എന്തായിരിക്കും സംഭ വിക്കുക?

കുരിക്കൾ ഒരു ഇരുമ്പുവസിയെടുത്ത് അതിലുള്ള നാണ്യത്തുട്ടുകൾ കുലുക്കിക്കൊണ്ടൊരു ശബ്ദമുണ്ടാക്കി കാണികളുടെ ഇടയിലേക്ക്

ഇറങ്ങിവന്നതോടെ ആളുകൾ പാളയിലൊഴിച്ച കഞ്ഞിപോലെ അങ്ങോട്ടുമിങ്ങോട്ടും നീങ്ങിത്തടങ്ങി. കുരിക്കളുടെ നെറ്റിയിൽനിന്നും വിയർപ്പുതുള്ളികൾ താണിറങ്ങി താടിരോമങ്ങളിൽ അദൃശ്യമായിക്കൊണ്ടിരുന്നു. തെങ്ങോലത്തുമ്പിൽ തലകുത്തനെ ഊഞ്ഞാലാടിവന്ന ഒരു കരിയാട്ടിക്കിളിയെപ്പോലെ കുരിക്കൾ. രണ്ടിന്റെയോ അഞ്ചിന്റെയോ നയാപൈസതുട്ടുകളാണ് വസിയിൽ വന്നുവീഴുന്നത്. അതും വിരലിലെണ്ണാവുന്നവരിൽനിന്നു മാത്രം. എന്നിട്ടും, നീട്ടിയ ചുരുളൻ മുടിയും ചെറിയ താടിയുമുള്ള കുരിക്കളുടെ മുഖത്ത് ഒരു കെടാവിളക്ക് മിന്നിക്കൊണ്ടിരിക്കുന്നത് ഞാൻ കണ്ടു.

രണ്ടുതരം കൊടികൾകെട്ടിയ ഒരു ജീപ്പ് അങ്ങാടിയുടെ ഒരു ഒഴിഞ്ഞ മൂലയിൽ വന്ന് നങ്കൂരമിട്ടത് വളരെ പെട്ടെന്നായിരുന്നു. എവിടെനിന്നോ വന്നെത്തിയ കുറച്ചുപേരാണ് ജീപ്പിൽ. എല്ലാവരും ധരിച്ചിരിക്കുന്നത് വെള്ളമുണ്ടും വെള്ളഷർട്ടും. പ്രായം കൂടിയവരും കുറഞ്ഞവരുമുണ്ട് കൂട്ടത്തിൽ. ഉച്ചഭാഷിണിയുടെ മുക്കലും മുരളലുമാണ് ആദ്യം കേട്ടുതുടങ്ങിയത്. അതോടെ ആൾക്കാർ ജീപ്പിനടുത്തേക്ക് നീങ്ങിത്തുടങ്ങി. ഒരു കൊച്ചുപൊതുയോഗം ജനിച്ചുതുടങ്ങുന്നതിന്റെ ലക്ഷണമായിരുന്നു അത്.

പക്ഷേ, എനിക്ക് അതിൽ ശ്രദ്ധകേന്ദ്രീകരിക്കാനാവുന്നില്ല. അച്ഛൻ അങ്ങാടിയിൽ എവിടെയെങ്കിലുമുണ്ടായിരിക്കണം. അരിവാങ്ങാനുള്ള കാശ് അച്ഛനിൽനിന്നും കിട്ടണം. എന്നെത്തിരഞ്ഞ് അച്ഛൻ നടക്കാനിടവരരുത്. അവർ പരിപാടി തുടങ്ങുന്നതിനിടയിൽ ഞാൻ അങ്ങാടിയിൽ ഒരു ദീർഘവൃത്തംകൂടി പൂർത്തിയാക്കി വന്നു.

അച്ഛന്റെ സാന്നിദ്ധ്യമില്ലെന്നുറപ്പായതോടെ ജീപ്പിന്റെ അടുത്തല്ലാത്തൊരിടത്തേക്ക് മാറിനിന്നു.

കമ്യൂണിസ്റ്റുകളായ ചെകുത്താന്മാരുടെ പിടിയിലകപ്പെട്ടിരിക്കുകയാണ് നമ്മുടെ സംസ്ഥാനമെന്നും അതിൽനിന്നും ശാശ്വതമായ മോചനമാണ് നമ്മുടെ ലക്ഷ്യമെന്നും പ്രായംകൂടിയ നേതാവ് ഉറച്ച സ്വരത്തിൽ പറഞ്ഞു. അദ്ദേഹം പെട്ടെന്ന് നിർത്തുമെന്ന് ഞാൻ കരുതിയ പ്രസംഗം പിന്നേയും നീളുകയാണ്. “സ്ത്രീകളും കുട്ടികളുമടക്കം എഴുപതിനായിരത്തോളം പേർ പങ്കെടുത്ത ഒരു കരിങ്കൊടി പ്രകടനം എറണാകുളത്ത് നടന്നത് ഇക്കഴിഞ്ഞ ആഗസ്ത് 26 നായിരുന്നു. കേരള വിദ്യാഭ്യാസ ബില്ലിനോടുള്ള ജനങ്ങളുടെ പ്രതിഷേധമായിരുന്നു അത്. അന്ന് കമ്യൂണിസ്റ്റുകാർ ചെയ്തതെന്താണെന്നറിയാമോ? ബഹുമാന്യനായ പട്ടം താണുപിള്ളയുടെ കാർ തടഞ്ഞുനിർത്തി അദ്ദേഹത്തെ അധിക്ഷേപിച്ചു! ആരാണ് പട്ടംതാണുപിള്ള? തിരുവിതാംകൂറും തിരുകൊച്ചിയും ഭരിച്ച മഹാൻ. ഇനി കേരളവും ഭരിക്കേണ്ട അതിമഹാൻ! കമ്യൂണിസ്റ്റുകാർ അധികാരമേറ്റ് കേവലം ആറുമാസംപോലും തികയുന്നതിനുമുമ്പുണ്ടായ സംഭവം! അന്ന് തുടങ്ങിയ സമരം കേരളത്തിലങ്ങോളമിങ്ങോളമുള്ള വിദ്യാർത്ഥികളും ബഹുജനങ്ങളും ഇന്നും തുടർന്നുകൊണ്ടേ ഇരിക്കുന്നു. അതിനൊരവസാനമുണ്ടാകണമെങ്കിൽ ഈ സർക്കാർ അധികാരത്തിൽ

നിന്നും ഒഴിഞ്ഞുപോകണം.. ഒഴിഞ്ഞുപോകുന്നില്ലെങ്കിൽ ഒഴിച്ചുപോക്കണം. ഇനി ഒഴിഞ്ഞുപോയില്ലെങ്കിലോ എന്നല്ലേ? അത് അപ്പോൾ കാണാം. എന്നു പറഞ്ഞാൽ അതിനർത്ഥം അധികാരത്തിന്റെ കസേരയിലിരിക്കാനുള്ള മഹാഭാഗ്യം കമ്യൂണിസ്റ്റുകൾക്കുണ്ടാകില്ലെന്നുതന്നെ! സംശയംവേണ്ട. അതിനുള്ള പരിപാടികൾ ഞങ്ങൾ പൂർത്തിയാക്കും. നിങ്ങൾ ഞങ്ങളോടൊപ്പം നിന്നുതന്നാൽ മാത്രം മതി!"

ഇരുന്നൂറ് കൊല്ലം നമ്മെ ഭരിച്ച സൂര്യനസ്തമിക്കാത്ത സാമ്രാജ്യത്തിൽനിന്നും നാം സ്വാതന്ത്ര്യം നേടിയെടുത്തില്ലേ? അതിലുമപ്പുറമാണോ കൊച്ചുകേരളത്തിലെ കമ്യൂണിസ്റ്റുകളിൽനിന്നും സ്വാതന്ത്ര്യം നേടിയെടുക്കുന്ന കാര്യം? ഒരു മുല്ലപ്പൂപോലെ പറിച്ചെടുക്കാവുന്നതല്ലേ അത്?

ചിലർ കൈയടിച്ച് വൃദ്ധനെ പ്രോത്സാഹിപ്പിക്കാൻ തുടങ്ങി. ഞാൻ പതുക്കെ പിറകോട്ടുനീങ്ങി. സമയം സന്ധ്യയോടടുക്കുന്നു ഇനിയും വൈകിയാൽ അമ്മ കടവിലെത്തിയേക്കും. അച്ഛനെ കാണുന്ന ലക്ഷണമില്ല. അരി വാങ്ങാതെ മടങ്ങാം. ഒരു നേരത്തേക്ക് അമ്മ ആയിശുമ്മയോട് കടംവാങ്ങട്ടെ.

പതിമൂന്ന്

രാ*മായണ*ത്തിലേയും *മഹാഭാരത*ത്തിലേയും ചില കഥാഭാഗങ്ങൾ പലരും പലപ്പോഴായി പറഞ്ഞുകേട്ടിരുന്നു, ഞാൻ. ഈ കൃതികളൊന്നും നേരിട്ടുകാണാൻ എനിക്ക് ഭാഗ്യമുണ്ടായിരുന്നില്ല. വായിക്കാൻ ആഗ്രഹമുണ്ടായിരുന്നെങ്കിലും എവിടേയും കിട്ടിയിരുന്നില്ല. ഇതെല്ലാം നേരിൽ വായിച്ചിട്ടുള്ള ഒരു മനുഷ്യനെ ജീവനോടെ കാണാനും കഴിഞ്ഞിരുന്നില്ല. കഥാഭാഗങ്ങളുദ്ധരിക്കുന്നവരൊന്നുംതന്നെ അത് വായിച്ചവരുമായിരുന്നില്ല. കേട്ടവർകേട്ടവർ പറഞ്ഞുപരത്തുകയായിരുന്നു, എല്ലാം.

കുന്തിയും കർണ്ണനും തമ്മിലുള്ള ബന്ധത്തെക്കുറിച്ചായിരുന്നു ഞാൻ കൂടുതലും ചിന്തിച്ചിരുന്നത്. ലോകത്തിലുള്ള എല്ലാ സ്ത്രീകളുടേയും പ്രതിനിധിയല്ലേ കുന്തി? സർവ്വ സന്താനങ്ങളുടേയും പ്രതിനിധിയല്ലെ കർണ്ണൻ? ഈ തോന്നൽ ചുരുങ്ങിയകാലത്തെ ജീവിതാനുഭവത്തിൽനിന്നും സ്വയം ഉരുത്തിരിഞ്ഞതായിരിക്കണം. അച്ഛനും അമ്മയും ഉണ്ടായതുകൊണ്ട് മാത്രം മക്കൾ ഭാഗ്യവാന്മാരാകുന്നില്ല. ഹരിച്ചാൽ ശിഷ്ടം വരാത്ത സംഖ്യകൾ ഉണ്ടാകുന്നതുപോലെയാണ് ഭാഗ്യം. അത് ഒരു ഒത്തുകിട്ടലാണ്. അതിനുപിറകിൽ ആരെങ്കിലും രഹസ്യമായി പ്രവർത്തിക്കുന്നുണ്ടാകുമോ? നമുക്ക് പറയാനാകില്ല. കാലമാറ്റത്തിനനുസരിച്ച് സംഖ്യകൾ മാറിമറിയുമ്പോൾ ശിഷ്ടവും വന്നുപെട്ടേക്കാം. ഈ ശിഷ്ടമാണ് നിർഭാഗ്യം. സഹസ്രാബ്ദങ്ങളോളം ഹരിച്ചുകൊണ്ടിരുന്നാലും ശിഷ്ടം ശിഷ്ടമായിത്തന്നെ തുടർന്നുകൊണ്ടിരിക്കും.

കാഴ്ചയുള്ള നയനങ്ങൾ മൂടിക്കെട്ടുകയാണ് ഗാന്ധാരി ഭാര്യാധർമ്മം പാലിക്കാൻ. സന്തതിയെ നദിയിലൊഴുക്കുകയാണ് കുന്തി കന്യകാത്വം

സംരക്ഷിക്കാൻ. അറിഞ്ഞുകൊണ്ടുതന്നെ അരുതാത്തത് ചെയ്തുകൊണ്ടായിരുന്നു പാണ്ഡു മരണം വരിച്ചത്. ഉണ്ടായിരുന്നതൊക്കെ ഇല്ലെന്നുകരുതി കർണ്ണൻ ജീവിച്ചുപോന്നു. എന്റെ മാതാപിതാക്കളെ ഒന്നുകൊണ്ടും എനിക്ക് കുറ്റം പറയാനാകുന്നില്ല. അവർ അവരുടെ വഴി തെരഞ്ഞെടുത്തിരിക്കുന്നു. പക്ഷേ, അരുതാത്തതൊന്നും ചെയ്യാതിരിക്കുകയെന്നത് അവരുടെ ധർമ്മമായിരുന്നോ. ഇല്ല. ആത്മാവിനടിയിലുള്ള രഹസ്യങ്ങളാണ് നേരായ ധർമ്മത്തിന്റെ അടിസ്ഥാന ഘടകങ്ങൾ. ഋഷീശ്വരന്മാർപ്പോലും പരിപൂർണ്ണരല്ലെന്നല്ലേ പുരാണങ്ങൾ ഉദ്ഘോഷിക്കുന്നത്? വേവലാതികളൊന്നുമില്ലാതെ ജീവിക്കുന്നതല്ലേ പ്രകൃതിനിയമങ്ങൾക്കനുസൃതമായ നേരായ ജീവിതം?

ഈ വിധത്തിലൊക്കെ ചിന്തിക്കാൻ ഒരു കാരണംകൂടി കിട്ടിയിരിക്കുന്നു. ഒരു കരിഞ്ചേരയെപ്പോലെ അത് എന്റെ കുടുംബത്തിലേക്കിഴഞ്ഞുവന്നിരിക്കുകയാണ്. വിധവയായ ജ്യേഷ്ഠത്തിയമ്മയുമായി അച്ഛനുണ്ടായ അവിഹിത ബന്ധത്തിന്റെ സുവർണ്ണമായ ഓർമ്മകൾതന്നെയാണ് കരിഞ്ചേരയുടെ രൂപംകൈക്കൊണ്ടിരിക്കുന്നത്. തറവാട്ടുവകയിലുള്ള സ്വത്തുക്കളെല്ലാം ഇപ്പോഴും കൈകാര്യം ചെയ്യുന്നത് അച്ഛൻ തന്നെയാണ്. ജ്യേഷ്ഠഭാര്യയും കുട്ടികളും അവരുടെ സ്വത്ത് വീതിച്ചു നല്കണമെന്നാവശ്യപ്പെടുന്നതിൽ എന്താണ് തെറ്റ്? നാട്ടുപ്രമാണികൾ മുഖാന്തിരം ഈ ആവശ്യം ഉയർന്നുവന്നപ്പോൾ അച്ഛൻ അക്ഷരാർത്ഥത്തിൽ ഞെട്ടുകതന്നെ ചെയ്തു.

എന്റെ അമ്മപെറ്റ മക്കൾ മാത്രമായിരുന്നില്ല അച്ഛന്റെ മക്കൾ. ജ്യേഷ്ഠന്റെ എല്ലാമക്കളും അച്ഛന്റെ മക്കളായിത്തന്നെ വളരുകയായിരുന്നു. അമിതമായ ആത്മാർത്ഥതയും സ്നേഹവും അനാവശ്യമായിരുന്നെന്നും അർത്ഥശൂന്യമായിരുന്നെന്നും ബോദ്ധ്യപ്പെടുന്ന നിമിഷങ്ങൾ പിറന്നുവീഴുകയാണ്. ഒരു തറവാട്ടുസ്വത്ത് ഭാഗം വെക്കുകയെന്നതിലേറെ തന്റെ ഹൃദയം പകുത്ത് മുറിക്കുകയാണെന്ന ബോധം അച്ഛനെ ഞെക്കിപ്പിഴിയുകയായിരുന്നു

ന്യായമെങ്കിലും അവിചാരിതമായി വന്നുപെട്ട ഈ പ്രതിസന്ധിയിൽ അമ്മ ആരുടെ കൂടെ നില്ക്കും? കൂട്ടിലകപ്പെട്ട ഒരു പുലിയെപ്പോലെ അച്ഛൻ പുറത്തുകടക്കാനാവാതെ ഒരു പഴുതും തിരഞ്ഞ് അങ്ങോട്ടുമിങ്ങോട്ടും നടക്കുമ്പോൾ അമ്മയ്ക്ക് എന്തെങ്കിലും ഒരു പൊല്ലാപ്പ് തോന്നേണ്ടതല്ലേ?

കാലം അതിന്റെ പ്രതികാരവുമായി അവസരം നോക്കി തിരിച്ചെത്തിയിരിക്കുകയാവാം.

മാദ്ധ്യസ്ഥരുടെ വാദങ്ങളെയെല്ലാം തകർക്കാൻ അച്ഛന്റെ കൈവശം ന്യായങ്ങളുണ്ടായിരുന്നു. യുവാവായ കാലത്ത് അദ്ധ്വാനിച്ചുണ്ടാക്കിയ എല്ലാ സ്വത്തുക്കളും അച്ഛന്റെ സ്വന്തമാണ്. രേഖകൾകൊണ്ട് അത് ജ്യേഷ്ഠന്റെ പേരിലാണെങ്കിൽപ്പോലും. അക്കാലത്ത് ഒരാത്മാവും ഒരു ശരീരവുമായിക്കഴിഞ്ഞ ജ്യേഷ്ഠാനുജന്മാരെന്ന നിലയ്ക്ക് എന്തുവാങ്ങിയാലും അത് ജ്യേഷ്ഠന്റെ പേരിലാണ് രേഖപ്പെടുത്തിയിരുന്നത്. അന്ന്

ഉടമസ്ഥാവകാശം അവകാശത്തിന്റെ പേരിലായിരുന്നില്ല. സ്നേഹത്തിന്റെയും ബന്ധത്തിന്റെയും പേരിലായിരുന്നു നിശ്ചയിക്കപ്പെട്ടിരുന്നത്. അതിന് ആർക്കും വിഷമമോ തർക്കമോ ഉണ്ടായിരുന്നില്ല.

പക്ഷേ, ഇപ്പോൾ കാര്യങ്ങൾ കീഴ്മേൽ മറിഞ്ഞിരിക്കുന്നു.

ജന്മിയുടെ കാണസ്വത്താണ് ഭാഗംവെക്കേണ്ടത്. അതുമാത്രമേ ഭാഗംവെക്കേണ്ടതുള്ളു. മറ്റുള്ളതെല്ലാം അച്ഛന്റെ സ്വന്തമാണ്. രേഖകൾ ജ്യേഷ്ഠന്റെ പേരിലാണെങ്കിലും. സത്യങ്ങൾക്കും ന്യായങ്ങൾക്കും രേഖകളില്ല. - എന്നിങ്ങനെ പോകുന്നു അച്ഛന്റെ വാദങ്ങൾ.

ജന്മിയെ താലോലിച്ചുനടന്ന അച്ഛന്റെ കണ്ണിൽ ഇരുട്ടുകയറിയിരിക്കുന്നു. തന്റേതെന്ന് കരുതിയതൊന്നും തന്റേതല്ലാതായിരിക്കുന്നു. അച്ഛനെ ആർക്കും വേണ്ടാതായിരിക്കുന്നു.

ഒരുകാലത്ത് അമ്മയെ അച്ഛനു വേണ്ടാതിരുന്നതുപോലെ.

ഒരു സ്വനഗ്രാഹി യന്ത്രത്തെപ്പോലെ അച്ഛൻ ഒറ്റയ്ക്കിരുന്നു കഥ പറയാൻ തുടങ്ങും. ആരു കേൾക്കാൻ വേണ്ടിയാണ് ഇത് പറയുന്നതെന്ന് എനിക്ക് മനസ്സിലായിരുന്നില്ല. എല്ലാമറിയുന്ന അമ്മയ്ക്ക് ഇതൊന്നും കേൾക്കേണ്ടിയുമിരുന്നില്ല. അച്ഛനെ ആശ്വസിപ്പിക്കാൻവേണ്ടി മൂക്കിലൂടെ ഒരു ശ്വാസമെങ്കിലും വിടാൻ അമ്മ കനിഞ്ഞതുമില്ല!

അച്ഛന്റെ നിലയ്ക്കാത്ത നെഞ്ചിടിപ്പിന്റെ കാരണം ഇപ്പോൾ താമസിക്കുന്ന പറമ്പും പുരയിടവും വീണ്ടും പപ്പാതിയാക്കി ഭാഗിക്കേണ്ടിവരുന്നതിലാണ്. കേസ് കഴിഞ്ഞപ്പോൾ സ്വത്ത് സ്വന്തം ജന്മമാക്കേണ്ടതായിരുന്നു. പഴയ സ്നേഹത്തിന്റെ പേരിൽ ജ്യേഷ്ഠന്റെ മൈനറായ മകനുകൂടി രേഖയിൽ പങ്കുകൊടുത്തു. നട്ടുച്ചയായിട്ടും നേരംപുലർന്നതറിയാത്ത വിഡ്ഢിത്തം. ജ്യേഷ്ഠനും ഭാര്യയും അക്കാലം മുതല്ക്കേ തന്നെ ചതിക്കുകയായിരുന്നോ?

അച്ഛന്റെ ന്യായങ്ങൾ കേട്ടാൽ സങ്കടവും ദുഃഖവും തോന്നാം. പറയുന്നതെല്ലാം സത്യമായിരിക്കാം. വിലയില്ലാത്ത സത്യങ്ങൾകൊണ്ട് അച്ഛന്റെ ദുർഗ്ഗതി ഇല്ലാതാക്കാനാവുമെന്ന് വിശ്വസിക്കാൻ ആരുമില്ല. നിയമത്തിനു മുമ്പിൽ ഒരു ചുണ്ടെലിയെപ്പോലെ വിറച്ചുനില്ക്കാനല്ലാതെ അച്ഛനെന്തുചെയ്യാനാകും?

ചർച്ചകളൊന്നും ഒരു തീരുമാനത്തിലെത്താനാകാതെ വന്നപ്പോൾ ജന്മിയെക്കൂടി വിളിച്ചുവരുത്താമെന്ന ഒരു ശുപാർശയും വന്നു. അതിഥിയായെത്തിയിരുന്ന ജന്മി വർഷങ്ങൾക്കുശേഷം ഒരു മദ്ധ്യസ്ഥനായെത്തിയപ്പോഴും കിഴക്കുഭാഗത്തെ വെളിച്ചം മങ്ങിയമുറി അതേമട്ടിൽ കിടന്നിരുന്നു. എങ്കിലും എന്നെ ജന്മിക്ക് പെട്ടെന്ന് മനസ്സിലായില്ല. എല്ലിന് ഇത്തിരി നീളം കൂടിയതല്ലാതെ മാറ്റങ്ങളൊന്നും ഇല്ലാതിരുന്നിട്ടും. ഭാവിയിൽ കുടിയാനാകേണ്ടവൻ ഞാനായതുകൊണ്ടായിരിക്കാം, അച്ഛൻ എന്നെ അദ്ദേഹത്തിന് പരിചയപ്പെടുത്തി. തറവാടിത്തവും സ്നേഹവും നിറഞ്ഞ ആ മുഖഭാവം എന്നോടിണങ്ങിച്ചേരുന്നതായേ തോന്നിയുള്ളു എനിക്ക്.

ജന്മിയും അംശം അധികാരിയും മറ്റുനാട്ടുപ്രമാണിമാരും ഒത്തുകൂടിയ അന്നത്തെ ദിവസം കാര്യമായ ഒരു ഭക്ഷണം എല്ലാവർക്കു

വേണ്ടിയും ഒരുക്കിയിരുന്നു. എന്നുപറഞ്ഞാൽ അതിനർത്ഥം കോഴിയിറച്ചിയും പത്തിരിയും എന്നുതന്നെയാണ്. പാലും പഞ്ചസാരയും ചേർത്ത കടുപ്പത്തിലുള്ള ചായയും. ഉച്ചയ്ക്കുശേഷമുള്ള കൂടിച്ചേരലായതുകൊണ്ട് ഊണിന്റെ ആവശ്യമുണ്ടായിരുന്നില്ല.

വ്യക്തമായ തീരുമാനങ്ങളൊന്നും അന്ന് രൂപപ്പെട്ടിരുന്നില്ലെങ്കിലും എന്തെങ്കിലും ചെയ്യാവുന്ന ഒരു മനമില്ലാമനസ്സിന്റെ നിലപാടിൽ അച്ഛൻ എത്തിച്ചേർന്നിരുന്നു. ആധാരമെഴുത്തുകാരും അളവുകാരുമൊക്കെ ച്ചേർന്ന് ഇനിയും കൂട്ടുകൂടൽ ആവശ്യമാണ്. ഇനിയും തീരുമാനിച്ചിട്ടില്ലാത്ത നല്ലൊരുദിവസത്തെ ഭാവനയിൽ കണ്ടുകൊണ്ട് എല്ലാവരും പിരിയുകയായിരുന്നു.

മറ്റൊരർത്ഥത്തിൽ ചരിത്രത്തിന്റെ ഒരു മരം ചുറ്റലായിരുന്നു ഈ കൂടിച്ചേരൽ. കൂടടച്ചുപോയ അമ്മക്കിളിയെ തിരിച്ചെത്തിക്കാനുള്ള പോംവഴികൾ അന്വേഷിച്ചുകൊണ്ടുള്ള കൂടിച്ചേരലായിരുന്നു പണ്ടത്തേത്. അതിന്റെ പര്യവസാനം പരാജയമായിരുന്നില്ലല്ലോ. ഇന്നത്തേതും അങ്ങനെത്തന്നെയാവുമെന്ന് പ്രതീക്ഷിക്കാം, പ്രതീക്ഷയ്ക്ക് ഇണങ്ങും വിധമാവില്ലെങ്കിലും.!

പുതിയ സർക്കാർ കൊണ്ടുവരാൻപോകുന്ന ജന്മികുടിയാൻ ബന്ധം ശിഥിലമാക്കുന്ന നിയമങ്ങളെക്കുറിച്ച് ഞാനും കേൾക്കാൻ തുടങ്ങിയിരുന്നു. കുടിയാന്മാർ ഇനിമേലിൽ നേരിട്ട് ജന്മിക്ക് പാട്ടം കൊടുക്കേണ്ടതില്ലെന്നും അത് സർക്കാർതന്നെ കൊടുത്തുകൊള്ളും എന്നുമുള്ള നിയമം വരാൻ പോകുന്നത്രെ. കുടിയാൻ പാട്ടം സർക്കാരിലടച്ചാൽമതി. കുടിയൊഴിപ്പിക്കാനുള്ള അവകാശം പൂർണ്ണമായും ജന്മിയിൽനിന്നും എടുത്തുകളയുന്നതിന്റെ ഭാഗമത്രെ ഇത്.

അധികാരത്തിലെത്തിക്കഴിഞ്ഞ കമ്യൂണിസ്റ്റ് ഗവൺമെന്റിന്റെ പിന്നീടുള്ള പ്രവർത്തനങ്ങളെക്കുറിച്ചൊന്നും അച്ഛൻ ചിന്തിച്ചിരുന്നില്ല. കുടിയിറക്കുഭീഷണി ഇനിയുണ്ടാവില്ലെന്നറിയുകയും സന്തോഷവും മനഃശാന്തിയും തിരിച്ചുകിട്ടിയെന്ന് ആശ്വസിക്കുകയും ചെയ്യുന്ന നിമിഷങ്ങളുടെ സ്വാദ് പൂർണ്ണമായും രുചിച്ചറിയാൻ ഭാഗ്യമുണ്ടായില്ല. അത്തരം ഒരു മുഹൂർത്തത്തിലായിരുന്നല്ലോ വിഭജനത്തിന്റെ ഭീഷണിയുടെ ഉദയം.

തുടക്കത്തിലുണ്ടായിരുന്ന മർക്കടമുഷ്ടിയും വാശിയുമെല്ലാം പിരിപോയ ഒരാണിയുടെ അവസ്ഥയിലേക്കാണ് അവസാനം അച്ഛനെ കൊണ്ടുചെന്നെത്തിച്ചത്. തനിക്ക് തന്റേതായ വഴി നഷ്ടപ്പെട്ടിരിക്കുന്നുവെന്നും ആർക്കും വേണ്ടാത്ത വഴിയാണ് എല്ലാവരും തനിക്ക് വെച്ചുനീട്ടുന്നതെന്നും അച്ഛന് തോന്നിയിട്ടുണ്ടാകണം

അതിരുകൾ രേഖപ്പെടുത്തി, കുഴിക്കൂറുകൾ പറഞ്ഞുറപ്പിച്ച് അവസാനം മദ്ധ്യസ്ഥന്മാർ പഴയ തറവാട്ടുപുരയ്ക്കകത്തുകയറി. ഭൂസ്വത്തുക്കൾ വീതിക്കുന്നതുപോലെ തറവാടുപുരയും വീതിക്കണമല്ലോ. നെല്ലിൻ കറ്റകളും തോക്കും നായാട്ടുനായ്ക്കളും നിറഞ്ഞുനിന്നിരുന്ന തറവാടിന്റെ ഉമ്മറക്കോലായയിൽനിന്നുകൊണ്ട് അച്ഛൻ പഴയസ്വപ്നങ്ങൾ അയവിറക്കി.

ഇവിടെ കിടന്നായിരുന്നു ജ്യേഷ്ഠൻ മരിച്ചത്!

മാദ്ധ്യസ്ഥന്മാർ പുറത്തിറങ്ങി. ഒരാൾ ഉറക്കെപ്പറഞ്ഞു. "ആകെയുള്ളത് ഒരു പത്തായമാണ്. അതിന് ഇരുപത്തിയഞ്ചുറുപ്പിക വിലകെട്ടാം.."

പന്ത്രണ്ടര ഉറുപ്പിക അച്ഛന് കിട്ടും!

ആരുമാരും ഒന്നും മിണ്ടിയില്ല. അച്ഛൻ അവിടെനിന്നും പതുക്കെ ഇറങ്ങിപ്പോവുകയും ചെയ്തു.

ജീവിതത്തിന്റെയും സ്നേഹത്തിന്റെയും വില പൂർണ്ണമായും ബോദ്ധ്യപ്പെട്ടതുകൊണ്ടായിരിക്കണം അച്ഛന്റെ ജീവിതം കൂടുതൽ ആനന്ദപ്രദമായ ഒരു വഴിയിലേക്ക് നീങ്ങിത്തുടങ്ങുകയായിരുന്നു. അച്ഛന്റെ തുണിസഞ്ചിയിൽ എപ്പോഴും എന്തെങ്കിലും ഔഷധങ്ങളുണ്ടായിരിക്കും. അത് പലർക്കും ആവശ്യമായി വരും. പറമ്പുകളും കുന്നുകളും കയറിയിറങ്ങി മരുന്നുകൾ പറിച്ചെടുക്കും.. സാമ്പത്തികമായ ചട്ടക്കൂടില്ലാത്ത ചികിത്സ! സ്നേഹവും വിലയും സൗഹൃദത്തിലും സൽക്കാരത്തിലും കൂടിക്കലരും. സൽക്കാരമെന്നത് ഭക്ഷണമല്ല. പാനീയമാണ്. പാനീയമെന്നാൽ ലഹരിയാണ്. അതാണ് ആനന്ദം.!

സ്വതന്ത്രമായ ലോകം തുറന്നുകിട്ടിയ അച്ഛന്റെ ഹൃദയം എത്രവേഗതയിലാണ് മിടിച്ചുകൊണ്ടിരിക്കുന്നതെന്ന് ആർക്കുമറിഞ്ഞുകൂടല്ലോ. നഷ്ടപ്പെടാൻ ഇനിയൊന്നുമില്ല. നേടിയെടുക്കാനുമില്ല ഒന്നും. താൻ തന്റെ വഴി. മക്കളെ സ്നേഹിക്കുന്നതുപോലും നിഷിദ്ധമാക്കുന്ന ഒരവസ്ഥ. ഭാര്യയെന്തിന്? മക്കളെന്തിന്? ഇവരാരുമില്ലെങ്കിലെന്ത്? താൻ അച്ഛനുമമ്മയുമില്ലാത്തവൻ; ആരും ഊരും ഇല്ലാത്തവൻ. പ്രായം കൂടിക്കൂടി വരുന്നവൻ. കാൽ കുഴിയിലേക്കിറക്കാൻ കാത്തിരിക്കുന്നവൻ.

അത്രയും നേരത്തേക്ക് ഇനിയുള്ളത് ഇത്തിരി സന്തോഷം മാത്രം. അച്ഛന്റെ ആത്മഗതങ്ങൾക്ക് പലപ്പോഴും ലഹരി ശബ്ദം കൊടുക്കുമായിരുന്നു.

അച്ഛൻ അച്ഛന്റേതായി ഒരു തത്ത്വശാസ്ത്രം വികസിപ്പിച്ചെടുത്തിരിക്കുന്നു.

ഇവിടെനിന്നങ്ങോട്ടുള്ള ഞങ്ങളുടെ ജീവിതം ഒരു ജീവിതമായിരുന്നു. അത് കഥാരൂപത്തിലോ നോവൽരൂപത്തിലോ എഴുതാനാവില്ല. വറ്റിയിട്ടില്ലാത്ത ഒരു കൈത്തോട് സ്രോതസ്സ് മുറിയാതെ ഒഴുകിക്കൊണ്ടിരുന്നാൽ അതൊരുസംഭവമാകുന്നില്ല. വേനലവധിവരുമ്പോൾ സ്കൂളടയ്ക്കും. അതുകഴിഞ്ഞാൽ തുറക്കും. ഞങ്ങൾ മക്കൾ ഒരു നിയോഗം പോലെ സ്കൂളിലെത്തും തിരിച്ചുവരും. വസ്ത്രം, ഭക്ഷണം, പുസ്തകങ്ങൾ ഇതേക്കുറിച്ചൊന്നും ഓർക്കാനും പറയാനുമാകില്ല. ഉദയാസ്തമയങ്ങൾപോലെ എല്ലാം നടന്നുകൊണ്ടിരിക്കുന്നു.

ആരോ ഒരാൾ ഞങ്ങളെ രക്ഷിക്കുന്നുണ്ടായിരുന്നു. അതാരാണെന്ന് ആർക്കും അറിഞ്ഞുകൂടാ. ആരും ഒന്നിനും പരാതി പറഞ്ഞില്ല. തമ്മിൽ തമ്മിൽ വഴക്കടിച്ചില്ല. ജീവിതം ജീവിച്ചുകൊണ്ടിരിക്കുകയായിരുന്നു. ആ അജ്ഞാതൻ അദൃശ്യനും സർവ്വജ്ഞനുമായിരുന്നു!

നിലവിലുള്ള ഭരണത്തെക്കുറിച്ചുപോലും ഞങ്ങൾ ഒന്നുമറിഞ്ഞില്ല. ആർപ്പുംകുരവയുമായി ഭരണത്തിലേറിയവർപോലും എന്തുചെയ്യുന്നു

വെന്ന് ഞങ്ങളറിഞ്ഞില്ല. അച്ഛൻ ഭരണാധികാരികളെ കൈയൊഴിഞ്ഞു കഴിഞ്ഞിരുന്നു.

ചാത്തുണ്ണിപോലും അച്ഛനെ കാണാൻ വരാതായി. ചാത്തുണ്ണിക്ക് അച്ഛനെ ഇഷ്ടമായിരുന്നെങ്കിലും ലഹരി ഇഷ്ടമല്ലാത്തതുകൊണ്ട് അച്ഛനെ അകറ്റിനിർത്തി. എങ്കിലും എന്നോട് എപ്പോഴും നല്ല ബന്ധം പുലർത്തി. ഒരു ജ്യേഷ്ഠനെപ്പോലെയായിരുന്നു എനിക്ക് ചാത്തുണ്ണി.

ഓർമ്മകൾ പാറിക്കൂടിവരുന്ന കാലത്തിലെ ചില ഓർമ്മകളിലേക്ക് എന്റെ മനസ്സ് തിരിഞ്ഞോട്ടം നടത്തിയത് ഇക്കാലത്താണ്. അച്ഛന്റെ ചില പഴയകാലവിക്രിയകൾ. ഒരു പാതിരാത്രിയിൽ അമ്മയെ വെട്ടാനെടുത്ത കൊടുവാൾ അമ്മ കയറിപ്പിടിച്ചു. പിടിവലിയായി. എനിക്ക് അഞ്ച് വയസ്സായിക്കാണണം. ഞാൻ അച്ഛന്റെ ഉടുമുണ്ട് വലിച്ചഴിച്ചുകളഞ്ഞു. അതോടെ ആയുധം അമ്മയുടെ കൈയിലെത്തി. അച്ഛന്റെ വിരലുകളിൽ പലതിനും മുറിവേറ്റ് രക്തം ചീന്തി.

ആ രാത്രി അമ്മ ഒളിവിൽപ്പോയി.

അതോടെ അച്ഛന് ഉറക്കംകെട്ടു. വല്ല്യച്ഛന്റെ മൂത്ത മകൾ പെരച്ചിയുടെ പുരയിലാണ് പിറ്റേന്ന് അമ്മയെ കണ്ടെത്തിയത്. ഒറ്റയ്ക്ക് പാതിരനേരത്ത് ഏകാന്തമായൊഴുകുന്ന ചെറുപുഴ കടന്നുപോയ അമ്മ ആരായിരിക്കണം!

വല്ല്യച്ഛന്റെ മകൻ ഞങ്ങളുടെ പുരയിൽ കൂട്ടിനുണ്ടായിരുന്ന ഒരു ദിവസം. അതും ഒരർദ്ധരാത്രിയിലാണ്. എന്തോ വക്കാണത്തിന്റെ ബാക്കി. അമ്മ ഉറങ്ങിയതുപോലെ കിടപ്പാണ്. അട്ടത്തുണ്ടായിരുന്ന തറവാട്ടിലെ ഒരു വെടിവില്ലിന്റെ ചട്ട ഉയർത്തിപ്പിടിച്ചുകൊണ്ട് കീചകനെപ്പോലെ അച്ഛൻ നില്ക്കുന്നു! അമ്മയെ ഉന്നംവെച്ചുള്ള ആ വെടിവില്ല് തട്ടിപ്പിടഞ്ഞ് എഴുന്നേറ്റു ജ്യേഷ്ഠൻ തട്ടിമാറ്റിക്കളയുന്നത് ഞാൻ കണ്ടു!

അച്ഛൻ ഒരു ഭീരുവായിരുന്നില്ലെ? മറിച്ചായിരുന്നെങ്കിൽ ഈ നീണ്ട കാലത്തിനിടയിൽ എപ്പോഴെങ്കിലും അമ്മയെ കൊല്ലാമായിരുന്നില്ലേ.

സ്വയം തീർക്കാനാവാത്തതും ആരാലും തീർത്താൽ തീരാത്തതുമായ ശാപം ഉണ്ടാക്കിത്തീർത്ത ദുരിതങ്ങൾ.

പതിനാല്

വിജയിച്ചിട്ടും ഒൻപതാംക്ലാസിലെ വിജയം ഒരു വിജയമായി തോന്നിയിരുന്നില്ല എനിക്ക്. സ്കൂൾ ഒന്നാം തീയതി തുറക്കാൻ ഇടയില്ലെന്ന ഒരു വാർത്ത കുട്ടികൾ എവിടെനിന്നോ കൊണ്ടുവന്നതായിരുന്നു കാരണം. ഇനി തുറന്നാൽ തന്നെ സമരമായിരിക്കുമത്രെ. വിദ്യാർത്ഥികൾ ആലപ്പുഴയിൽ തുടങ്ങിയിരുന്ന സമരം ഇനിയും അവസാനിച്ചിട്ടില്ല. അത് സംസ്ഥാനത്തുടനീളം പരക്കാൻ പോവുകയാണ്.

കുട്ടികളെ സ്കൂളിൽ പഠിക്കാനനുവദിക്കാത്ത രാഷ്ട്രീയക്കാർ നാട്ടിലുണ്ടല്ലോ എന്ന് ഞാനോർത്തു. രാത്രികാലങ്ങളിൽ അന്തിയുറങ്ങാൻ സമ്മതിക്കാത്ത അച്ഛനെപ്പോലെ തന്നെ!

ഗോവിന്ദൻമാഷിനെ കണ്ടാൽ സത്യാവസ്ഥ അറിഞ്ഞേക്കാം. വെക്കേഷൻ ആയതിനാൽ അദ്ദേഹത്തെ പുറത്തെവിടെയെങ്കിലും കാണാനിടയില്ല. നിരത്തുവക്കിലെ പഴയ ഇരുനിലമാളിക വീടിന്റെ സിമന്റുപടികൾ കയറി ഞാൻ ചെന്നു.

കറുപ്പിച്ച് മിനുസം വരുത്തിയ കോലായിലിരുന്ന് മുരിങ്ങയില നുള്ളിയിടുകയാണ്, മാഷ് ഒരു മൺചട്ടിയിലേക്ക്. എന്നെ കണ്ടതോടെ അല്പം ഗൗരവത്തോടെ ഒരു ചോദ്യം.

"എന്താ ജയിച്ചില്ലേ?"

"ജയിച്ചു" ഞാൻ പറഞ്ഞു.

"നീ ജയിച്ചില്ലേപ്പിന്നെ ആരാ ജയിക്കാൻ" മാഷ്.

"സ്കൂള് പൂട്ടാൻപോകുന്നെന്ന് കേട്ടല്ലോ" ഞാൻ.

"ഞാനും കേട്ടു" മാഷ്.

"എപ്പോഴാ തുറക്കുക?" ഞാൻ.

"മന്ത്രിസഭ താഴെ വീണാൽ തുറക്കും." മാഷ്.

മന്ത്രിസഭ കൊണ്ടുവന്നതാണ് ഹൈസ്കൂൾ. അതു താഴേവീണെങ്കിലേ ഹൈസ്കൂൾ തുറക്കൂ എന്നാൽ അതിനർത്ഥം?

ഒരു ചോദ്യമുണ്ടാക്കാനുള്ള എന്റെ ശ്രമം പാഴായിപ്പോവുകയാണ്. അതിനാൽ ലളിതമായ ഭാഷയിൽ ഞാൻ ചോദിച്ചു.

"എങ്ങനെയാണ് മന്ത്രിസഭയെ വീഴ്ത്തുക?"

"സമരം, ശക്തിയായ സമരം അല്ലാണ്ടെങ്ങനെയാ? വിദ്യാർത്ഥികൾ സമരം ചെയ്താൽ ഏത് മന്ത്രിസഭയേയും വീഴ്ത്താനാകും." മാഷ് ഉറപ്പിച്ചുപറഞ്ഞു.

തികച്ചും പുതിയ ഒരാശയം. അദ്ധ്യാപകരെ അനുസരിച്ചും ബഹുമാനിച്ചും വിദ്യ കൈവശപ്പെടുത്തേണ്ടവരാണല്ലോ വിദ്യാർത്ഥികൾ. വിദ്യാർത്ഥികൾ എന്നാൽ ശിഷ്യന്മാർ. അവർക്ക് ഇത്രയും വലിയ കാര്യങ്ങൾ ചെയ്യാനാകുമോ? മാഷ് എന്നെ പരിഹസിക്കുകയാണോ?

ഞാൻ ഒന്നും മിണ്ടാതെ നിന്നു.

"എടാ നീ ഉലക്ക വിഴുങ്ങിയവനെപ്പോലെ നിന്നിട്ട് കാര്യമില്ല. അടുത്ത പന്ത്രണ്ടാം തീയതി ഒരു ബന്ദ് വരാൻപോകുന്നുണ്ട്. അതു കഴിഞ്ഞാൽ സമരം വരും. ഇ എം എസ് എന്ന മുഖ്യമന്ത്രി രാജിവെച്ചൊഴിയുന്നതുവരെയാണ് സമരം. നിനക്കും സമരത്തിൽ പങ്കെടുക്കാം. കൂട്ടുകാരോടൊക്കെ പറയണം.

"ഇ എം എസ് രാജിവെക്കുമോ?" ഞാൻ ചോദിച്ചു.

"വെക്കാതെ പിന്നെ? ജവഹർലാൽ നെഹ്റുവാണ് പ്രധാനമന്ത്രി. അദ്ദേഹത്തിന്റെ മകളാണ് ഇന്ത്യൻ നാഷണൽ കോൺഗ്രസ് പ്രസിഡന്റ്, ഇന്ദിരാഗാന്ധി. *ഒരച്ഛൻ മകൾക്കയച്ച കത്തുകൾ* വായിച്ചിട്ടില്ലേ? ബാബു രാജേന്ദ്ര പ്രസാദാണ് ഇന്ത്യൻ പ്രസിഡന്റ്. ഇവർ മൂന്നുംവിചാരിച്ചാൽ ഇം എം എസിനെ ഭസ്മമാക്കാനാവും. അതിനുള്ള പണിയാണ് തുടങ്ങാൻപോകുന്നത്. നിനക്ക് മനസ്സിലായോ?"മാഷ് ചോദിച്ചു.

എനിക്ക് പൂർണ്ണമായും മനസ്സിലായിരുന്നില്ല. എങ്കിലും ഏതാണ്ട്

മനസ്സിലായി എന്ന അർത്ഥത്തിൽ ഞാൻ തലയാട്ടി. ഇനിയും അവിടെ നിന്നാൽ മാഷ് ഇനിയും എനിക്ക് മനസ്സിലാകാത്ത കാര്യങ്ങൾ പറഞ്ഞുതുടങ്ങും. അതെല്ലാം മനസ്സിലായെന്ന് നടിക്കേണ്ടിവരും. തല്ക്കാലം യാത്ര പറയുന്നതാണ് നല്ലതെന്ന് തീരുമാനിച്ചു.

ഞാൻ നേരെ പുരയിലേക്ക് നടന്നു. നടത്തത്തിൽ പലതും ആലോചിച്ചു. നിരത്തിലൂടെയുള്ള നടത്തത്തിൽ പൂഴിമണ്ണിലാണ്ടു പോയിരുന്ന കാൽവിരലുകളെ വേർതിരിച്ച് കാണാനാകുമായിരുന്നില്ല. പരിചയക്കാരാരെങ്കിലും ഒറ്റയ്ക്ക് സൈക്കിളിൽ വന്നുപ്പെട്ടെങ്കിലേ ഒരു ഡബിൾ ഒത്തുകിട്ടുകയുള്ളു. അങ്ങനെയുള്ള ഒരു മോഹവും മനസ്സിൽ വെച്ചുകൊണ്ടായിരുന്നു നടത്തം.

അങ്ങനെ അറിയാതെ പനിച്ചിങ്ങാപ്പറമ്പിലെത്തി. നേരെ ചാത്തു ണ്ണിയേട്ടന്റെ പീടികമുറിക്കടുത്തേക്കു ചെന്നു. വിയർത്തു നനഞ്ഞ എന്നെ ക്കണ്ട ചാത്തുണ്ണിയേട്ടനോട് ഞാൻ ജയിച്ച വിവരം പറഞ്ഞു. എന്റെ വിയർപ്പുകണ്ടിട്ടാകണം ചാത്തുണ്ണിയേട്ടൻ ഒരു ഗ്ലാസിൽ മോരുവെള്ളം ഒഴിച്ച് എനിക്കു നീട്ടി. പച്ചമുളകിന്റെ ചെറിയ നുറുങ്ങുകളും കറിവേപ്പി ലയുടെ നേർത്തപാളികളും അവസാനം കടിച്ചരച്ച് നീരിറക്കി ചണ്ടിതുപ്പി ക്കളഞ്ഞു.

ഞാൻ പുരയിലേക്ക് നടന്നു.

മക്കാട്ടു കടവിൽ വെള്ളം കുറവാണ്. തോണിയുടെ ആവശ്യ മേയില്ല. ഇന്നോ നാളയോ മഴ പെയ്തുതുടങ്ങും. തോറ്റോ ജയിച്ചോ എന്നറിയാൻവേണ്ടി സ്കൂളിൽ പോയിവന്ന എന്നോട് അച്ഛനോ അമ്മയോ ഒന്നും ചോദിച്ചില്ല. ഞാൻ തോല്ക്കുകയില്ലെന്ന് ഉറപ്പുണ്ടായിരുന്നു അവർക്ക്. വെറുതെ ഒരു ചോദ്യത്തിന്റെ ആവശ്യമില്ലെന്ന് അവർ കരു തിയിരിക്കണം. അതുകൊണ്ടുതന്നെ ഒരുത്തരവും എനിക്ക് ലാഭിക്കാൻ കഴിഞ്ഞു.

വീർപ്പുമുട്ടുന്ന ഒരവസ്ഥയിലേക്കാണ് ഞാൻ കയറിവന്നതെന്ന കാര്യം അപ്പോഴും ഞാനറിഞ്ഞിരുന്നില്ല. കുടുംബസ്വത്ത് ഭാഗിച്ചുപിരി ഞ്ഞതിൽപ്പിന്നെ മറ്റുനടപടികളൊന്നും ആരും എടുത്തിരുന്നില്ലല്ലോ. അതിന് തക്കതായ ഒരു കാരണവും ഉണ്ടായിരുന്നു. അവസാനദിവസം അച്ഛൻ ആരോടും ഒന്നും പറയാതെ ഇറങ്ങിപ്പോയതിന്റെ അർത്ഥം ആരും വായിച്ചെടുത്തിരുന്നില്ല. തറവാട് പുരയുടെ അവകാശമായി പന്ത്രണ്ടര ഉറുപ്പികയും വാങ്ങി തൃപ്തിപ്പെടാൻ അച്ഛൻ തയ്യാറായി രുന്നില്ല. ആ സംഖ്യ വർദ്ധിപ്പിച്ചാലും മതിയാവാത്ത പ്രശ്നങ്ങൾ വേറെ യുമുണ്ട്. അച്ഛൻ പരാതികളൊന്നും പരസ്യമായി പറയാതിരുന്നതു കൊണ്ട് എല്ലാം ശരിയാകുമെന്നുതന്നെ എല്ലാവരും കരുതുകയായിരുന്നു. അതിനിടയിലാണ് ജ്യേഷ്ഠത്തിയമ്മയുടെ ഒരാങ്ങള പുരയിലെത്തി അച്ഛ നെക്കണ്ടത്. ആധാരമെഴുത്ത് ഇനിയും നീട്ടിക്കൊണ്ടുപോകരുതെന്നും ഉടനെ രജിസ്റ്റർ ചെയ്യണമെന്നും സൂചിപ്പിക്കാനായിരുന്നു അയാളുടെ വരവ്. ഒരു പുൽമേടിനു തീ കൊളുത്തി അയാൾ ഇറങ്ങിപ്പോയതിന് ശേഷമായിരുന്നു എന്റെ വരവ്.

ഞങ്ങൾ ഇപ്പോൾ താമസിക്കുന്ന പുരയിടത്തിന്റെ അടുക്കളഭാഗത്തുള്ള ഏറ്റവും കൂടുതൽ കായ്ഫലം തരുന്ന ഒരു തെങ്ങ് ജ്യേഷ്ഠത്തിയമ്മയുടെ ഓഹരിയിലേക്ക് എടുപ്പാക്കി നിർത്തിയിരിക്കുന്നു! ഇങ്ങനത്തെ ഒരു ഓഹരിവെപ്പ് എന്തിനാണെന്നാണ് അച്ഛൻ ചോദിച്ചുകൊണ്ടിരിക്കുന്നത്. ആ തെങ്ങിന് ദിവസംതോറും വെള്ളവും ഭക്ഷണവും കിട്ടിക്കൊണ്ടിരുന്നത് അമ്മയുടെ കൈകളിൽനിന്നുമായിരുന്നു. പാത്രം കഴുകുന്നതുമുതൽ ചോറുവിളമ്പുന്നതുവരേയും അതിനുശേഷമുള്ള എല്ലാ അടുക്കളപ്രശ്നങ്ങളിലും നേരിട്ടിടപ്പെടുന്ന ഒരു തെങ്ങ്. അമ്മയുടെ ശബ്ദവും രൂപവും നേരിട്ടറിയുന്ന ഒരു തെങ്ങ്. ഒന്ന് സ്പർശിച്ചാൽ രോമാഞ്ചമുണ്ടാകുന്ന തെങ്ങ്. അമ്മ ഒന്നുവിളിച്ചാൽ വിളികേൾക്കുന്ന തെങ്ങ്. തറവാട്ടിലെ ഏറ്റവും കൂടുതൽ തേങ്ങയുണ്ടാകുന്ന തെങ്ങ്. അടുക്കളയ്ക്കകത്തോളം വേരുകൾ ഇറങ്ങിച്ചെന്നിരിക്കുന്ന ഒരു തെങ്ങ്. ഇതിനെ എടുപ്പാക്കിവെച്ചിരിക്കുന്നതിലും ഭേദം മാന്തിക്കൊണ്ട് പോകുന്നതായിരുന്നില്ലെ? സ്വന്തം ശരീരത്തിൽനിന്ന് ഒരു തുണ്ട് മാംസം വെട്ടിയെടുക്കുന്നതുപോലെയാണത്രെ അച്ഛനു തോന്നുന്നത്!

അമ്മയ്ക്കുണ്ടാകേണ്ടിയിരുന്ന നൊമ്പരം അച്ഛനിലൂടെ രോഷമായി പുറത്തുവന്നുകൊണ്ടിരുന്ന ഒരവസ്ഥ! എന്തുകൊണ്ടും അസഹ്യത ഉണ്ടാകേണ്ടിയിരുന്നത് അമ്മയ്ക്കാണ്. പക്ഷേ, അമ്മ ഒന്നിനും തയ്യാറായിരുന്നില്ല. അനുകൂലമായും പ്രതികൂലമായും അമ്മ ഒരക്ഷരം മിണ്ടിയതുമില്ല. അച്ഛന്റെ വയറ്റിൽ തന്നത്താനുണ്ടായ ഒരു ഗർഭം അച്ഛൻതന്നെ പ്രസവിച്ചുകൊള്ളട്ടെ എന്ന മട്ടിലായിരുന്നു അമ്മയുടെ നില്പ്.

വല്ലാത്തൊരവസ്ഥയായിരുന്നു അത്. മാദ്ധ്യസ്ഥരിൽ ആരുടെയെങ്കിലും മുഖത്ത് അമ്മ ഒരു നോക്കുനോക്കിയിരുന്നെങ്കിൽ ഈ രീതിയിലുള്ള ഒരു പങ്കുവെപ്പ് ആ നിമിഷംതന്നെ നിന്നുപോകുമായിരുന്നു. ഒരടുക്കളയും അമ്മയും ഒന്നിച്ചുചേർന്നുണ്ടാക്കിയ ഒരു നിധിയായിരുന്നു ആ തെങ്ങ്. അതാർക്കും മനസ്സിലാകുമായിരുന്നു. സ്വത്തവകാശത്തിന് തുല്യത വരുത്താൻ തുലാസിന്റെ തട്ടുകളിൽ കല്ലുകൾ മാറി മാറിയിട്ടുനോക്കുകയായിരുന്നല്ലോ മാദ്ധ്യസ്ഥർ. തുല്യത സൂചിമുനകളിൽ മാത്രമേ അവർ ശ്രദ്ധിച്ചിരുന്നുള്ളു. അവിടുന്നപ്പുറത്തേക്ക് അവർക്ക് ചിന്തിക്കേണ്ടിയിരുന്നില്ല. ആ നിലയ്ക്ക് അവർ നിരപരാധികളായിരുന്നു താനും.

അവസാനമായി പങ്കുവെപ്പുകാർ ഒരിക്കൽക്കൂടി ഒത്തുചേരാൻ നിർബ്ബന്ധിതരായി. അച്ഛന്റെ പിടിവാശിതന്നെയായിരുന്നു അതിന് കാരണം. അച്ഛൻ ആർക്കും വഴങ്ങിയിരുന്നില്ലല്ലൊ.

ഏതു ഘട്ടങ്ങളിലും വേണ്ടപ്പെട്ടവർക്കുവേണ്ടി വിട്ടുവീഴ്ചകൾ ചെയ്യാൻ തയ്യാറാകുന്ന സ്വഭാവമായിരുന്നു അച്ഛന്റേത്. മറ്റെന്തെന്ത് ദുഃസ്വഭാവങ്ങളുണ്ടെങ്കിലും സ്വന്തം കുഞ്ഞിനേയും ഭാര്യയേയും സ്വന്തക്കാരുടെ ഇംഗിതത്തിനുവഴങ്ങി അച്ഛൻ സ്വീകരിക്കുകയായിരുന്നല്ലോ. ഇക്കാര്യത്തിലും മാദ്ധ്യസ്ഥന്മാർ ഒത്തുപിടിച്ചാൽ അച്ഛനെ പാട്ടിലാക്കാനാവുമെന്ന് എല്ലാവരും കരുതി. അവസാന യോഗത്തിൽ എല്ലാം മറന്ന് അച്ഛൻ തലതാഴ്ത്തുമെന്നുതന്നെ ഞാനും കരുതി.

അംശം അധികാരിയും ജന്മിയും ഒരിക്കൽക്കൂടി മറ്റുള്ളവരോടൊപ്പം ഒത്തുകൂടിയപ്പോൾ ഒരാൾപോലും ഒരിക്കലും ചിരിക്കുന്നതായിക്കണ്ടില്ല. ഗൗരവം കൈവിടാനാവാത്ത മുഖമായിരുന്നു ഓരോരുത്തർക്കും. പിറകിൽ അല്പം മാറി മറഞ്ഞുനിന്നിരുന്ന വല്യമ്മയുടെ കണ്ണുകൾക്ക് ചുവപ്പുനിറം വീണിരിക്കുന്നു. എന്നോടൊപ്പം പിണ്ണാക്ക് വാങ്ങിത്തിന്നിരുന്ന എന്റെ ജ്യേഷ്ഠനും വല്യമ്മയുടെ ഏകമകനുമായിരുന്ന അവൻ - എന്റെ മുഖത്തുപോലും നോക്കാതെ അമ്മയോടൊട്ടിച്ചേർന്ന് നില്പാണ്, അവന്റെ പെങ്ങന്മാരോടൊപ്പം.

എല്ലാവരും ചേർന്നെടുത്ത തീരുമാനത്തിൽനിന്നും അച്ഛൻ വ്യതിചലിച്ചതിന്റെ കാരണമായിരുന്നു അംശം അധികാരി ആദ്യമായി അന്വേഷിച്ചത്.

താൻ ആ തീരുമാനത്തിൽ ഉറച്ചുനില്ക്കുന്നു എന്നായിരുന്നു അച്ഛന്റ മറുപടി. തറവാട് പുരയിടം വീതംവെച്ച വകയിൽ പന്ത്രണ്ടര ഉറുപ്പിക ഒരാളുടെ വിഹിതമെന്നും ആ വിഹിതം കൂടി താൻ തന്നുകൊള്ളാമെന്നും പുരയിടം തനിക്കുവേണമെന്നുമായിരുന്നു അച്ഛന്റെ അവകാശവാദം. അഞ്ചെട്ടുപേരടങ്ങിയ ചെറിയ സദസ്സ് അതോടെ ഇടിവെട്ടേറ്റമട്ടിലായി! ഈ വാദം അംഗീകരിച്ചാൽ ഒരമ്മയും നാലഞ്ചുമക്കളും എവിടേക്ക് പോകും? ഉത്തരം പറയണ്ടത് മാദ്ധ്യസ്ഥന്മാരാണ്. നാട്ടുനടപ്പ് നോക്കിയാൽ ആദ്യം ഓഹരി വാരേണ്ടത് ഇളമുറക്കാരനാണ്. ജ്യേഷ്ഠനും അനിയനുമെന്നനിലയിൽ ഇളമുറക്കാരൻ അച്ഛൻ തന്നെയാണല്ലോ. ഭർത്താവ് മരിച്ചുപോയതിന്റെ ആനുകൂല്യം വകവെച്ചുകൊടുത്തെങ്കിലേ ജ്യേഷ്ഠത്തിയമ്മയ്ക്ക് ഇഷ്ടപ്പെട്ട ഓഹരി ആദ്യം തെരഞ്ഞെടുക്കാനാവൂ.

അച്ഛന്റെ പ്രിയങ്കരനായ ജന്മി അച്ഛനെ സ്വകാര്യമായി പുരയുടെ പിന്നാമ്പുറത്തേക്ക് കൂട്ടിക്കൊണ്ടുപോയി. കുറച്ചുനേരം അവരെന്തോ പതുക്കെപ്പറഞ്ഞു. ആ പറച്ചിലിനൊടുവിൽ ജന്മി തിരിച്ചുവന്ന് അംശം അധികാരിയെ വിളിച്ചുകൊണ്ടുപോയി. ഇപ്പോൾ മൂന്നുപേർ പിന്നാമ്പുറത്തു സംസാരിക്കുകയാണ്.

മറ്റെല്ലാവരും നിശ്ശബ്ദരായി കാത്തിരുന്നു.

അധികാരിയും ജന്മിയും തിരികെ വന്നിട്ടും അച്ഛൻ പിന്നാമ്പുറത്തു തന്നെ നിന്നു. അവർ അച്ഛനെ അവിടെത്തന്നെ നിർത്തിയതായിരിക്കണം. പിന്നീടുള്ള അധികാരിയുടെ സംസാരത്തിൽനിന്നും അങ്ങനെയാണ് തോന്നിയത്.

അധികാരി എല്ലാവരോടുമായി അല്പം ഉച്ചത്തിൽ പറഞ്ഞു.

“സംഗതി എളുപ്പമല്ല. കോടതിമാത്രം തീരുമാനിക്കേണ്ട ഒരവസ്ഥയിലേക്കാണ് പോക്ക്. ആ എടുപ്പ് തെങ്ങ് ഒഴിവാക്കാതെ അവൻ (അച്ഛൻ) ഒന്നിനും തയ്യാറല്ലെന്നാണ് സ്ഥിതി.”

“പിന്നെ പുരകിട്ടണമെന്ന് പറഞ്ഞത്?” ജ്യേഷ്ഠത്തിയമ്മയുടെ ഒരാങ്ങളയാണ് സംശയം ഉന്നയിച്ചത്.

“അതു കിട്ടണം. തെങ്ങ് എടുപ്പാക്കിയാൽ പുരയും എടുപ്പാക്കണം. പുര എടുപ്പാക്കാൻവേണ്ടിയാണ് അതിന്റെ വിഹിതം പണമായി നല്കാമെന്ന് പറഞ്ഞത്.” അധികാരി വിശദീകരിച്ചു.

“ഇതെവിടുത്തെ ന്യായമാണ്? അച്ഛനില്ലാത്ത ഈ അമ്മയും മക്കളും പിന്നെ എങ്ങോട്ടുപോകും?” ആങ്ങള അരിശപ്പെട്ട് ചോദിച്ചു.

“ഒരിക്കലെടുത്ത തീരുമാനം എനിക്കു മാത്രം മാറ്റാനൊക്കില്ലല്ലോ. എല്ലാവരും കൂടിയാലോചിച്ചു തീരുമാനിച്ചാൽ അങ്ങനെയുമാകാമല്ലോ” അധികാരി എല്ലാവരോടുമായിപ്പറഞ്ഞു.

ആങ്ങളയ്ക്ക് അടങ്ങിയിരിക്കാനായില്ല. അരിശം മൂത്ത് ഇരിപ്പിടത്തിൽനിന്നും എഴുന്നേറ്റ് എല്ലാവരോടുമായി അയാൾ ഉച്ചത്തിൽ ആക്രോശിച്ചു.

“അവന് ഇനിയും അറപ്പുരതന്നെ വേണോ അന്തിയുറങ്ങാൻ?”

ആങ്ങളയുടെ ഉച്ചത്തിലുള്ള ചോദ്യം അച്ഛന്റെ ചെവിയിലുമെത്തിയിരിക്കണം. അച്ഛൻ പിന്നാമ്പുറത്തുനിന്നും നിമിഷങ്ങൾക്കിടയിൽ മുന്നാമ്പുറത്തെത്തി. ഒരുപാട് അർത്ഥങ്ങളുള്ള മാളമോ ഗുഹയോ മുമ്പിൽ തെളിയുന്നതായി അച്ഛന് തോന്നിയിരിക്കണം. ഒരു തീക്കൊള്ളിയെടുത്ത് ശവം ചൊറിയുകയാണ് ആങ്ങള! അവനെ വെറുതെ വിട്ടുകൂടെന്ന് കരുതി അച്ഛൻ ചോദിച്ചു.

“നീയ്യെവിടെ ആയിരുന്നെടാ അന്ന്?”

ഉരങ്കോൽ ഒഴുക്കിൽപ്പോയതുപോലെ ആങ്ങള മറ്റുള്ളവരെ മാറിമാറി നോക്കി, തക്കതായൊരു മറുപടി പറയാനുള്ള ബദ്ധപ്പാടിൽ വാക്കുകളില്ലാതെ കുഴങ്ങി. മറ്റുള്ളവർക്കും അത് മനസ്സിലാക്കാമായിരുന്നു. ഉടനെ അധികാരി ഇടപെട്ടു.

“വേരുമാന്തിയിട്ട് നമുക്കിപ്പോൾ ഒന്നും കിട്ടാനില്ല. ഇനിയുള്ളകാലം എങ്ങനെ ജീവിക്കണമെന്നേ നോക്കേണ്ടതുള്ളു.”

അർത്ഥവത്തായ നിശ്ശബ്ദതയുടെ ഒരിടവേള. എങ്കിലും അത് നിരർത്ഥകമായ ഒരിടവേളയായിരുന്നു. അതുകൊണ്ട് ഗുണമുണ്ടായി. താൻ പറഞ്ഞുപോയത് അബദ്ധമായെന്ന് ആങ്ങള മനസ്സിലാക്കിയെന്ന് പലരും കരുതി. അക്കൂട്ടത്തിൽ അച്ഛനും പെട്ടു. അതുകൊണ്ടായിരിക്കണം കത്തിത്തുടങ്ങിയ വെടിമരുന്നിന്റെ നാളം കുറഞ്ഞു. അപ്രതീക്ഷിതമായ ഒരു കൈയാങ്കളിയുടെ വക്കിൽനിന്നും അവർ രക്ഷപ്പെട്ടിരിക്കുന്നു!

“ഇനി നമുക്ക് ഇവിടെയങ്ങ് നിർത്താം. അങ്ങോട്ടു ഇങ്ങോട്ടും എടുപ്പായി ആർക്കും ഒന്നും വേണ്ട! എന്താ? എല്ലാവർക്കും സമ്മതമല്ലേ?” അധികാരി ഉറക്കെ എല്ലാവരോടുമായി ചോദിച്ചു.

ആരും ഒരുത്തരം പറഞ്ഞില്ല.

“ആരും ഒന്നും മറുത്ത് പറയാത്തതുകൊണ്ട് എല്ലാവർക്കും സമ്മതമാണെന്ന് കരുതിക്കൂടേ?” ജന്മിയുടേതായിരുന്നു ചോദ്യം.

അതിനുത്തരമെന്നോണം സ്ത്രീകളുടെ ഒരു കൂട്ടനിലവിളിയുണ്ടായത് വല്യമ്മയും മക്കളും നിന്നിടത്തുനിന്നുമായിരുന്നു. എല്ലാവരും അങ്ങോട്ടുനോക്കി. വല്ല്യമ്മയ്ക്ക് ചുറ്റും കൂടിനിന്ന് പെൺമക്കൾ പൊട്ടിക്കരയുകയാണ്. ആരൊക്കെയോ ചേർന്ന് അവരെ താങ്ങിയെടുത്ത് ഉമ്മറക്കോലായിൽ ഒരറ്റത്ത് കിടത്തി മുഖത്ത് വെള്ളം തളിച്ചു.

തലചുറ്റിവീണ ജ്യേഷ്ഠത്തിയമ്മയെ അച്ഛൻ ഗൗനിച്ചതേയില്ല. അവൾ മരിച്ചാലും വേണ്ടില്ലെന്ന മട്ടിലായിരുന്നു അച്ഛന്റെ നില്പ്.

എന്നോടൊപ്പം പിണ്ണാക്കുതിന്നുകയും എനിക്കുമുമ്പേ പഠിത്തം നിർത്തുകയും ചെയ്തിരുന്ന ജ്യേഷ്ഠൻ അവന്റെ അമ്മയ്ക്കടുത്തിരുന്ന് ഒരാട്ടിൻകുട്ടിയെപ്പോലെ കരയുന്നുണ്ടായിരുന്നു.

പതിനഞ്ച്

ഹൈസ്കൂൾ വരാന്തയിൽ നിറയെ കുട്ടികൾ. കൊയ്യാൻ മറന്നുപോയ മകരപ്പാടം പോലെയുള്ള ഒരു കാഴ്ച. എല്ലാവരും ശ്വാസമടക്കിപ്പിടിച്ചാണ് നില്പ്. അദ്ധ്യാപകരും അവരോടൊപ്പമുണ്ട്. ഹൈസ്കൂളിന്റെ കമാനമില്ലാത്ത ഊടുനിരത്തിന്റെ ഓരം ചേർന്നുള്ള പ്രവേശനകവാടത്തിലേക്ക് ഉറ്റുനോക്കുകയാണ് എല്ലാവരും.

മുഷ്ടിചുരുട്ടി കൈകളുയർത്തി മുദ്രാവാക്യം വിളിക്കുകയാണ്, കവാടം നിരന്നുനില്ക്കുന്ന കുട്ടികൾ. അവർക്കെതിരെ അടുത്തടുത്തുവരുന്ന സംഘത്തെ ഞാൻ ശ്രദ്ധിച്ചുനോക്കിക്കൊണ്ടിരുന്നു. കാൽത്തുടകൾ പുറത്തുകാണിക്കുന്ന കാക്കിട്രൗസർ, കാലിൽ കറുത്ത ബൂട്സ്, കണങ്കാലിൽ കാക്കിത്തുണികൊണ്ടുള്ള പട്ടീസ് വരിഞ്ഞുകെട്ടിയിരിക്കുന്നു. കുപ്പായത്തിനും കാക്കിനിറം. മരക്കൊത്തന്റേതുപോലെ മൂർദ്ധാവിൽ മുകളറ്റം ചുകന്നതൊപ്പി. എല്ലാവരുടേയും കൈയിൽ ലാത്തിയുണ്ട്. ഏതുനിമിഷവും അടിക്കാൻ പാകത്തിൽ ലാത്തിയുടെ അറ്റത്ത് പിടിമുറുക്കിയാണ് അവരുടെ വരവ്.

പൊലീസ് സംഘം അടുത്തുവരുന്തോറും കുട്ടികളുടെ മുദ്രാവാക്യം കൂടുതൽക്കൂടുതൽ ഉച്ചത്തിലേക്കുയർന്നുകൊണ്ടിരുന്നു. കൊടുങ്കാറ്റുപോലെ പൊലീസുകാർ ആഞ്ഞടുത്തതോടെ കുട്ടികളുടെ മുദ്രാവാക്യംവിളി അലർച്ചയായിമാറി. കുറെപ്പേർ നിന്നേടത്തുനിന്നുതന്നെ അടിയേറ്റുകൊണ്ടിരുന്നു. താങ്ങാവുന്നതിലുമപ്പുറം അടിയേറ്റവർ ഇനിയും സഹിക്കാനാവുകയില്ലെന്ന തിരിച്ചറിവോടെ ഓട്ടം തുടങ്ങി. അവരുടെ കുടെത്തന്നെ പൊലീസുകാരും ഓടി. ഓട്ടത്തിൽ കുട്ടികളാണ് മിടുക്കന്മാരെന്ന് തിരിച്ചറിഞ്ഞ പൊലീസ് ലാത്തികൾ അവർക്കുനേരെ വലിച്ചെറിഞ്ഞു. ചിലരൊക്കെ കാലിൽ ലാത്തിയുടക്കി തറയിൽ വീണു. അധികംപേരും ചെകിടൻ പ്രാവുകളെപ്പോലെ ഓടിമറഞ്ഞു.

ഇത് വലിയൊരു സംഭവത്തിന്റെ ചെറിയൊരു ദൃശ്യമായിരുന്നു. വിദ്യാർത്ഥികൾ ക്ലാസ് ബഹിഷ്കരണവും പഠിപ്പുമുടക്കവും തുടങ്ങിയിരിക്കുകയാണ്. അവർ കൂട്ടംകൂട്ടമായിച്ചെന്ന് കോഴിക്കോട് വയനാട് റോഡിലൂടെ പോകുന്ന വാഹനങ്ങൾ തടഞ്ഞു. അവർ ആഹ്ലാദിക്കുകയും അട്ടഹസിക്കുകയും ചെയ്തു. പഠിക്കുന്നതിനേക്കാൾ എത്രയും ആഹ്ലാദകരമാണ് പഠിപ്പുമുടക്കുന്നതെന്ന് തിരിച്ചറിഞ്ഞവരുടെ സന്തോഷത്തിന് അതിരുണ്ടായിരുന്നില്ല. അതുകൊണ്ടുതന്നെ പഠിപ്പുമുടക്കം എതിർത്ത ചിത്രാദ്ധ്യാപകനെ വഴിയിൽ തടയുകയും അസഭ്യങ്ങൾ കൊണ്ട് അഭിഷേകം നടത്തുകയും ചെയ്തു. അദ്ധ്യാപകൻ ഒരു കമ്യൂണിസ്റ്റുകാരനാണെന്ന കാര്യം സമരക്കാർ നേരത്തെ മനസ്സിലാക്കിനോട്ടമിട്ടിരുന്നു.

പകൽസമയം മുഴുവനും അവർ മുദ്രാവാക്യങ്ങൾ മുഴക്കി തെക്കു വടക്കു നടന്നു. സമരത്തിന് കൊഴുപ്പ് കൂട്ടാൻ അയൽപ്രദേശത്തുള്ള മറ്റുഹൈസ്കൂളുകളിൽനിന്നും വിരുന്നുകാരെപ്പോലെ കുട്ടികളെത്തിയിരുന്നു. യുവാക്കളുമുണ്ടായിരുന്നു കൂട്ടത്തിൽ. അവർ ഖദറിന്റെ കുപ്പായം ധരിച്ചവരും ചുകന്ന നിറമുള്ളവരും സുന്ദരന്മാരുമായിരുന്നു. പൊലീസുകാർ വരാതിരുന്നിട്ടും അവരുടെ ആവേശം കെട്ടടങ്ങിയിരുന്നില്ല. സ്ഥലത്തെങ്ങുമില്ലാത്ത കമ്യൂണിസ്റ്റുകാരോട് പരിഹാസം നിറഞ്ഞ ശബ്ദത്തിൽ അവർ പാടിക്കൊണ്ടിരുന്നു.

നിങ്ങടെ തന്ത ക്രൂഷ്ച്ചേവല്ലെ
സങ്കടമവിടെയുണർത്തിച്ചോ.....

പിന്നെ ചൗഎൻലായിയോട്, ഇ എം എസിനോട്, കെ ആർ ഗൗരിയോടും, വി ടി തോമസിനോടും, പിന്നെ ലോകത്തുള്ള കമ്യൂണിസ്റ്റുകളായ എല്ലാ തെണ്ടികളോടും!

റഷ്യയിൽ പള്ളികളില്ല, പ്രാർത്ഥനയില്ല നിരീശ്വരന്മാരുടെ രാജ്യം! ചൈനയെപ്പോലെത്തന്നെ. കേരളത്തിലെ കമ്യൂണിസ്റ്റുകൾക്ക് തന്തയായും തള്ളയായും രണ്ടുപേരെയുള്ളൂ. ഒന്ന് ക്രൂഷ്ചേവും മറ്റേത് ചൗഎൻലായിയിയും. കമ്യൂണിസ്റ്റുകളെ വറുചട്ടിയിലിട്ട് വറുത്തെടുക്കുന്ന വിധത്തിലായിരുന്നു അവരുടെ മുദ്രാവാക്യം വിളികളും ആക്രോശങ്ങളും.

ലോകഭൂപടം മുഴുവനും കണ്ടിട്ടില്ലാത്ത എനിക്ക് സ്വർഗ്ഗമോ പാതാളമോ പോലെയായിരുന്നു റഷ്യയും ചൈനയും. ഇപ്പോൾ അതെത്രയോ അടുത്തെത്തിക്കഴിഞ്ഞിരിക്കുന്നു. റഷ്യക്കാരും ചൈനക്കാരും എന്റെ അയൽവാസികളായി മാറിക്കഴിഞ്ഞിരിക്കുന്നു. വസ്ത്രവും ഭക്ഷണവുമില്ലാതെ, തൊഴിലില്ലാതെ, കൂലിയില്ലാതെ, ജീവിക്കാൻ മാർഗ്ഗമില്ലാതെ അവർ എന്റെ നാട്ടിൽ എന്നോടൊപ്പം ജീവിക്കുന്നതുപോലെ തോന്നുന്നു. അവർക്കെതിരെയാണോ ഈ സമരം?

അരിയും തുണിയുമൊന്നുമല്ല ജനങ്ങളുടെ പ്രശ്നമെന്ന് അവർ ഉറക്കെ വിളിച്ചുപറഞ്ഞു. കമ്യൂണിസ്റ്റ് ദുർഭരണത്തിലകപ്പെട്ട് ദുരിതമനുഭവിക്കുന്ന മനുഷ്യരുടെ അവസ്ഥ നമ്മുടെ നാട്ടിലുണ്ടായിക്കൂടാ. ദൈവനിഷേധികളുടെ ദുർഭരണത്തിൽനിന്നും കേരളമഹാരാജ്യത്തെ എന്തുവിലകൊടുത്തും രക്ഷിക്കണമെന്ന് അവർ വിളിച്ചുപറയുന്നു. ദൈവവിശ്വാസികളായ ക്രിസ്ത്യാനികളുടെയും മുസ്ലീങ്ങളുടെയും ഹിന്ദുക്കളുടെയും മക്കളായ വിദ്യാർത്ഥി സമൂഹം ഈ ലക്ഷ്യം സാധിക്കുന്നതിനുവേണ്ടി രംഗത്തിറങ്ങിയിരിക്കുകയാണ്. കുലദ്രോഹികളായ കമ്യൂണിസ്റ്റുകളുടെ മന്ത്രിസഭയെ പിഴുതെറിയുംവരെ ഈ സമരം തുടരുക തന്നെ ചെയ്യും. കേരളജനത ഒന്നടങ്കം ഈ ആവശ്യവുമായി ഞങ്ങളോടൊപ്പം സമരരംഗത്തിറങ്ങും. യുവാക്കളായ നേതാക്കന്മാർ വിദ്യാർത്ഥികളെ ആവേശഭരിതരാക്കാനുള്ള ആഹ്വാനങ്ങൾ ആവോളം നല്കിക്കൊണ്ടിരുന്നു.

ഒരു കമ്യൂണിസ്റ്റ് മന്ത്രിസഭ അധികാരത്തിലെത്തിയതുകൊണ്ടാണല്ലോ ഞാൻ ഹൈസ്കൂളിലെത്തിയതെന്ന മഹാഭാഗ്യത്തെക്കുറിച്ച് ഓർ

ക്കാതിരിക്കാൻ എനിക്കായില്ല. ഒരു കമ്യൂണിസ്റ്റ് മന്ത്രിസഭ അധികാരത്തിലെത്തിയതുകൊണ്ടാകണം ഞങ്ങൾ കുടിയിറക്കപ്പെടാതിരുന്നതെന്ന മഹാഭാഗ്യത്തെക്കുറിച്ചും ഓർക്കാതിരിക്കാൻ എനിക്കായില്ല. അതുകൊണ്ടുതന്നെ ഈ മന്ത്രിസഭയെ പിഴുതെറിയേണ്ടത് എന്റെ ലക്ഷ്യമാണോ എന്നും ചിന്തിക്കാതിരിക്കാൻ എനിക്കായില്ല.

വർഷങ്ങൾക്കുമുമ്പ് ചെമ്മരതായിയിൽ പാതിരാത്രിയിൽ കയറിവന്ന കമ്യൂണിസ്റ്റുകാരെ ഞാനോർത്തു. കന്നുപൂട്ടുകാരന്റെ അണയ്ക്കാത്ത കൊഗ്ഗുപോലെ എന്റെ ചിന്തകൾ നീങ്ങിക്കൊണ്ടിരുന്നു. വിശപ്പറിയുന്ന വയറുള്ളവന്റെ ലോകവും വിശപ്പറിയാത്ത വയറുള്ളവന്റെ ലോകവും ഒരുപോലെയല്ലെന്ന് എന്റെ പ്രായക്കാരായ കുട്ടികളുടെ സമരാവേശവും ആഹ്ലാദവും കാണുമ്പോൾ എനിക്ക് മനസ്സിലാക്കാനാവുന്നു. അക്ഷരങ്ങളുടെ രൂപവും വാക്കുകളുടെ അർത്ഥവും പൂക്കളും പൂമണവുമായി മാറിയേക്കാം ചിലപ്പോഴെല്ലാം. മറ്റുചിലപ്പോൾ തോക്കുകളായും വെടിയുണ്ടകളായും അവ പ്രത്യക്ഷപ്പെട്ടേക്കാം. സത്യസന്ധമായ തിരിച്ചറിവിന്റെ നിമിഷങ്ങളാണ് പ്രധാനം. ഈ നിമിഷങ്ങളെ സൃഷ്ടിക്കുന്നത് നമ്മളല്ല. ചുറ്റുപാടുകളും ചുറ്റുവട്ടത്തുള്ളവരുമാണ്.

ഈ സമരം ആർക്കുവേണ്ടിയുള്ളതാണെന്ന് മനസ്സിലാക്കാനാവാതെ ഞാൻ വലഞ്ഞു. ഹൈസ്കൂൾ അടച്ചിട്ടിരിക്കുകയാണ്. വരാന്തയിൽ പൊലീസുകാർ കാവലിരിക്കുന്നു. വിനോബാജിയെ കണ്ടതുപോലെ അവരേയും ഞാൻ നോക്കിക്കണ്ടു. വിനോബാജിയുടെ അടുത്തുപോകാൻ എനിക്കായിരുന്നില്ല. പക്ഷേ, ഇവിടെ ഞാൻ പൊലീസുകാരോടൊപ്പം ചേർന്നു. അവരോട് സംസാരിച്ചു. ഞങ്ങൾ ചങ്ങാതിമാരെപ്പോലെ പരസ്പരം ഇഷ്ടപ്പെട്ടവരായി.

പുതിയ മന്ത്രിസഭ അധികാരത്തിൽ വന്നപ്പോൾ നാട്ടിൽ കേട്ടുതുടങ്ങിയ വാർത്തകൾ പലതായിരുന്നു. ജന്മിത്തം അവസാനിക്കാൻ പോകുന്നു. കുടിയാന്മാർക്ക് സ്വന്തമായി ഭൂമി ഉണ്ടാകും. ജന്മിമാർക്ക് കുടിയൊഴിപ്പിക്കാനാവില്ല. കൃഷിഭൂമി കൃഷിക്കാരന്റേതായിത്തീരും..

ഇനി എന്തൊക്കെയാകും നടക്കാൻ പോകുന്നത്!

ആലപ്പുഴയിൽ വിദ്യാർത്ഥികളും ബോട്ടുകൂലിയുമായി ബന്ധപ്പെട്ടുണ്ടായ ഒരു തർക്കം വിദ്യാർത്ഥികളെ സമരത്തിലേക്കിറക്കിവിട്ടെന്ന വാർത്ത കഴിഞ്ഞവർഷം ഞങ്ങളുടെ സ്കൂളിലും എത്തിയിരുന്നു. അന്ന് അതൊരു സമരമായി രൂപപ്പെട്ടിരുന്നില്ല. ഇപ്പോൾ ബോട്ടുകൂലിയേക്കാൾ വലിയ പ്രശ്നങ്ങളാണ് സംസ്ഥാനത്തെ വിഴുങ്ങിക്കൊണ്ടിരിക്കുന്നത്. അതാണ് സമരമെന്ന വെട്ടുപോത്തായി നാടിനെ കുട്ടിച്ചോറാക്കുന്നത്.

പുൽച്ചെടിയിൽനിന്ന് കുറ്റിച്ചെടിയായും, കുറ്റിച്ചെടിയിൽനിന്ന് വന്മരമായും സമരം വളരുകയായിരുന്നു. ക്രമേണ അത് ഒരു മഹാമാരിയെന്നോണം കുട്ടികളിൽനിന്ന് മുതിർന്നവരിലേക്കും പടർന്നു കയറി. നീർക്കോലിയെപ്പോലെ ഇഴഞ്ഞും ചേരയെപ്പോലെ പുളഞ്ഞും പാമ്പിനെപ്പോലെ പടം വിരിച്ചും രാജവെമ്പാലയെപ്പോലെ വിറകൊള്ളിച്ചും അത് സർക്കാർ ആപ്പീസുകളുടെ പടിവാതിൽ കടന്ന് അകത്തളങ്ങളിൽ നങ്കൂ

രമിട്ടു. കൊടുവള്ളി സബ്രജിസ്ട്രാർ ആപ്പീസിനുമുമ്പിലും ജനം തടിച്ചുകൂടി. ഇന്ത്യൻ നാഷണൽ കോൺഗ്രസിന്റെയും മുസ്ലിംലീഗിന്റെയും അറിയപ്പെടുന്ന നേതാക്കന്മാർ കൂടുതൽക്കൂടുതൽ വെളുത്ത വസ്ത്രങ്ങളണിഞ്ഞ് ആൾക്കൂട്ടത്തിൽ വെട്ടിത്തിളങ്ങി. സർക്കാർ സ്ഥാപനങ്ങളുടെ ബൃഹത് കവാടങ്ങളിൽ അപ്രതിരോദ്ധ്യമായ സർക്കാർ വിരുദ്ധതയുടെ ശവപ്പെട്ടികൾ മേല്ക്കുമേൽ അടുക്കിവെച്ച് അവർ കൂറ്റൻ മതിലുകൾ നിർമ്മിച്ചു.

ഇത് സ്വാതന്ത്ര്യസമരത്തോളംതന്നെ പ്രാധാന്യമുള്ള മറ്റൊരു സമരം. എങ്കിലും സ്വാതന്ത്ര്യസമരകാലത്തുപോലും ഇത്രയും ജനങ്ങൾ ഈ നാട്ടിൽ രംഗത്തിറങ്ങിയിരുന്നതായി ആരും പറഞ്ഞുകേട്ടിട്ടില്ല. അക്കാലത്ത് ഇത്രയും സമ്പന്നമായ ഒരു സമരത്തിനുള്ള ശേഷി ഇന്നാട്ടിലെ ജനങ്ങൾക്കുണ്ടായിരുന്നില്ലെന്നും പറയാനാവില്ല. ബ്രിട്ടീഷുകാർ കമ്യൂണിസ്റ്റുകളായിരുന്നില്ലല്ലോ? അവരെ സഹിക്കുന്നത് പോലെയാണോ കമ്യൂണിസ്റ്റുകളെ സഹിക്കൽ?

ഇവിടെ എതിരാളികളൊന്നുമില്ലേ എന്നതിനെക്കുറിച്ചായിരുന്നു ഞാൻ ചിന്തിച്ചുപോയത്. ആദർശവും സൗഹൃദവും സാമ്പത്തികശേഷിയും ഒത്തുചേർന്നുണ്ടായ ഒരു സമീകൃത ചൈതന്യം ഏറ്റുവാങ്ങിയവരുടെ ഒരു കൂട്ടായ്മയാണ് എങ്ങുമെങ്ങും വിലസുന്നത്. അവരെ എതിർക്കാനോ തടുത്തുനിർത്താനോ മറ്റുശക്തികളൊന്നുമില്ലേ?

നൂറുവട്ടം പറയാമെന്നെനിക്കുതോന്നി, ഇല്ല, ഇല്ലാ എന്ന്!

അങ്കമാലിയിൽ നടന്ന വെടിവെപ്പും മരണവുമായിരുന്നു വിദ്യാർത്ഥികളിൽ അഗ്നിജ്വാലകളുയർത്തിയ ആദ്യ സംഭവം. അവിടെ ഏഴോളം പേർക്ക് ജീവൻ നഷ്ടമായി. അതിൽ സ്ത്രീകളുമുണ്ടായിരുന്നു. ആ സംഭവത്തെ വിദ്യാർത്ഥികൾ വികാരതീവ്രതയോടെയും ദുഃഖത്തോടെയും ബഹുജനത്തിന്റെ മുമ്പിൽ അവതരിപ്പിച്ച രീതി എന്നേയും ചിന്താകുലനാക്കി. ഏതൊരു കമ്യൂണിസ്റ്റുകാരനാണ് ഈ ദാരുണമായ രക്തപ്രവാഹം നേരിൽക്കാണുമ്പോൾ ഇങ്കിലാബ് വിളിക്കാനാവുക? പക്ഷേ, അവർ വിളിച്ചുകൊണ്ടിരുന്നു. അത് മറ്റൊരു രീതിയിലായിരുന്നു.

അങ്കമാലിക്കല്ലറയിൽ
ഞങ്ങടെസോദരരുണ്ടെങ്കിൽ
ജീവനാണെ കട്ടായം
പകരം ഞങ്ങൾ ചോദിക്കും!

ഉണക്കാനിട്ട വെടിമരുന്നിന് തീ പിടിച്ച അവസ്ഥ. യുവാക്കളുടെ സിരകളിൽ ഉയർന്നുപൊങ്ങിയ രക്തത്തിന്റെ തിളച്ചുമറിയലിനുമുമ്പിൽ ചൂളിപ്പോകാത്തവരില്ല. കണ്ണീർവാർക്കാത്തവരില്ല. ഇങ്ങനെയുമുണ്ടോ ഒരു ഭരണം? ഇതാണോ കമ്യൂണിസ്റ്റ് ഭരണം? പാവപ്പെട്ട മത്സ്യത്തൊഴിലാളികളെ പട്ടാപ്പകൽ തോക്കിനിരയാക്കുന്ന ദുഷ്ടന്മാരുടെ ഭരണത്തെ എങ്ങനെ വെച്ചുപൊറുപ്പിക്കാനാകും!

വിമോചനമെന്നും വിമോചനസമരമെന്നുമൊക്കെയുള്ള പദങ്ങൾ ഭൂമിയിലേക്കിറങ്ങിവരുന്നത് ഇക്കാലത്താണ്. കമ്യൂണിസ്റ്റുകളായ ചെകു

ത്താന്മാരുടെ പിടിയിലകപ്പെട്ടിരിക്കുന്ന ഒരു സംസ്ഥാനത്തെ അവരിൽ നിന്നും മോചിപ്പിച്ചെടുക്കുക എന്ന ദൗത്യം - അതായിരുന്നു വിമോചന സമരം എന്ന വാക്കിന്റെ അർത്ഥം എന്ന് എനിക്ക് മനസ്സിലായി.

സമരകോലാഹലത്തിനിടയിൽ ഹൈസ്കൂളിനകത്തുണ്ടായിരുന്ന കസേരകളും മേശകളും ബെഞ്ചുകളും ആഴം കൂടിയ കിണറ്റിനകത്തെ വെള്ളത്തിൽ മുങ്ങിത്താണനിലയിൽ ഒരുദിവസം കാലത്ത് കാണപ്പെട്ടു. അന്ന് പൊലീസുകാർ ദുഃഖിതരായിരുന്നു. കുറ്റം ചെയ്തവർ ആരുമുണ്ടായിരുന്നില്ല. അവരെ കണ്ടെത്തുക അത്രയും ദുഷ്കരമായിരുന്നു. അവയെല്ലാം സ്വമേധയാ കിണറ്റിൽ ചെന്ന് ചാടിയതാണെന്ന നിഗമനത്തിലെത്തുകയായിരുന്നു പൊലീസ്!

പതിനാറ്

പുതുവർഷത്തിന്റെ മുന്നൊരുക്കങ്ങളില്ലാതെ ഒരു കൊടിയേറ്റം നടത്തിയ രാത്രി. ആഞ്ഞടിച്ച കാറ്റിന്റെ പ്രവാഹത്തെ തടുത്തുനിർത്താനാവാതെ കാശിവിളക്കിന്റെ നാളങ്ങൾപോലും ഞെട്ടറ്റുവീണതുപോലെ പൊലിഞ്ഞു. തണുത്ത ശീൽക്കാരം ഓലപ്പുരയ്ക്കകത്ത് തമ്പടിച്ചു കിടന്നു. ഒരു തുള്ളിക്ക് ഒരു തുടമെന്ന മട്ടിലായിരുന്നു മഴയുടെ പെയ്ത്ത്.

വാതിലടച്ച മുറിയിൽ കൂരാകൂരിരുട്ടിൽ ഓലപ്പുറത്ത് അടർന്നു വീഴുന്ന ആകാശത്തിന്റെ ഇരമ്പൽ കേട്ട് ഞങ്ങൾ-മക്കൾ-പരസ്പരം തൊട്ടും തൊടാതെയും കുത്തിയിരുന്നു. അഴികൾ മാത്രമുള്ള മരത്തിന്റെ കൊച്ചു ജനാലക്കീറുകളിലൂടെയുള്ള മിന്നേറുകളിൽ ഞങ്ങൾ ഞെട്ടിക്കൊണ്ടിരുന്നു. കാരണം ഓരോ മിന്നേറും അതോടൊപ്പം തന്നെ പൊട്ടിപ്പടരുന്ന കൂറ്റൻ ഇടിവെട്ടുകളുടെ മുന്നറിയിപ്പാണെന്നറിയാമായിരുന്നു. തുടരെത്തുടരെയുള്ള മിന്നേറുകൾ അടിക്കടിയുള്ള ഞെട്ടലുകളായി രൂപപ്പെട്ടുകൊണ്ടിരുന്നു

രാത്രിയിൽ ചൂട്ടുംകത്തിച്ച് വരാറുള്ള അച്ഛന്റെ ചൂട്ടിന് തീപിടിക്കാത്ത ദിവസമായിരുന്നു അത്. മിന്നേറും നോക്കി നടന്നെങ്കിലേ പുരയിലെത്താനാവൂ. പക്ഷേ, അതിനും സമ്മതിക്കാത്ത കാറ്റും മഴയുമാണ്. അത്രയുമാണ് അതിന്റെ ഉശിരും കരുത്തും. കാറ്റും മഴയും പരസ്പരം മത്സരിക്കുകയാണ്. കൊട്ടിനോടൊത്താടുന്ന കോമരവും, കോമരത്തെ ആട്ടുന്ന ചെണ്ടയും!

മഴ ഒരു ഇടവേളയ്ക്കുവേണ്ടിപോലും കനിവുകാണിക്കുന്ന മട്ടില്ല. എങ്കിലും കാറ്റ് ഒന്നടങ്ങിവരുന്നതായി അനുഭവപ്പെട്ടു. അച്ഛൻ ഏതെങ്കിലും പുരയിൽ കയറിനില്ക്കുന്നുണ്ടാകും. ഞങ്ങൾ മഴ ശമിക്കാൻ വേണ്ടി കാത്തിരുന്നു. മിന്നിത്തെളിയുന്ന ചൂട്ടുവെളിച്ചം കാണാമല്ലോ.

കാശിവിളക്കുകളിൽ വീണ്ടും വെളിച്ചംപിടിച്ചു നില്ക്കാൻ തുടങ്ങിയപ്പോൾ ഞങ്ങൾക്ക് ശ്വാസം നേരെവീണു. തണുത്ത ഇളം കാറ്റിനെ ഗൗനിക്കാതെ ഉമ്മറവാതിൽ തുറന്ന് ദൂരേക്ക് നോക്കിയപ്പോഴും അകലങ്ങളറിയാത്ത രാത്രിയുടെ രൂപം പേടിപ്പെടുത്തിക്കൊണ്ടിരുന്നു. ഇല്ല. ഒരു

ചൂട്ടുവെളിച്ചം ഒരു വഴിയിലും തെളിഞ്ഞുകാണാനില്ല. നക്ഷത്രങ്ങൾ പോലുമില്ലാത്ത ആകാശത്തിനുകീഴിൽ വെളിച്ചത്തിന്റെ നുറുങ്ങുകൾ പോലുമില്ലാത്ത ഒരു ഭൂമിയിലാണ് ഞങ്ങൾ!

അച്ഛൻ എപ്പോഴെങ്കിലും വരുമെന്നുതന്നെ ഞങ്ങൾ കരുതി. അമ്മ ഞങ്ങൾക്ക് ഭക്ഷണം തന്നു. പിന്നെ ഓരോരുത്തരായി കിടന്നു. ഉറങ്ങി.

ചകിരി ചെത്തിമാറ്റിയ കരിക്കുപോലെ സുന്ദരവും ശുദ്ധവുമായ ഒരു പുലർകാലമായിരുന്നു ഉണർന്നെഴുന്നേറ്റപ്പോൾ കണ്ടത്. മനസ്സിനകത്ത് കാലുഷ്യംകലർന്ന ഒരസ്വസ്ഥത. അച്ഛൻ എത്തിയിരുന്നില്ല. ഒന്നും സംഭവിക്കാനിടയില്ല. എവിടെയെങ്കിലും അന്തിയുറങ്ങിക്കാണും. വഴിയിലെവിടെയെങ്കിലും വീണുകിടന്നാൽത്തന്നെ ആരെങ്കിലും വിവരം അറിയിക്കുമല്ലോ.

അച്ഛൻ വരുമ്പോൾ വരട്ടെ എന്നുതന്നെ ഞാൻ കരുതി. അമ്മയ്ക്കും അങ്കലാപ്പൊന്നുമില്ല. അങ്ങനത്തെ രാത്രികൾ എത്രയെങ്കിലും അമ്മ കണ്ടിട്ടുള്ളതാണ്. പക്ഷേ, അതെല്ലാം വർഷങ്ങൾക്കു മുമ്പായിരുന്നു.

“എവിടെയെങ്കിലും മുത്തപ്പന് കൊടുക്കാനുണ്ടാകും.” അമ്മ മക്കളെ ആശ്വസിപ്പിക്കാനോ സ്വയം ആശ്വസിക്കാനോ വേണ്ടിപ്പറയുന്നത് കേട്ടു

അത് ശരിയായിരിക്കാമെന്ന് ഞാനും നിനച്ചു. അങ്ങനത്തെ ഒറ്റപ്പെട്ട ദിവസങ്ങൾ ഞങ്ങൾക്കും പരിചിതമാണ്. അടുത്ത ബന്ധുക്കളുടെ ചില വീടുകളിൽ മാസത്തിലൊരിക്കൽ മുത്തപ്പനുവെച്ച് കൊടുക്കുക പതിവുണ്ട്. അച്ഛനെയാണവർ സ്ഥിരമായി വിളിക്കുക. പക്ഷേ, അക്കാര്യം ഞങ്ങളെ അറിയിക്കാറില്ല. പതിവിലും വൈകുന്ന രാത്രികളിൽ അമ്മ ഭക്ഷണം വിളമ്പി അടച്ചുവെക്കും. പിന്നെ ഞങ്ങൾ കഴിക്കും. പതിവുപോലെ ഉറങ്ങാൻ കിടക്കും. നേരം പുലർന്നിട്ടാകും അച്ഛന്റെ വരവ്. അങ്ങനെയായിരുന്നു ഞങ്ങൾ പഴഞ്ചോറിന്റെ സ്വാദറിഞ്ഞുതുടങ്ങിയത്.

അച്ഛന്റെ ഈ കള്ളക്കളിയിലുമുണ്ടായിരുന്നു ഒരു രഹസ്യം. അമ്മയ്ക്ക് അതറിയാമായിരിക്കണം ഞാൻ അത് മനസ്സിലാക്കിയിരുന്നു. അമ്മയുടെ രഹസ്യക്കാരും പരിശക്കാരുമൊക്കെ അച്ഛനില്ലാത്ത രാത്രിയെക്കുറിച്ച് അറിയാനിടവരരുത്. അങ്ങനെ പലരും അമ്മയ്ക്കുണ്ടെന്ന് അച്ഛൻ കരുതുന്നുണ്ടാകണം. അതുകൊണ്ട് കനത്ത ഒരു സംരക്ഷണഭിത്തി കെട്ടിയിട്ടുവേണം അച്ഛന് ഒരന്തിയെങ്കിലും വിട്ടുനില്ക്കാൻ. ഞങ്ങൾ ഇത്രയേറെ മക്കളുണ്ടായിട്ടും അമ്മയെ വിശ്വസിക്കാൻ അച്ഛനായിട്ടില്ല.

ക്ലാസില്ലെങ്കിലും സമരച്ചൂടിന്റെ ചൂരും തേടി ഞാൻ സ്കൂളിലേക്ക് പുറപ്പെട്ടു. സമരം എന്ന് തീരും? ആരുതീർക്കും! എന്താണിതിന്റെ കാരണങ്ങൾ? കമ്യൂണിസ്റ്റുകൾ ഭരിക്കുന്നതുകൊണ്ടാണോ? മന്ത്രിസഭ രാജിവെച്ചൊഴിഞ്ഞാൽ സമരം തീരുമോ? ഗോവിന്ദൻ മാഷ് പറഞ്ഞതത്രയും ശരിയാണോ?

നടന്നു നടന്ന് മക്കാട്ടു കടവിലെത്തിയപ്പോൾ അത്ഭുതപ്പെടുത്തുന്ന കാഴ്ച! ആനയെ വിഴുങ്ങിയ പെരുമ്പാമ്പിനെപ്പോലെ ചെറുപുഴ. ചുഴികളും ഞുറികളും വരകളുമായി ചുകന്ന മഷിയുടെ നിറത്തിൽ രണ്ടുകരകളേയും വിഴുങ്ങിക്കിടക്കുകയാണ്!

തലേന്ന് രാത്രിയിലെ ഇടിയും മഴയും കിഴക്കൻ മലയോരങ്ങളെ ഇളക്കിമറിച്ചിരിക്കുന്നു. അതിന്റെ ആഘോഷമാണ്. കല്യാണപ്പാർട്ടി വരുന്നതുപോലെയാണ് മലവെള്ളത്തിന്റെ വരവ്. കണ്ടുനില്ക്കാനാണ് ചന്തം.

ആളുകൾ തോണിയും കാത്തുനില്പാണ്. കൂട്ടത്തിൽ ഞാനും ഒരാളായി. ഒരു കൂരിയാറ്റക്കിളിയെപ്പോലെ അക്കരെനിന്നും തോണി പുറപ്പെടുന്നത് കണ്ടു. മുത്തപ്പന്റെ മൂത്ത രണ്ടു മക്കളും ഒന്നിച്ചാണ് തോണിയിൽ. മുമ്പിൽ ഉരങ്കോലും പിന്നിൽ തുഴയും വേണം. നിലവിട്ട വെള്ളമാണ്. കൊങ്ങൻവെള്ളം എത്തുമ്പോഴേ അവർ ഒന്നിച്ചിറങ്ങാറുള്ളു. വെള്ളം ഇനിയും കൂടിയാൽ മുത്തപ്പനും വന്നെന്നിരിക്കും. കരയിൽ നില്ക്കുകയേ ഉള്ളു, ഒരു മേൽനോട്ടത്തിന്. അതോടെ പുഴക്കര നിശ്ശബ്ദമാകും. യാത്രക്കാരാരും ഉച്ചത്തിൽ സംസാരിക്കില്ല. തമാശപറയില്ല.

പണികഴിഞ്ഞിറങ്ങിയ തോണിയാണ്. മീനെണ്ണയുടെ മണം. ഒരരികിൽ കയറിനിന്നപ്പോൾ ഞാൻ അച്ഛനെ ഓർത്തു. ഒരുകാലത്ത് അച്ഛനും ഇവിടെ തോണിക്കാരനായിരുന്നു. അന്നത്തെ ചുങ്കപ്പുരയുടെ സ്ഥാനവും മഞ്ഞളേട്ടയുടെ പിടുത്തവും മറന്നിട്ടില്ല. പക്ഷേ, എന്റെ ഓർമ്മയ്ക്ക് ഉറപ്പുവെച്ചുതുടങ്ങുമ്പോഴേക്കും കടത്ത് കൈവിട്ടിരുന്നു. അതോടെയാണ് മുത്തപ്പൻ തോണിക്കാരനാവുന്നത്. അതെല്ലാം പഴയകഥ.

ഏതു വെള്ളത്തിലും നീന്താനറിയാവുന്ന അച്ഛൻ പുഴയിലൊന്നും ഒലിച്ചുപോകാനിടയില്ല. തോണി പുഴ നടുവിലേക്ക് നീങ്ങിക്കൊണ്ടിരുന്നപ്പോൾ അച്ഛനെക്കുറിച്ചുള്ള അനാവശ്യമായ ചിന്തകൾ മനസ്സിൽ മഴക്കാറുപോലെ പൊങ്ങിവന്നു. എങ്കിലും രാത്രിയാവുമ്പോഴേക്കെങ്കിലും അച്ഛൻ തിരിച്ചെത്തുമെന്ന ഒരുറപ്പ് എന്റെ മനസ്സിൽ കയറിക്കൂടിയിരുന്നു.

ഞാൻ സ്കൂളിലെത്തി.

അന്നത്തെ സമരത്തിൽ ഉയർന്നുകേട്ട മുദ്രാവാക്യത്തിൽ പതിവിൽക്കവിഞ്ഞ ഒരർത്ഥവും നൊമ്പരവും അനുഭവപ്പെട്ടു. മറ്റെന്നത്തേക്കാളും വേദനാജനകവും സങ്കടകരവുമായിരുന്നു അത്. അത് കേൾക്കുമ്പോൾ തൊണ്ടയിടറാത്തവരും കണ്ണ് നനയാത്തവരുമുണ്ടാകില്ല എന്നുള്ളതിന് ഞാൻ തന്നെയായിരുന്നു തെളിവ്. അന്നുവരേയും സമരക്കാരോട് അത്രയൊന്നും മമതയും ആഭിമുഖ്യവും തോന്നിയിട്ടില്ലാത്ത എനിക്ക് ഒരു മനംമാറ്റം വരുന്നതായും അനുഭവപ്പെട്ടു. കമ്യൂണിസ്റ്റ് ഭരണം വന്നാൽ സംഭവിക്കുമെന്ന് പറഞ്ഞുകേട്ടിരുന്നതിനേക്കാൾ എത്രയും ഭീകരമായ സംഭവങ്ങളാണ് മുദ്രാവാക്യങ്ങൾ വെളിപ്പെടുത്തുന്നത്.

തെക്കുതെക്കൊരുദേശത്ത്
അലമാലകളുടെ തീരത്ത്
ഭർത്താവില്ലാ നേരത്ത്
ഫ്ളോറിയെന്നൊരു ഗർഭിണിയെ
ചുട്ടുകരിച്ചൊരു സർക്കാരേ
പകരം ഞങ്ങൾ ചോദിക്കും.

ഒരാവർത്തികൂടി കേട്ടു കഴിഞ്ഞപ്പോൾ വസ്തുതകളുടെ യഥാർത്ഥ സ്ഥിതി എന്താണെന്നറിയേണ്ടതുകൂടി ഒരാവശ്യമായെനിക്കുതോന്നി. എന്തുണ്ടായാലും പൊടിപ്പും തൊങ്ങലുംവെച്ച് പെരുപ്പിച്ച് അതിശയോക്തി കലർത്തി പൊലിപ്പിച്ചു കാണിക്കുന്നവരാണല്ലോ സമരക്കാർ. ഇതും അങ്ങനെ വല്ലതുമാണോ? അമ്മയുടെ വയറിനേറ്റവെടി കുഞ്ഞിന്റെ ശരീരംകൂടി തുളച്ചുകയറി പുറത്തുപോയതാണോ? ഇത്തരം കാര്യങ്ങൾ ചോദിച്ചറിയാനുണ്ടായിരുന്ന ഒരേയൊരാൾ ഗോവിന്ദൻമാഷായിരുന്നു. അദ്ദേഹവും എന്നോട് സമരത്തിൽ പങ്കെടുക്കണമെന്ന് പറഞ്ഞിരുന്നതാണല്ലോ. ഞാൻ അത് അനുസരിച്ചിട്ടുമില്ല. പിന്നെ എങ്ങനെ അദ്ദേഹത്തിനടുത്തേക്ക് വീണ്ടും ചെല്ലും? ഇനി എനിക്ക് വേണ്ടത് മറ്റാരോ ആണ്.

ഡ്രോയിങ്മാഷ്! ഒരു ചിത്രം മനസ്സിൽ കയറിവന്നു. എങ്കിലും അത് അപ്പോൾത്തന്നെ വേണ്ടെന്നുവെച്ചു. ഒരു കമ്യൂണിസ്റ്റുകാരനാണല്ലോ അയാൾ. എനിക്ക് വേണ്ടത് ഒരു നിഷ്പക്ഷക്കാരനെയാണ്. അങ്ങനെ ഒരാൾ ഈ ഭൂമിയിലുണ്ടോ? ഉണ്ടെങ്കിൽ എവിടെക്കാണും?

ഒരു വിദ്യാർത്ഥിനേതാവ് വിരലിലെണ്ണാവുന്ന അനുയായികളോടൊപ്പം പ്രത്യക്ഷപ്പെട്ടത് തികച്ചും അപ്രതീക്ഷിതമായ ഒരു കാഴ്ചയായിരുന്നു. സ്കൂൾ ഗ്രൗണ്ടിലെ ഒരു നാടൻ മാവിനു ചുവട്ടിൽ അവർ മറ്റുള്ള സമരക്കാരോടൊപ്പം ഒത്തുകൂടി. എല്ലാവരും നിന്നനില്പിൽ തന്നെ. മൂടിക്കെട്ടിയ ആകാശമായിരുന്നതുകൊണ്ട് മഴ പെയ്യുംമുമ്പെ എല്ലാം ചെയ്തുതീർക്കണമെന്ന ഒരു ഭാവമായിരുന്നു അവർക്ക്. ചിലരൊക്കെ ആകാശത്തേക്ക് നോക്കുന്നുമുണ്ടായിരുന്നു. കാര്യമായ എന്തോ പറയാനുണ്ടെന്ന മട്ടിലായിരുന്നു നേതാവിന്റെ നില്പ്. അതുകൊണ്ടു തന്നെ തയ്യാറെടുപ്പില്ലാത്ത ആമുഖമില്ലാത്ത ഒരു പരിപാടിയുടെ തുടക്കം പോലെയായിരുന്നു എല്ലാം. ഖദർധാരിയായ ചെറുപ്പക്കാരൻ രണ്ടടി മുന്നോട്ട് നീങ്ങിനിന്ന് പ്രസംഗം തുടങ്ങി.

സമരധീരരായ സുഹൃത്തുക്കളെ.

'കേരളത്തിലങ്ങോളമിങ്ങോളം നമ്മുടെ സമരം മുന്നേറിക്കൊണ്ടിരിക്കുകയാണ്. 1957 ഏപ്രിൽ അഞ്ചിന് അധികാരത്തിലേറിയ കമ്യൂണിസ്റ്റ് ഭരണത്തിനെതിരായ പ്രതിഷേധം 1957 ആഗസ്ത് 27 ന് തന്നെ തുടങ്ങിയിരുന്നു എന്ന വസ്തുത നിങ്ങൾ മനസ്സിലാക്കണം. അന്ന് 70,000 പേരുടെ ഒരു പ്രതിഷേധപ്രകടനം തിരുവനന്തപുരത്ത് നടന്നു. ഒരു ആറുമാസക്കാലംപോലും ഈ ഭരണം സഹിക്കാൻ ജനങ്ങൾ തയ്യാറായിരുന്നില്ല എന്നല്ലേ ഇതിനർത്ഥം.'

കേരള സർക്കാരിന്റെ വിദ്യാഭ്യാസബില്ലിനോടുള്ള എതിർപ്പായിരുന്നു അതിനുകാരണം.. എന്നാൽ, പ്രശ്നം അവിടെയും അവസാനിച്ചില്ല. സർക്കാർ പിന്നേയും ദ്രോഹകരമായ പല ബില്ലുകളുമായി മുന്നോട്ടുപോയി. ദ്രോഹകരമായ കാർഷികനയങ്ങൾ, ദ്രോഹകരമായ പൊലീസ് ഭരണം, തൊഴിൽ മേഖലയിലെ സഖാക്കന്മാരുടെ വിളയാട്ടം എന്നിങ്ങനെ എന്തെല്ലാം? ഇപ്പോൾ ജനങ്ങൾക്കുനേരെയുള്ള ലാത്തിച്ചാർജും വെടി

വെപ്പുമാണ്! ഇക്കഴിഞ്ഞമാസം അങ്കമാലിയിൽ 7 പേരെ പൊലീസ് വെടിവെച്ചുകൊന്നു. ഇന്നലെ ഭീമാപ്പള്ളിക്കടുത്ത് ചെറുതുറയിലുണ്ടായ ആ ദുരന്തവാർത്ത നിങ്ങൾ കേട്ടിരിക്കുമല്ലോ. അഞ്ചാറുമക്കളുടെ അമ്മ യായ മുപ്പതുകാരി ഫ്ളോറി! നാലുമാസം ഗർഭിണി. പാവം കിണറ്റിൻ കരയിൽ വെള്ളംകോരിക്കൊണ്ട് നില്ക്കുകയായിരുന്നു. അവളെ പൊലീസ് നിർദ്ദയം വെടിവെച്ച് കൊന്നിരിക്കുന്നു!

ഏതാണ്ട് ഇക്കഴിഞ്ഞ പതിനെട്ട് മാസക്കാലത്തോളം കേരളജനത സമരത്തിലായിരുന്നു എന്ന കാര്യം ഒരുപക്ഷേ, നിങ്ങൾ അറിഞ്ഞിട്ടു ണ്ടാകില്ല. സ്കൂൾ അടച്ച് സമരം തുടങ്ങിയതുമുതല്ക്കാണല്ലോ നിങ്ങൾ ഈ സമരവുമായി നേരിട്ടിടപഴകുന്നത്. വിദ്യാർത്ഥിസമൂഹംകൂടി ശക്തമായി രംഗത്തിറങ്ങിയെങ്കിലേ ഈ ദുർഭരണം അവസാനിപ്പി ക്കാനാവൂ എന്ന് നമ്മുടെ നേതാക്കന്മാർ മനസ്സിലാക്കിയിരിക്കുന്നു. ഈ സമരം എത്രകാലം നീണ്ടുനില്ക്കും എന്ന് നിങ്ങൾ ഓരോരുത്തരും സ്വയം ചോദിക്കുന്നുണ്ടാകണം. ഇതെങ്ങനെ അവസാനിക്കുമെന്നും നിങ്ങൾ ഓരോരുത്തരും ചോദിക്കുന്നുണ്ടാകണം. അതിനുള്ള ഉത്തരവും ഞാൻ തന്നെ വെളിപ്പെടുത്താം.

1947 ആഗസ്ത് 15 ന് ബ്രിട്ടീഷുകാരിൽനിന്നും നമുക്ക് സ്വാതന്ത്ര്യം കിട്ടി. പക്ഷേ, അതിന്റെ ഗുണം 1957 ഏപ്രിൽ 5 മുതൽ നമുക്ക് നഷ്ട പ്പെടുകയും ചെയ്തു. ബ്രിട്ടീഷുകാരേക്കാൾ ദുഷ്ടന്മാരുടേതായ ഒരു ഭരണത്തിൻകീഴിൽ നാം അകപ്പെട്ടിരിക്കുകയാണ്. ഇതവസാനിപ്പിക്കണം അവസാനിപ്പിച്ചേ മതിയാകൂ. ഞാൻ ധൈര്യമായിട്ട് പറയുന്നു അടുത്തു വരാൻപോകുന്ന ആഗസ്ത് 15 ന് നാം നമ്മുടേതായ സ്വാതന്ത്ര്യം, ഒരു കമ്യൂണിസ്റ്റ് ഭരണമില്ലാത്ത നമ്മുടെ സംസ്ഥാനത്തിന്റെ സ്വാതന്ത്ര്യം അത്യാഹ്ലാദത്തോടെ ആഘോഷിക്കും. സംശയിക്കേണ്ടതില്ല. നമ്മുടെ ഉന്നത നേതാക്കന്മാരായ ശ്രീ. പട്ടംതാണുപിള്ളയും ശ്രീ. മന്നത്ത് പത്മനാഭനും നമ്മുടെ ഇടത്തും വലത്തും കാവലിരുന്ന് കാത്തു രക്ഷിക്കുന്ന ഈ വേളയിൽ നിങ്ങൾ ധൈര്യത്തോടെ മുന്നേറുക.

“നമ്മുടെ പ്രിയങ്കരനായ പ്രധാനമന്ത്രി പണ്ഡിറ്റ് ജവഹർലാൽ നെഹ്റുവും അദ്ദേഹത്തിന്റെ മകൾ ഇന്ദിര പ്രിയദർശിനിയും ഇക്കാര്യ ത്തിൽ നമ്മോടൊപ്പം നില്ക്കും. അക്കാര്യത്തിൽ നിങ്ങൾക്ക് സംശയം വേണ്ട. ഞാൻ നിങ്ങൾക്കുറപ്പുതരുന്നു. ജയ്ഹിന്ദ്.”

ഇനിയും സമരവേദികളിൽ പ്രസംഗിക്കാനുണ്ടെന്ന മട്ടിൽ നേതാവ് പ്രസംഗം അവസാനിപ്പിക്കുകയും അനുയായികളോടൊപ്പം നടന്ന് നീങ്ങുകയും ചെയ്തു.

അപ്പോഴേക്കും ചാറൽമഴ പെയ്തുതുടങ്ങിയിരുന്നു. ക്രമേണ ആ മഴയ്ക്ക് ശക്തികൂടിത്തുടങ്ങി. പലരും പലവഴിക്ക് ഓടി. ഞാൻ സ്കൂൾ വരാന്തയിൽ കയറിനിന്നു.

പതിനേഴ്

ഞങ്ങളെ പഠിക്കാൻ അനുവദിക്കണമെന്നാവശ്യപ്പെട്ടുകൊണ്ടുള്ള ജാഥ താമരശ്ശേരി പൊലീസ് സ്റ്റേഷനെ ലക്ഷ്യമാക്കി നീങ്ങിക്കൊണ്ടിരുന്നു. ആൺകുട്ടികളും പെൺകുട്ടികളുമടക്കം അൻപതോളം പേർ ജാഥയിലുണ്ടായിരുന്നു.

ആരാണ് ജാഥ സംഘടിപ്പിച്ചതെന്ന് എനിക്കറിയില്ല. സമരം ചെയ്യാത്തവർക്ക് പഠിക്കാൻ അവസരമുണ്ടാക്കണമെന്ന ഉദ്ദേശം നല്ലതാണല്ലോ. അതുകൊണ്ട് ഞാനും ജാഥയിൽ ഒരാളായിരുന്നു.

കൊടുവള്ളിയിൽനിന്നും ഏതാണ്ട് അഞ്ചുമൈൽ ദൂരമുണ്ട് താമരശ്ശേരിയിലേക്ക്. ടാറിട്ട കോഴിക്കോട്-വയനാട് റോഡിലൂടെ നേരെ നടന്നാൽ മതി. പെൺകുട്ടികൾ മുമ്പിലും ആൺകുട്ടികൾ പിറകിലുമായി നടന്നുപോകുന്ന ജാഥയിൽ ആകെ വിളിച്ചത് ഒരേ ഒരു മുദ്രാവാക്യം. ഞങ്ങളെ പഠിക്കാൻ അനുവദിക്കുക!. അതും ഓരോരുത്തരായി സൗകര്യംപോലെ മാറിമാറിവിളിക്കുകയായിരുന്നു.

അസാധാരണമായ ഈ ജാഥ കണ്ടപ്പോൾ ചെറിയ അങ്ങാടിസ്ഥലങ്ങളിലെ കച്ചവടക്കാരും മറ്റ് ആൾക്കാരും റോഡിന്റെ വക്കിലിറങ്ങിനിന്ന് ഞങ്ങളെ അത്ഭുതത്തോടെ നോക്കി. എങ്കിലും അവരെയൊന്നും ശ്രദ്ധിക്കാത്ത മട്ടിൽ ഞങ്ങൾ യാത്ര തുടർന്നു.

പലയിടങ്ങളിലും റോഡുവക്കിലെ വീടുകളിലെ താമസക്കാരും ഞങ്ങളെ ശ്രദ്ധിച്ചു. മുറ്റത്തുനിന്നും പറമ്പിൽനിന്നും നോക്കിനിന്നവരും അതൊന്നും പോരാത്തമട്ടിൽ ഞങ്ങളെ നേരിട്ടുവന്നു കണ്ടവരും അക്കൂട്ടത്തിലുണ്ടായിരുന്നു.

പാലക്കുറ്റി എന്ന ചെറിയ ഒരങ്ങാടി പിന്നിടുന്ന വേളയിലാണ് പരിചിതമായ ഒരു മുഖം റോഡരികിൽ നില്ക്കുന്നത് എന്റെ ശ്രദ്ധയിൽപ്പെട്ടത്. അയാൾ എന്നെ ശ്രദ്ധിക്കുന്നുണ്ടായിരുന്നില്ല. അതുകൊണ്ടുതന്നെ ഞാൻ ജാഥയിൽ നിന്നും പതുക്കെ ഒന്ന് തെന്നിമാറി അയാളുടെ അടുത്തെത്തി.

തികച്ചും അപ്രതീക്ഷിതമായ ഒരു സമാഗമം. അയാൾ എന്റെ ചുമലിൽ തട്ടി വാത്സല്യത്തോടെ പറഞ്ഞു:

“നന്നായി, ഇതുവേണം. ഇങ്ങനെത്തന്നെ വേണം.”

എനിക്ക് ഒന്നും പറയാൻ തോന്നിയില്ല. ജാഥ നീങ്ങിപ്പോകുന്നതുകൊണ്ട് സംസാരിക്കാൻ നേരമില്ലല്ലോ.

ഞാൻ പിന്നീട് വരാമെന്ന് മാത്രം പറഞ്ഞ് ഓടി ജാഥയിൽ ചെന്ന് ചേർന്നു.

അത് ഡ്രോയിങ്മാഷ് തന്നെയായിരുന്നു. അയാളുടെ ശരിയായപേര് അറിയില്ല. ആരും പറഞ്ഞുകേട്ടിട്ടുമില്ല. ആരും പറയേണ്ട ആവശ്യവും ഞങ്ങൾക്കുണ്ടായിരുന്നില്ല. ആഴ്ചയിൽ ഒരുദിവസമാണ് ഡ്രോയിങ് പിരീഡ് ഉള്ളത്. എനിക്കാണെങ്കിൽ ചിത്രരചനയിൽ തീരെ താല്പര്യവുമില്ല. പാട്ടറിയാത്തവൻ മൂളിപ്പാട്ടെങ്കിലും പാടുമല്ലോ. എന്നാൽ ചിത്രം വരയ്ക്കാനറിയാത്തവൻ നിലത്തെങ്കിലും കാൽവിരൽകൊണ്ട് ഒരു വരയെങ്കിലും വരയ്ക്കുമല്ലോ. അതും എനിക്ക് അന്യമായിരുന്നു.

അതുകൊണ്ട് ഡ്രോയിങ്മാഷ് എന്നും ഡ്രോയിങ്മാഷ് ആയി ത്തന്നെ തുടർന്നു.

തെക്കെവിടെയോ ആണ് നാട്. തിരുവിതാംകൂർഭാഷ സംസാരി ക്കുന്ന കമ്യൂണിസ്റ്റുകാരനാണ്. സമരക്കാരെ കണ്ടുകൂട. അവരോട് അടി കൂടിയിട്ടുണ്ടെന്നാണ് കേൾവി. പട്ടാളത്തിൽനിന്നും പിരിഞ്ഞുവന്ന ആളാണ്. നല്ല ആരോഗ്യവാനുമാണ്. അതുകൊണ്ടായിരിക്കും പരി ക്കൊന്നും ഏല്ക്കാതിരുന്നത്.

നടന്നുനടന്നു ഞങ്ങൾ പൊലീസ് സ്റ്റേഷനടുത്തെത്തിയപ്പോഴേക്കും മുതിർന്ന കുറേ ആൾക്കാർ ഞങ്ങളെയും കാത്ത് നില്പുണ്ടായിരുന്നു. അക്കൂട്ടത്തിൽ എനിക്ക് പരിചയമുള്ള ചില മുഖങ്ങളും ഉണ്ട്. അവ രൊന്നും കമ്യൂണിസ്റ്റുകളല്ല. ചിലർ പഴയ നായർ തറവാട്ടുകാരാണ്. ചിലർ കോയമാരും. അവരുടെയൊക്കെ കുട്ടികൾ സ്കൂളിൽ പഠിക്കു ന്നുണ്ട്. സ്വന്തം കുട്ടികളുടെ പഠിത്തം അലങ്കോലപ്പെടാതിരിക്കാൻ രക്ഷി താക്കൾ ശ്രദ്ധിക്കുമല്ലോ. ഇത്തരം സന്ദർഭങ്ങളിൽ അവർ രാഷ്ട്രീയം നോക്കുന്നില്ല. എനിക്കറിയാവുന്ന ചില കോൺഗ്രസുകാരും അക്കൂട്ടത്തി ലുണ്ടായിരുന്നു.

അവർ ഞങ്ങളെ പൊലിസ് സ്റ്റേഷന്റെ മുറ്റത്തേക്ക് വിളിച്ചുകയറ്റി. കാക്കിവേഷം ധരിച്ച ഒന്നുരണ്ടുപേർ വരാന്തയിൽ നില്പുണ്ട്. ഒരാൾ തോക്കും കുത്തിപ്പിടിച്ചാണ് നില്പ്. മറ്റേ ആൾ ഇടപെട്ട് എന്താണ് പ്രശ്ന മെന്ന് മുതിർന്നവരോടായി അന്വേഷിക്കുന്നത് കണ്ടു. ഒരു കുശലപ്രശ്ന ത്തിനൊടുവിൽ അയാൾ സ്റ്റേഷന്റെ അകത്തേക്കുപോയി കാക്കിധരിച്ച മറ്റൊരാളുമായി തിരിച്ചുവന്നു. വേഷവിധാനംകൊണ്ടും ഭാവംകൊണ്ടും കൈയിലുള്ള കറുത്തവടിയുടെ ചുഴറ്റൽകൊണ്ടും കുപ്പായകൈയിലെ തുന്നിപ്പിടിപ്പിച്ച പ്രത്യേക അടയാളങ്ങൾകൊണ്ടും അയാൾ ഒരു ഉന്നത പദവിയുടെ ഉടമസ്ഥനാണെന്ന് എനിക്കുതോന്നി.

ഞങ്ങളുടെ നേതാക്കൾ ഒരു ഹർജി അദ്ദേഹത്തെ ഏല്പിക്കുന്നത് കണ്ടു. അതിൽ ഒന്ന് കണ്ണോടിച്ചശേഷം അദ്ദേഹം ഞങ്ങളെനോക്കി ഒരു പ്രാസംഗികന്റെ മട്ടിൽ പറഞ്ഞുതുടങ്ങി.

പ്രിയപ്പെട്ട കുട്ടികളെ,

> നിങ്ങൾ ഒരു ജാഥയായി ഇവിടെ വന്നതിന്റെ ഉദ്ദേശം പൂർണ്ണ മായും എനിക്ക് മനസ്സിലായി. നാട്ടിലെങ്ങും വിദ്യാർത്ഥികൾ പഠിപ്പുമുടക്കി സമരം ചെയ്തുകൊണ്ടിരിക്കുമ്പോൾ ഞങ്ങളെ പഠിക്കാനനുവദിക്കണമെന്ന ആവശ്യവുമായി എവിടെയും ഒരു വിദ്യാർത്ഥിയും രംഗത്തുവന്നതായി ഞങ്ങൾക്കറിവില്ല. അതുകൊ ണ്ടുതന്നെ ഏറ്റവും ഉന്നതമായി ഒരു നല്ല കാര്യമാണ് നിങ്ങൾ ചെയ്തുകൊണ്ടിരിക്കുന്നത്. അതിന്റെ പേരിൽ ഞാൻ നിങ്ങളെ അഭിവാദ്യം ചെയ്യുന്നു.
>
> നിങ്ങളുടെ ആവശ്യം സാധിച്ചുകിട്ടുന്നതിനുള്ള നടപടി എടുക്കു ന്നതിനുവേണ്ടി ഒരു സബ്ഇൻസ്പെക്ടർ എന്ന നിലയിൽ എന്നെ

ക്കൊണ്ടാവുന്നതെല്ലാം ഞാൻ ചെയ്യുമെന്ന് നിങ്ങൾക്കുറപ്പു തരുന്നു. എല്ലാവരും ശാന്തരായി ഉടനെ തിരിച്ചുപോവുക. നിങ്ങൾക്ക് അഭിവാദനങ്ങൾ.

അത്രയും പറഞ്ഞ് അദ്ദേഹം അകത്തേക്കുപോയി. നേതാക്കളൊക്കെ മുറ്റത്തിറങ്ങി, റോഡിലേക്ക് നീങ്ങി. പിറകെ ഞങ്ങളും. അപ്പോഴേക്കും കാണികളായി കുറെപ്പേർ സ്റ്റേഷന്റെ മുറ്റത്തെത്തി.

ഞങ്ങൾ തിരിച്ചുവരുമ്പോൾ മുദ്രാവാക്യം വിളികളൊന്നുമുണ്ടായില്ല. ഇനി അതിന്റെ ആവശ്യമില്ലെന്ന് മുതിർന്നവർ ഞങ്ങളോട് പറഞ്ഞിരുന്നു.

വീണ്ടും കൊടുവള്ളിയിലെത്തിയപ്പോൾ അങ്ങിങ്ങായി മാങ്ങാക്കുലകൾപോലെ ആളുകളെ കാണാമായിരുന്നു. കുറേ പൊലീസുകാരെയും പലയിടങ്ങളിലായിക്കണ്ടു. അനിഷ്ടമായി വല്ലതും സംഭവിച്ചിരുന്നോ എന്ന് പലർക്കും തോന്നിയേക്കാവുന്ന ഒരന്തരീക്ഷം.

സംരക്ഷകരായി ഞങ്ങളുടെ ഒപ്പംവന്നവർ വെവ്വേറെ പിരിഞ്ഞു പോകുന്നതിനും മുമ്പ് ഞങ്ങൾക്ക് ഒരു മുന്നറിയിപ്പുകൂടിനല്കി.

"ആരുമാരും അങ്ങാടിയിൽ കറങ്ങി നടക്കരുത്. എല്ലാവരും ഉടനെ അവനവന്റെ പുരകളിലേക്ക് പോകണം. ചിലപ്പോൾ ലാത്തിച്ചാർജുവരെ ഉണ്ടാകാനിടയുണ്ട്."

ചില കുട്ടികളെ അവരവരുടെ രക്ഷിതാക്കൾ വിളിച്ച് കൂടെ നിർത്തുന്നതും കണ്ടു.

ഞാൻ സ്വതന്ത്രനായിരുന്നു. എന്റെ കൂടെ ആരുമില്ല. എനിക്ക് പുരയിൽ പോവുകയോ പോവാതിരിക്കുകയോ ചെയ്യാം. ലാത്തിച്ചാർജുണ്ടാകുമെങ്കിൽ പിന്നെ ധൃതിപ്പെട്ട് പോകേണ്ടതില്ല. സ്കൂളിൽ സമരമുണ്ടായ അവസരത്തിലായിരുന്നല്ലോ ആദ്യമായി ലാത്തിച്ചാർജ് കണ്ടത്. പക്ഷേ, അത് അത്ര കേമമായ ഒരു ലാത്തിച്ചാർജായിരുന്നില്ല. എന്റെ ഭാവനയിലുള്ള ലാത്തിച്ചാർജ് അങ്ങനെയായിരുന്നില്ല. അടിയേറ്റ് വീണുകിടക്കുന്ന പ്രതിയെ പൊലീസുകാർ പാമ്പിനെ തല്ലുന്നതുപോലെ പിന്നേയും പിന്നേയും തല്ലിക്കൊണ്ടിരിക്കും. അത് അവർക്കൊരു സുഖമാണ്. അവസാനം പ്രതി പിടഞ്ഞെഴുന്നേറ്റ് പൊലീസിന്റെ കൈയിൽനിന്നും ലാത്തി തട്ടിയെടുത്ത് അതേ പൊലീസിനെ തല്ലിത്തല്ലി തറയിൽ വീഴ്ത്തണം. പിന്നേയും തല്ലിക്കൊണ്ടിരിക്കണം. അതാണ് എന്റെ ഭാവനയിലുള്ള ലാത്തിച്ചാർജ്.

അങ്ങനെ ഒരു ലാത്തിപ്രയോഗം കൊടുവള്ളിയിൽ ഉണ്ടാകുമോ? ഞാൻ നേരെ സബ് രജിസ്റ്റാർ ആപ്പീസിനെ ലക്ഷ്യമാക്കി നടന്നു.

മൈക്കിലൂടെയുള്ള ഒരു ശബ്ദം ഇരച്ചുവരുന്നു. അത്യാവേശത്തിലുള്ള ഒരു പ്രസംഗത്തിന്റെ മട്ട്. ഒരു ജനക്കൂട്ടത്തിന്റെ പിന്നാമ്പുറത്തേക്കാണ് ഞാൻ എത്തിക്കൊണ്ടിരിക്കുന്നത്. രണ്ടോ മൂന്നോ കൊടികൾ കൂട്ടിക്കെട്ടിയ ഒരു ജീപ്പ് അല്പം ദൂരെ റോഡരികിൽ നിർത്തിയിട്ടിരിക്കുന്നു. ഞാൻ റോഡിന്റെ ഓരംചേർന്ന് ജനക്കൂട്ടത്തിന്റെ ഒരരികിലേക്ക് നീങ്ങി.

"......നമ്മുടെ ലക്ഷ്യത്തെക്കുറിച്ച് ഞാൻ നിങ്ങളോട് സംസാരിച്ചു കഴിഞ്ഞു. അതിനുവേണ്ടി നാം എന്തൊക്കെ ചെയ്തു. എന്തൊക്കെ ചെയ്യാനിരിക്കുന്നു?

ഇക്കഴിഞ്ഞവർഷം ജൂലൈ 13 ന് കുട്ടനാട്ടിലുണ്ടായ ബോട്ടുകൂലി സമരത്തക്കറിച്ച് നിങ്ങൾക്കറിയാം. വിദ്യാർത്ഥിസമരത്തിൽ പൊലീസ് ഇടപെടേണ്ട എന്നായിരുന്നു സർക്കാരിന്റെ നയം. പൊലീസ് വിദ്യാർത്ഥികളെ അറസ്റ്റുചെയ്യാൻ പാടില്ലെന്നായിരുന്നു നിയമം. ഈ നിയമം എന്തിനാണെന്നറിയാമായിരുന്നോ നിങ്ങൾക്ക്? ജനങ്ങളെ കമ്യൂണിസ്റ്റുകളെന്നും കമ്യൂണിസ്റ്റുകളല്ലാത്തവരെന്നും രണ്ടാക്കി തിരിക്കുക. കമ്യൂണിസ്റ്റുകാരെക്കൊണ്ട് സമരത്തെ നേരിടുക! അതു വഴി ഈ രാജ്യത്തെ ചൈനയുടെ മാർഗ്ഗത്തിലേക്കും ആഭ്യന്തരയുദ്ധത്തിലേക്കും തള്ളിവീഴ്ത്തുക. ചൈനയുടെ മാർഗ്ഗത്തിന്റെ ആരംഭമായിരുന്നില്ലേ ഈ അടവ്? പൊലീസ് മാറിനില്ക്കട്ടെ, ബാക്കിയെല്ലാം ഞങ്ങൾ നോക്കിക്കൊള്ളാം. ഇതായിരുന്നു സർക്കാരിന്റെ നയം.

പക്ഷേ, വിദ്യാർത്ഥിപ്രക്ഷോഭം കൊടുമ്പിരിക്കൊണ്ടു. എറണാകുളത്തും കോട്ടയത്തും പഠിപ്പുമടക്കി. ആലപ്പുഴ താലൂക്കിൽ നിരോധനാജ്ഞ വന്നു. ആലപ്പുഴയിൽ ഹർത്താൽ ഉണ്ടായി. തിരുവനന്തപുരത്ത് ഗൗരിയമ്മയുടെ കാർ തടഞ്ഞു. പിന്നേയും പലയിടത്തും പലതും നടന്നു. ആലപ്പുഴയിൽ നാലുവാൻ പൊലീസെത്തി സമരക്കാരെ അടിച്ചുവീഴ്ത്തി. ബൂട്സിട്ട് ചവിട്ടി. റോഡിലൂടെ വലിച്ചിഴച്ച് വാനിലിട്ടു...."

ഇത്രയും കേട്ടതോടെ പ്രസംഗം തുടർന്നും കേൾക്കാനുള്ള എന്റെ താല്പര്യം കുറഞ്ഞു. കഴിഞ്ഞുപോയ സമരചരിത്രം കേൾക്കുന്നതുകൊണ്ട് എനിക്കെന്ത് പ്രയോജനം. വയറിനകത്ത് വിശപ്പിന്റെ കാശിവിളക്കിന് തീപിടിച്ചുകൊണ്ടിരിക്കുന്നു. ഉടനേ പുരയിലെത്തിയാലേ അതിന് പരിഹാരമുണ്ടാകൂ.

അങ്ങാടിയിലെ പ്രധാന വളവും കഴിഞ്ഞ് കിഴക്കോട്ട് നടന്നപ്പോൾ ചെറുണ്ണിയേട്ടന്റെ ചായക്കടയ്ക്കുമുമ്പിലെത്തി. ഒരു വസി കപ്പയ്ക്കുള്ള വകയില്ലാത്ത കീശയാണ് കൈയിലുള്ളത്. തൊട്ടടുത്തുള്ള മുറിക്കടകളിലൊന്നും മോരുവെള്ളത്തിന്റെ കുപ്പികളും കാണാനില്ല. മഴക്കാലം പിറന്നതുകൊണ്ട് വെള്ളക്കച്ചവടം നിർത്തിയതാകും. എങ്കിലും നിരാശപ്പെടേണ്ടി വന്നില്ല. നിസ്കാരപ്പള്ളിയോട് ചേർന്ന ഒരു കുമിട്ടിയിൽനിന്നും ഒരു തൊട്ടിയോളംപോന്ന ഗ്ലാസ്മോരുവെള്ളം കുടിച്ചു വയറുനിറച്ചു.

ഉച്ചഭക്ഷണം മറികടന്നുപോയ സമയത്തെ പിറകോട്ട് വലിച്ചുകൊണ്ട് അമ്മ അടുക്കളയിൽ കിണ്ണം നിരത്തുകയാണ്. താണ ക്ലാസിൽ പഠിക്കുന്ന അനിയന്മാരൊന്നും ഇപ്പോൾ ഉച്ചയ്ക്ക് പുരയിലെത്താറില്ല. കമ്യൂണിസ്റ്റ് ഭരണം വന്നതിൽപ്പിന്നെ നടപ്പിലാക്കിയ ഉച്ചഭക്ഷണപരിപാടി തന്നെയായിരുന്നു കാരണം. അവരാരും ഇപ്പോൾ തേങ്ങാപ്പിണ്ണാക്കോ പച്ചക്കപ്പയോ തിന്നുന്നില്ല. കണ്ണിമാങ്ങകൾ തേടി കല്ലെറിയാനും നടക്കുന്നില്ല. അവർ തിരിച്ചെത്തുന്ന വൈകുന്നേരങ്ങളിൽ ഇപ്പോൾ അമ്മ നിരത്തുന്ന കിണ്ണങ്ങളും സഹായത്തിനെത്തും. അങ്ങനെ ഇപ്പോൾ കുട്ടികൾക്ക് കുശാലാണ്.!

ഒരു ചേനവട്ടത്തിലുള്ള ഓട്ടുകിണ്ണത്തിന്റെ ഒരു വശത്ത് അച്ഛനും മറുവശത്ത് ഞാനും ഭക്ഷണത്തിനിരുന്നു. കോലായിൽത്തന്നെ പലകയിട്ട് ഇരിക്കുകയാണ് ഞങ്ങളുടെ പതിവ്. അച്ഛൻ ഒറ്റയ്ക്കിരുന്ന് ഭക്ഷണം കഴിക്കുന്ന സ്വഭാവമില്ല. വല്ലപ്പോഴും വൈകിയാണ് എത്തുന്നതെങ്കിൽ ആദ്യത്തെ ഒരുരുളച്ചോറ് ഏറ്റവും ഇളയവന് വെച്ചുനീട്ടും. അവനില്ലെങ്കിൽ അത് മറ്റാർക്കെങ്കിലുമാകും. ആ ഉരുളയ്ക്കുവേണ്ടി കാത്തിരിക്കുന്നതും ഞങ്ങളുടെ ഒരു സ്വഭാവമായി മാറിക്കഴിഞ്ഞിരുന്നു.

അതിലുമുണ്ടായിരുന്നു ഒരു യുക്തി. ആദ്യമൊന്നും എനിക്കതു മനസ്സിലായിരുന്നില്ല. വല്ലവിധേനയും അച്ഛനെ വിഷംകൊടുത്തു കൊല്ലണമെന്ന് അമ്മ വിചാരിക്കുന്നുണ്ടെങ്കിലോ? അങ്ങനെ അമ്മ വിചാരിക്കില്ലെന്നോ ചെയ്യില്ലെന്നോ എന്താണുറപ്പ്? ഈ സൂത്രം ഞാൻ മനസ്സിലാക്കിയിരുന്നു. അമ്മയ്ക്ക് അങ്ങനെ ഒരു വിചാരമുണ്ടായിരുന്നെങ്കിൽ അച്ഛൻ ഇത്രയും കാലം ജീവിച്ചിരിക്കില്ലെന്നുറപ്പാണ്. വസൂരി പിടിച്ചുകിടന്നപ്പോൾ പോലും മരണത്തെ പിടിച്ചുകെട്ടിയാണ് അമ്മ അച്ഛനെ രക്ഷിച്ചത്. എന്നിട്ടും അച്ഛൻ അമ്മയെ സംശയിക്കുകയാണ് ഒന്നുമറിയാതെ.

പതിനെട്ട്

പതിവിലേറെ നീണ്ടുപോയ ഒരു ഇടവേളയ്ക്കുശേഷം രാമുണ്ണിനായർ വരുന്നതുകണ്ടപ്പോൾ കീരിയെ കണ്ട പാമ്പിന്റെ മട്ടായിരുന്നു അച്ഛന്. കാലത്തുള്ള നാമജപത്തിനുശേഷം പ്രഭാതഭക്ഷണവും കഴിഞ്ഞ് ഒരിരുപ്പുണ്ട് ചില ദിവസങ്ങളിൽ. അന്നാണ് ദേവീ മാഹാത്മ്യം വായന. ഉമ്മറത്തെ വടക്കെ അറ്റത്തുള്ള മൺതിണ്ണയിൽ ചുമരും ചാരി പുല്പായയിലിരുന്നുള്ള ആ വായന ചിലപ്പോൾ ഒരു മണിക്കൂറിലേറെ നീണ്ടുപോകും. തലേദിവസം പതിവിൽക്കൂടുതൽ മിനുങ്ങിയിരുന്നോ എന്ന ചോദ്യത്തിനുള്ള ഉത്തരം ഈ ഇരിപ്പുകണ്ടാലറിയാം. മിനുക്കം കുറവോ അത്യാവശ്യത്തിന് മാത്രമോ ആയിരുന്നെങ്കിൽ നാമജപവും പ്രാതലും കഴിഞ്ഞാൽ ആൾ സ്ഥലം വിട്ടിരിക്കും.

ദേവീമാഹാത്മ്യം വായന ഒരു പ്രായശ്ചിത്തമായിരുന്നെങ്കിൽ ആ പ്രായശ്ചിത്തം കഴിഞ്ഞതോടെയാണ് രാമുണ്ണിനായർ എത്തിയതെന്ന് പറയാം. അച്ഛന്റെ കൈയിലുണ്ടായിരുന്ന *ദേവീമാഹാത്മ്യം* കണ്ടപ്പോൾ വല്ല *കമ്യൂണിസ്റ്റ് മാനിഫെസ്റ്റോ*വും ആയിരിക്കുമോ എന്ന് രാമുണ്ണിനായർ ശങ്കിച്ചിരിക്കണം. ഒളികണ്ണുകൊണ്ട് അതിന്റെപേർ വായിച്ചതല്ലാതെ മറ്റൊന്നും അയാൾ ചോദിക്കാതിരുന്നതിന്റെ കാരണം അതായിരിക്കണം. (*കമ്യൂണിസ്റ്റ് മാനിഫെസ്റ്റോ* ഞാൻ കാണുകയോ വായിക്കുകയോ ചെയ്തിട്ടില്ല. ചില കമ്യൂണിസ്റ്റനുഭാവികൾ അതേക്കുറിച്ച് പുകഴ്ത്തിപ്പറയുന്ന വർത്തമാനങ്ങളേ കേട്ടിരുന്നുള്ളു)

തിണ്ണയിൽ അച്ഛന്റെ അടുത്തുതന്നെ രാമുണ്ണിനായരും ഇരുന്നു. ഒരു മങ്ങിയ ചിരിചിരിച്ച് എന്തൊക്കെയുണ്ട് വർത്തമാനമെന്നും സുഖംതന്നെ

യല്ലേയെന്നും പഴയ പല്ലവികൾ ഉരുവിട്ടു. അച്ഛൻ പ്രത്യേകിച്ച് മറുപടിയൊന്നും പറഞ്ഞില്ല. എങ്കിലും ചെറിയൊരു മുനവെച്ച് പ്രതികരണം പുറത്തുകാട്ടി.

“എന്റെ കൈയിലൊന്നുമില്ല നായരെ!”

തികച്ചും അപ്രതീക്ഷിതമായിരുന്നു നായർക്ക് അച്ഛന്റെ മറുപടി. അയാളുടെ മുഖത്തിന് ഒരു പാട നിഴൽ കൂടിവീണു. ഈ ഭാവമാറ്റം കണ്ടപ്പോൾ അച്ഛൻ അങ്ങനെ പറയരുതായിരുന്നു എന്ന് എനിക്കും തോന്നി. എങ്കിലും അച്ഛൻ ഗൗരവത്തിലാണ്. സംഭാവനകൊടുക്കാൻ കൈയിലൊന്നുമില്ലാത്തതിന്റെ രോഷമായിരിക്കണം. പതിവിലേറെ താടിനീട്ടിയിരിക്കുന്ന രാമുണ്ണിനായർ പതുക്കെപ്പറഞ്ഞുതുടങ്ങി.

“പിരിവിന് കൂടെ വരാറുള്ള തെങ്ങുകേറ്റക്കാരൻ മരിച്ചുപോയി. അതീപ്പിന്നെ തേങ്ങവലി നിന്നു. ഞാൻ പിരിവും നിർത്തി.”

ഉത്തരം തെറ്റിച്ചെഴുതിയ സ്ലേറ്റ് മായ്ക്കുംപോലെ അച്ഛൻ; അല്ലെങ്കിൽ ഉടുമുണ്ട് തലമാറിയുടുക്കുമ്പോലെ എത്ര പെട്ടെന്നാണ് അനുകമ്പ മുഖത്തെ മിനുക്കിക്കളഞ്ഞത്!

“അതെങ്ങനെ? എന്തുപറ്റി?” അച്ഛന് കേൾക്കാൻ ധൃതിയായി.

“ഒരു സംഭാവന കിട്ട്യപ്പം കേറിയതാ - വെളിമണ്ണേന്ന്. കഷ്ടകാലത്തിന് പിടിത്തംവിട്ട് വീണത് പാറപ്പുറത്തേക്കാ. അതും തലകുത്തി! പിന്നെപ്പറയണോ.”

അച്ഛൻ നിശ്ശബ്ദനായി. മുഴക്കോൽവിട്ട് ഉളിയെടുക്കുന്നതുപോലെ രാമുണ്ണിനായർ പറഞ്ഞുതുടങ്ങി.

“ഇതൊന്നും നമ്മൾ വിചാരിച്ചതല്ല. നമ്മൾ ചെയ്ത തെറ്റിന്റെ ഫലവുമല്ല. കുറെക്കാലമായി എന്തൊക്കെയാണ് നടക്കുന്നത്?”

“പണ്ട് നെഹ്റു കോഴിക്കോട്ടു വന്നപ്പോൾ പറഞ്ഞു മുസ്ലിംലീഗ് ചത്ത കുതിരയാണെന്ന്! എന്നിട്ടിപ്പഴോ? ആ ചത്ത കുതിരപ്പുറത്തുകയറിയല്ലേ കോൺഗ്രസുകാർ വാൾ വീശുന്നത്? അതും നമുക്കുനേരെ. പാവപ്പെട്ട കമ്യൂണിസ്റ്റുകാർക്കുനേരെ!”

നെഹ്റു രണ്ടാമതും വന്നല്ലോ കേരളത്തിൽ! അതും ഇ എം എസ് ക്ഷണിച്ചിട്ട്. എന്തൊരു സ്വീകരണമായിരുന്നു തിരുവനന്തപുരത്ത്! വിമാനത്താവളത്തീന്ന് രാജ്ഭവൻ വരെ 3 നാഴിക ദൂരം രണ്ടുവശത്തും ജനപ്രളയം! ലക്ഷക്കണക്കിന് ജനം! കേരളത്തെ ചുകന്ന ഭരണത്തീന്ന് രക്ഷിക്കണേ. കേരള മന്ത്രിമാരെ ശിക്ഷിക്കണേ എന്നല്ലേ അവർ മുദ്രാവാക്യം വിളിച്ചത്? സ്ത്രീകളും കുട്ടികളും കോരിച്ചൊരിയുന്ന മഴനനഞ്ഞ് മുദ്രാവാക്യം വിളിക്കുന്നത് പുഞ്ചിരിയോടെയല്ലേ നെഹ്റു നോക്കിക്കണ്ടത്? ചില സ്ഥലത്ത് ചില കമ്യൂണിസ്റ്റുകൾ കേരളഗവണ്മെന്റ് സിന്ദാബാദ് എന്നൊക്കെ വിളിച്ചിട്ടുണ്ട്. അതാരറിയാൻ!”

“നായര് തിരുവനന്തപുരത്ത് പോയിരുന്നോ?” അച്ഛൻ ചോദിച്ചു.

“പോയിരുന്നു, പക്ഷേ, എന്റെ ചെലവിലല്ല. പാർട്ടിയുടെ ചെലവിലുമല്ല. നമ്മുടെ പാർട്ടിക്ക് എവിട്യാ പണം?” ശബ്ദം അല്പം കുറച്ച് രാമുണ്ണിനായർ തുടർന്നു.

“ഞാൻ കോൺഗ്രസുകാരുടെ കൂട്യാപോയത്. അതൊരു സ്വകാര്യം. ചെലവും കൂലീംകൊടുത്ത് ആളേക്കേറ്റുമ്പം വിട്ടുനില്ക്കണോ? ഞാൻ പോയി. അത്രതന്നെ. ഇനി ഒന്നും ചോദിക്കണ്ട. ഞാൻ പറയുന്നത് കേൾക്ക്. നിണക്ക് കേൾക്കണോ?”

“ങാ, കേൾക്കണം.” അച്ഛൻ പറഞ്ഞു.

“പിന്നെ സ്വീകരണം. ആരൊക്കെയാ പ്രധാനമന്ത്രിയെ മാലയിട്ടത്? ഒന്ന് മുഖ്യമന്ത്രി ഇ എം എസ് തന്നെ. പിന്നെ ഗവർണർ, പിന്നെ തിരുവനന്തപുരം മേയറ്. വല്യ വല്യ പനിനീർമാലയും ബൊക്കെയുമൊക്കെ കണ്ടപ്പഴ് നെഹ്റുവിന്റെ ഒരു ചിരി. എന്തൊരു സന്തോഷം. പിന്നെപ്പിന്നെ മാലയിടുന്നവരുടെ തിരക്കായി. കഴുത്ത് നിറഞ്ഞുകവിഞ്ഞപ്പഴ് ചിരിച്ചുകൊണ്ട് നെഹ്റു ‘മാലകൾ ഇനി മതിയേ മതിയേ’ എന്ന് വിളിച്ചു പറഞ്ഞു.” നായർ ചിരിച്ചു.

“കേരള സർക്കാരിനും നെഹ്റുവിനും സിന്ദാബാദ് വിളിച്ചുകൊണ്ട് ചില ചെങ്കൊടിക്കാരും സ്ഥലത്തുണ്ടായിരുന്നു. അവരേയും നെഹ്റു കണ്ടിട്ടുണ്ട്. കോൺഗ്രസിന്റെ കൊടികളായിരുന്നു കൂടുതൽ. നോക്കുന്നിടത്തൊക്കെയും കോൺഗ്രസിന്റെ കൊടികൾ തന്നെ.”

“നെഹ്റുവിന്റെ പ്രസംഗം കേട്ടോ?” അച്ഛൻ ചോദിച്ചു.

“ഇല്ല. നെഹ്റു പ്രസംഗിച്ചിട്ടില്ല. ചർച്ചയും കൂടിക്കാഴ്ചയുമൊക്കെയായിരുന്നല്ലോ പ്രധാനം. പക്ഷേ, നമ്മുടെ മന്ത്രിമാരെ ജനം കൂക്കി വിളിച്ചതാണ് എനിക്ക് സഹിക്കാൻ കഴിയാഞ്ഞത്.”

“അങ്ങനെയും സംഭവിച്ചോ?” അച്ഛന് വിശ്വസിക്കാനായില്ല.

“ഇ എം എസ് അടക്കം കാറിൽ വിമാനത്താവളത്തിലേക്ക് വരുമ്പോഴായിരുന്നു സംഭവം. ഞാനന്തം വിട്ടുപോയി. നമ്മുടെ മുഖ്യമന്ത്രിയെ കൂക്കിവിളിക്കാൻ കോൺഗ്രസുകാർ വളർന്നല്ലോ!”

“നെഹ്റുവിനെ കമ്യൂണിസ്റ്റുകളും കൂക്കിവിളിക്കണം.” അച്ഛൻ.

“അതൊന്നും നടപ്പില്ലാന്ന്, ഞാനേതായാലും അന്നുതന്നെ സ്ഥലം വിട്ടു. ലോറി പോയിക്കഴിഞ്ഞാൽ തിരിച്ചെത്താനാവില്ലല്ലോ”

“നായരിപ്പം കമ്യൂണിസ്റ്റ് തന്യല്ലേ” അച്ഛൻ ചോദിച്ചു.

“എന്താ സംശയം. ഈ ഭരണത്തെ പിഴുതെറിയാനുള്ള ഗൂഢാലോചന പണ്ടേ തുടങ്ങിയതാണ്. നമ്മൾ കമ്യൂണിസ്റ്റുകൾക്ക് ആദ്യമേ അത് മനസ്സിലായില്ല. മനസ്സിലായി വരുമ്പോഴേക്കും സമയം വൈകിപ്പോയി. നമ്മള് ചക്കക്കുരു മുളച്ചതാണെന്ന് വിചാരിച്ച് ഒതുങ്ങിയിരുന്നു. വളർന്നുവന്നപ്പോഴല്ലേ മനസ്സിലായത് ചേരുമരങ്ങളാണെന്ന്! രണ്ട് മഹാ ചേരുമരങ്ങൾ വേറെ; പാവപ്പെട്ട ജനങ്ങളെയാകെ പറഞ്ഞു മയക്കി ഹിന്ദുക്കളെ, ക്രിസ്ത്യാനികളെ, മുസ്ലീങ്ങളെ! പിന്നെ അവരുടെയെല്ലാം മക്കളേയും. സ്കൂളുകളടപ്പിച്ചു, ആപ്പീസുകൾ പൂട്ടിച്ചു, വിത്തുവിതയ്ക്കലും കന്നുപൂട്ടലും നിർത്തിച്ചു. ഒരു നാടിനെ കലക്കിമറിച്ചുകൊണ്ടിരിക്കുന്നു. ഒരു അണ്ടിക്കമ്പനിയോ ചേരിക്കമ്പനിയോ തുറന്നുകിടക്കുന്നുണ്ടോ? കോൺഗ്രസുകാരുടെ ഒരു ഹുങ്ക്! എത്ര സ്ഥലത്താ വെടിവെപ്പുണ്ടായത്? എത്ര പേരാ മരിച്ചത്? കമ്യൂണിസത്തെ വെറുപ്പാണെങ്കിൽ അതങ്ങു മനസ്സിലിരിക്കട്ടെ. ഇ എം എസ് രാജിവെക്കാനൊന്നും പോകുന്നില്ല.

ഭൂരിപക്ഷം കീശയിലുണ്ട്. കോൺഗ്രസിന്റെ ഒരു ധിക്കാരം. അതവസാനിപ്പിക്കണം." രാമുണ്ണിനായർ ഒരു പ്രാസംഗികനെപ്പോലെ സംസാരിച്ചു തുടങ്ങിയിരുന്നു.

"നമുക്ക് എന്ത് ചെയ്യാനാകും നായരെ?"

"എന്തും ചെയ്യാനാകും. പക്ഷേ, പാർട്ടി പറയണം. ചേര ഉറയൂരുന്നതും നോക്കിയിരുന്നാൽ എന്തെങ്കിലും നടക്ക്വോ? കമ്യൂണിസ്റ്റുകൾ അടങ്ങിയൊതുങ്ങി അകത്തിരിക്കരുത്. കോമരങ്ങളെപ്പോലെ അവർ പുറത്തേക്ക് ചാടണം. ഈ സർക്കാർ ആർക്കുവേണ്ടി എന്തെല്ലാം ചെയ്തു എന്ന് പാവപ്പെട്ട ജനങ്ങളെ ബോദ്ധ്യപ്പെടുത്തണം. അവരുടെ സ്നേഹം പിടിച്ചുപറ്റണം. ശത്രുക്കളെ പരാജയപ്പെടുത്താൻ വേണ്ടി വന്നാൽ എന്തുകനത്ത വിലനല്കാനും തയ്യാറാകണം. ജവഹർലാൽ നെഹ്റു കമ്യൂണിസ്റ്റനുഭാവിയാണെന്ന് പറയുന്നവരുണ്ട്. പട്ടംതാണുപിള്ളയും മന്നത്ത് പത്മനാഭനും പറയുന്നതിനപ്പുറം നെഹ്റുവിന് നില്ക്കാനാവില്ല. അവരുടെ തോളിന്മേലാണ് മഞ്ചലിന്റെ തണ്ട്. അതിനകത്ത് സിൽക്കുവിരിച്ച കട്ടിലിലല്ലേ നെഹ്റു ഇരിക്കുന്നത്?" രാമുണ്ണിനായർ ചോദിച്ചു.

"എന്തിന് നെഹ്റുവിനെ കുറ്റം പറയുന്നു? നമുക്ക് സ്വാതന്ത്ര്യം നേടിത്തന്ന മനുഷ്യനല്ലേ?" അച്ഛൻ.

"സമ്മതിച്ചു, പക്ഷേ, നേതാക്കന്മാർ പറയണ വർത്തമാനങ്ങളും കേട്ടോ? ഈ ഗവൺമെന്റിനെ ഇനി വെച്ചുപൊറുപ്പിച്ചു കൂടെന്നും എന്തെങ്കിലും പരിഹാരം കാണണമെന്നുമാണ് മന്നം നെഹ്റുവിനോട് പറഞ്ഞതത്രെ. പട്ടംതാണുപിള്ള മുക്കാൽ മണിക്കൂർനേരം പ്രധാനമന്ത്രിയുമായി സംസാരിച്ചൂന്നാ കേൾവി. പിന്നെ ആർ ശങ്കർ പറഞ്ഞതോ? രാജിവെച്ചില്ലെങ്കിൽ ഡിസ്മിസ് ചെയ്യണത്രെ! കെ പി സി സി പ്രസിഡന്റല്ലേ? നെഹ്റുവിന് കണ്ണടയ്ക്കാൻ പറ്റോ? അദ്ദേഹം പോയിക്കഴിഞ്ഞപ്പോഴേക്ക് എന്തൊക്കെയാ ഉണ്ടായത്? കോഴിക്കോട്ട് നിരോധനാജ്ഞയും ലാത്തിത്തല്ലും. തലശ്ശേരിയിലും തൃശൂരിലും ചൂരൽ പ്രയോഗം. സ്ത്രീകളുടെ ട്രാൻസ്പോർട്ട് ബസ് പിക്കറ്റിങ്. തൊഴിലാളികളുടെ പൊതുപണിമുടക്ക്. പൊന്നാനിയിൽ ലീഗ് വളണ്ടിയർമാരുടെ താലൂക്കാപ്പീസ് പിക്കറ്റിങ് - പിന്നെ എന്തൊക്കെ എന്തൊക്കെ? എല്ലാം ഓർത്തുവെക്കാൻ എന്നെക്കൊണ്ടാവ്വോ? ആകെ 13600 പേരെയാ അറസ്റ്റുചെയ്തത്. അത് പത്രത്തീന്ന് കിട്ടിയ കണക്കാ."

"പൊറത്ത് നടക്കുന്ന കാര്യങ്ങളൊന്നും നമ്മളറീന്നില്ല; ഈ കുറുക്കൻ കാട്ടിൽ എന്ത് സമരം? എന്ത് പിക്കറ്റിങ്? സമയം വരുമ്പം എല്ലാം എല്ലാവരും അറിയും. ഒരു കാര്യം എനിക്കുറപ്പാ. നമ്മളെ സർക്കാർ പോകും. സർക്കാരിനെ പോക്കും കോൺഗ്രസുകാര്. അതൊറപ്പിച്ചു കഴിഞ്ഞു ഇനി ദിവസം മാത്രമേ അറിയണ്ടു. സങ്കടപ്പെട്ടിട്ടു കാര്യമില്ല. കൊടിമരം കൂടിയേ മുങ്ങാനുള്ളു. കാത്തിരുന്നൊ. പിരിവൊന്നും വേണ്ട. ഞാൻ പോണു. ഇനി ഏതെങ്കിലും കാലത്ത് കേറാൻ കഴിഞ്ഞാൽ അന്ന് നോക്കാം. ഒരു പത്തുകൊല്ലം കൂടി കഴിഞ്ഞിട്ട്."

"ഇപ്പറയുന്നതൊക്കെ നേരാണോ നായരേ?" അച്ഛൻ.

"എന്താ സംശയം? പിന്നെ ഒരു കാര്യംകൂടി. ഞാനിപ്പഴ് വന്നതെന്തിനാണെന്നറിയോ? കമ്യൂണിസ്റ്റ് പാർട്ടിയുടെ കേന്ദ്ര എക്സിക്യൂട്ടീവ് ഒരു തീരുമാനമെടുത്തിട്ടുണ്ട്. എന്തുവന്നാലും മന്ത്രിസഭ രാജിവെക്കുന്ന പ്രശ്നമില്ല എന്ന്. അതു കൂടി അറിയിക്കാനാ. പാർട്ടിയില് അംഗത്വമില്ലെന്നുവെച്ച് ആരും പാർട്ടിക്കാരല്ലാതാവില്ലല്ലോ. നമ്മളെല്ലാം പാർട്ടിക്കാരാണ്. മന്ത്രിസഭ വീണാലും ഒന്നിച്ച് നില്ക്കണം."

"എന്നെ വിശ്വസിച്ചോളു നായരെ. എന്റെ കുടികിടപ്പാണ് എന്റെ പാർട്ടി. ഞാൻ മരിച്ചാലും കമ്യൂണിസ്റ്റായിരിക്കും. എന്റെ ദൈവങ്ങളുടെ കൂട്ടത്തിൽ ഇ എം എസും ഉണ്ടാകും." അച്ഛൻ.

രാമുണ്ണിനായർക്ക് പറയാൻ വാക്കുകൾ കിട്ടാതായി. കേൾക്കുന്നതെന്താണെന്നോ, കേട്ടതെന്താണെന്നോ മനസ്സിലാകാത്ത ഒരവസ്ഥ! അറിഞ്ഞുകൊണ്ടോ അറിയാതെയോ കാഴ്ചയ്ക്ക് തടസ്സമുണ്ടാകുന്ന ഒരവസ്ഥ.! മഴത്തുള്ളി വീണ കണ്ണടയിലൂടെ നോക്കുന്ന ഒരു മട്ട്. മനസ്സിനകത്ത് ഓർക്കാപ്പുറത്തുണ്ടായ ഒരാനന്ദം, ഒരാരാധന, അതിനപ്പുറം ദൈവത്തിന്റെ ഒരുൾവിളി.

രാമുണ്ണിനായർ ഒന്നും മിണ്ടാതെ മുറ്റത്തിറങ്ങി. വിശക്കുന്ന ഒരു കോലാടിനെപ്പോലെ അയാൾ നടന്നുനീങ്ങി.

പത്തൊൻപത്

എന്തായിരിക്കും നെഹ്റുവിന്റെ തീരുമാനം? പട്ടംതാണുപിള്ളയേയും മന്നത്ത് പത്മനാഭനേയും തൃപ്തിപ്പെടുത്താനായിരിക്കുമോ? ഭൂരിപക്ഷമുള്ള മന്ത്രിസഭയോട് രാജിവെച്ചൊഴിയുവാൻ അദ്ദേഹം ആവശ്യപ്പെടുമോ? അതുമല്ലെങ്കിൽ മന്ത്രിസഭയെ നിഷ്കരുണം പിരിച്ചുവിടുമോ?

ഒരുകാലത്തും കുടിയിറക്കപ്പെടുകയില്ലെന്ന ഒരു തോന്നലുണ്ടായതോടെ ഒരു പുതുജീവൻ കിട്ടിയ മട്ടിലാണ് അച്ഛനിപ്പോൾ. അതോടെ അച്ഛൻ ഇ എം എസിന്റെ ആരാധകനായി. ആവേശത്തോടെ ജീവിതം കൊത്തിക്കൊറിക്കാനും തുടങ്ങി. അതുകൊണ്ടുതന്നെ ഇ എം എസിന്റെ മന്ത്രിസഭ നിലനിന്നുകാണാനുള്ള ആഗ്രഹത്തിനും ശക്തികൂടി. രാമുണ്ണിനായരുമായുള്ള സൗഹൃദത്തിന്റെ ഏറ്റവും കാതലായ അടിസ്ഥാനവും അവസാനം അതായിത്തീർന്നു.

എന്റെ സ്വന്തം കാര്യമെടുത്താൽ എനിക്കുമുണ്ടല്ലോ ചില ബാദ്ധ്യതകൾ. ഹൈസ്കൂൾ വെച്ചുതന്നതും ഫീസ് എടുത്തുകളഞ്ഞതും ഈ മന്ത്രിസഭയാണല്ലോ. എനിക്കെങ്ങനെ അത് മറക്കാനാകും? സ്കൂളിലെ കുഞ്ഞുങ്ങൾക്ക് ഒരു നേരമെങ്കിലും ആഹാരം കൊടുക്കാൻ ഉത്തരവിട്ടതും ഇ എം എസായിരുന്നല്ലോ. മറിച്ചായിരുന്നെങ്കിൽ അവർ ഇന്നും പിണ്ണാക്കു തിന്നേണ്ടിവരുമായിരുന്നില്ലേ? അക്ഷരയാത്ര പൂർത്തിയാക്കാതെ വഴിയിൽവെച്ച് മടങ്ങിപ്പോകുമായിരുന്ന ആയിരങ്ങൾക്ക് പുതിയൊരു ലോകം തുറന്നുകൊടുത്തതും ഇ എം എസ് ആയിരുന്നില്ലേ?

ഈ രീതിയിലൊക്കെയേ എനിക്ക് ചിന്തിക്കാനാകുന്നുള്ളു. മറ്റുള്ളവർ മറ്റുരീതിയിലും ചിന്തിക്കുന്നുണ്ടാകണം. അവർ അക്കാര്യം മനസ്സിൽ വെച്ചുകൊണ്ടാകണം സമരം ചെയ്യുന്നത്.

പണ്ഡിറ്റ് ജവഹർലാലിനെ ആരാധിച്ചുകൊണ്ടാണല്ലോ വിശപ്പിനോട് പടവെട്ടുമ്പോഴും ഞാൻ ജീവിച്ചുകൊണ്ടിരുന്നത്. മകളായ ഇന്ദിരാ പ്രിയ ദർശിനിയുടെ ഭാഗ്യത്തെക്കുറിച്ചോർത്തുപോലും ഞാൻ അഭിമാനം കൊണ്ടു. നെഹ്റുവിനുശേഷം ആര് എന്ന സാഹിത്യസമാജവിഷയ ത്തിലെ ചോദ്യത്തിനുപോലും ഉത്തരം കണ്ടെത്തി. അത് ആരും ഗൗനി ച്ചില്ലെന്നേയുള്ളു. നെഹ്റുവിന്റെ ഹൃദയവിശാലതയ്ക്കു മുമ്പിൽ തന്റെ മകൾക്ക് തക്കതായ സ്ഥാനമുണ്ടാകുമെന്ന വിശ്വാസക്കാരനായിരുന്നു ഞാൻ. മോഹങ്ങളൊന്നുമില്ലാത്ത ഗാന്ധിജിയെപ്പോലെയായിരുന്നില്ലല്ലോ നെഹ്റു. എല്ലാം ആൺമക്കളായിരുന്നിട്ടും അവർക്കുവേണ്ടി പ്രത്യേകി ച്ചൊന്നും ചെയ്തിരുന്നില്ലല്ലോ ഗാന്ധിജി.

തനിക്കുവേണ്ടിത്തന്നേയും അദ്ദേഹം ഒന്നും ചെയ്തില്ല. ചെയ്ത തെല്ലാം ഒരു മഹാരാജ്യത്തിനുവേണ്ടിത്തന്നെയായിരുന്നു. അതു കൊണ്ടാണല്ലോ അദ്ദേഹം മഹാത്മാവായിത്തീർന്നതും.

ബ്രിട്ടീഷുകാരിൽനിന്നും സ്വാതന്ത്ര്യം പിടിച്ചുവാങ്ങിയ ചരിത്രം നെഹ്റുവിന്റെകൂടി ചരിത്രമാണ്. കേരളം വിലചോദിച്ചു വാങ്ങാൻവന്ന പിതാവിന്റെ പുത്രൻ. ഈ കേരളത്തെ പിതാവിനെപ്പോലെ നെഹ്റുവും ഇഷ്ടപ്പെടുന്നുണ്ടാകണം. കേരളത്തിൽവന്ന് എല്ലാ സമരകോലാ ഹലങ്ങളും കണ്ടുപോയതാണല്ലോ അദ്ദേഹം. വെടിവെപ്പും ലാത്തി ച്ചാർജും പണിമുടക്കും ശക്തരായ ഭരണാധികാരികളുടെ മനസ്സുമാറ്റാൻ കാരണമാകണമെന്നില്ല. ന്യായം ന്യായമായിത്തന്നെ നിലനില്ക്കണ മല്ലോ.

എന്റെ ചിന്തയെ അനുകൂലിക്കുന്ന തോന്നലുകളാണല്ലോ എന്റെ മനസ്സിൽ രൂപപ്പെട്ടുവരിക? അതത്രയും ശരിയായിക്കൊള്ളണമെന്നില്ല. ഏറ്റവും വലിയ ശരി ഏതെന്ന് പറഞ്ഞുതരുവാൻ മറ്റാരെങ്കിലും ഉണ്ടാകേ ണ്ടിയിരിക്കുന്നു. ആരുണ്ട്? ഞാൻ ആലോചിച്ചുകൊണ്ടിരുന്നു.

ഒരമ്പിളിയെപ്പോലെ പലനേരങ്ങളിലുദിക്കുകയും അസ്തമി ക്കുകയും ചെയ്യുന്ന ഒരാൾ എന്റെ മനസ്സിലുണ്ടായിരുന്നു. അത് ഡ്രോയിങ്മാഷ് തന്നെയാണ്. പാലക്കുറ്റിയിലെത്തിയാൽ അദ്ദേഹ ത്തിന്റെ വീട് കണ്ടുപിടിക്കാം. ഞാൻ അങ്ങോട്ടുതന്നെ പുറപ്പെട്ടു.

മക്കാട്ടുകടവിലെത്തിയപ്പോൾ തോണി ഇക്കരെക്കെത്തിക്കൊണ്ടിരി ക്കുന്നു. വെള്ളത്തുണികൊണ്ട് മാറുമറച്ച ഇളയമ്മയാണ് ഏറ്റവും മുമ്പിൽ. നെരിയാണിയോളം വെള്ളത്തിലിറങ്ങി കരയിൽ കാലെടുത്തു വെക്കുന്നതിനിടയിൽ എന്നോട് ചോദിച്ചു.

"മോനെവിടെപ്പോവ്വാ?"

"കൊടുവള്ളിയിൽ" ഞാൻ പറഞ്ഞു.

ഇറങ്ങാനും കയറാനുമുള്ള ആളുകളുടെ തെരക്കിനിടയിൽ ആ സംഭാഷണം അവിടെത്തന്നെ അവസാനിച്ചുപോയി. അടുത്ത നിമിഷ

ത്തിൽ കരയിലുള്ളവരെല്ലാം തോണിയിൽ കയറിക്കഴിഞ്ഞിരുന്നു. അതോടെ തോണിത്തല ആമക്കഴുത്തുപോലെ നീണ്ടുതുടങ്ങി.

നീലക്കുയിൽ സിനിമയും മക്കാട്ടുകടവും എനിക്ക് സമാനതകളുടെ ഒരു സ്വപ്നഭൂമിയായിരുന്നു. ഇളയമ്മയിൽനിന്നും കിട്ടിയ വക്കടർന്നുപോയതും വിള്ളൽവീണതുമായ ഒരു പഴയ സിനിമാക്കഥ! കുശവന്റെ കൂടത്തിലെ മൺചക്രംപോലെ അത് എന്റെ മനസ്സിൽ എത്രയോ കറങ്ങിയിട്ടുണ്ട്. ഒരു ധൂമതാരംപോലെ ചക്രവാളത്തിനപ്പുറമെത്തിയാലും അത് തിരിഞ്ഞുനോക്കിയെന്നുവരും

അച്ഛൻ ഇതേ കടവിലെ തോണിക്കാരനായിരുന്നല്ലോ, ഒരു കാലത്ത്. കല്യാണം കഴിഞ്ഞ ഇളയമ്മ മുത്തപ്പന്റെ അയൽക്കാരിയായിക്കഴിഞ്ഞിരുന്നു അപ്പോഴേക്കും. വെറും അര വിളിപ്പാടകലെയായിരുന്നു ഭർതൃഗൃഹം. മൂത്തമ്മയും (മുത്തപ്പന്റെ ഭാര്യ) ഇളയമ്മയും ഉറ്റവരും ഉടയവരുമായിക്കിഴിഞ്ഞിരുന്നു.

മൂത്തമ്മയുടെ അനിയത്തി എന്റെ അമ്മയായിത്തീർന്ന കഥ ഇളയമ്മയേക്കാൾ അറിയുന്നത് മക്കാട്ടുകടവിനായിരിക്കണം. മൂത്തമ്മയുടെ പുരയിൽ ഇടയ്ക്കിടെ വിരുന്നുകാരിയായെത്തുന്ന അനിയത്തിയെ കടത്തുകാരൻ നോട്ടമിട്ടത് വളരെ വൈകിയായിരിക്കണം ഇളയമ്മപോലും അറിഞ്ഞിട്ടുണ്ടാവുക. ആങ്ങളയെക്കൊണ്ട് അവളെ കല്യാണം കഴിപ്പിക്കുന്നതിനെപ്പറ്റി ഇളയമ്മ പലപ്പോഴും നിരീച്ചിരുന്നുവത്രെ. അവളുടെ സൗന്ദര്യത്തെക്കുറിച്ചായിരുന്നു ഇളയമ്മയുടെ പൊങ്ങച്ചം. വെളുത്ത നിറം, ഒരു പാട് മുടി. കണ്ടാൽ ആരും നോക്കിപ്പോകും. തണ്ടുംതടിയും ഭംഗിയും ഒത്തുചേർന്ന മൂത്ത ആങ്ങളയുടെ ഭാര്യയോടൊത്തുനില്ക്കാൻ പറ്റിയ ഒരിണ!

ഇളയമ്മയുടെ പൂതി മറ്റാരും അറിയുന്നതിനുമുമ്പുതന്നെ മക്കാട്ടുകടവിലെ വെള്ളത്തിന് നിറം മാറ്റം വന്നുതുടങ്ങിയിരുന്നു. പനിച്ചിങ്ങാപ്പറമ്പിലെ കമ്യൂണിസ്റ്റുകാരായ ചില ചെറുപ്പക്കാരുടെ മനസ്സിൽ ഒരു പെണ്ണിന്റെ നാളിലും പേരിലും മോഹത്തിന്റെ മഴവില്ലുദിച്ചതായിരുന്നു കാരണം. കമ്യൂണിസ്റ്റ് സഖാക്കന്മാർ തമ്മിൽതമ്മിലായിരുന്നു എല്ലാ കളികളും.

അച്ഛനെ തോല്പിക്കാൻ ആർക്കും കഴിഞ്ഞില്ലത്രെ. അത്രയുമായിരുന്നു അച്ഛന്റെ സ്വാധീനം. ഒന്നാമത് അവളുടെ ജ്യേഷ്ഠത്തിയുടെ ഭർത്താവ് (മുത്തപ്പൻ) നാട്ടിലെ ഒരു പ്രമാണികൂടിയാണ്. ലൈസൻസുള്ള തോക്കുള്ളവനും, കൃഷിക്കാരനും നായാട്ടുകാരനും ധൈര്യശാലിയുമാണ്. അച്ഛന്റെ ജ്യേഷ്ഠനുമുണ്ടല്ലോ ഇതേ മേനികളൊക്കെ. അനിയനിഷ്ടപ്പെട്ട പെണ്ണിനെ അവനെക്കൊണ്ടുതന്നെ കല്യാണം കഴിപ്പിക്കാൻ എന്തുചെയ്യാനും ജ്യേഷ്ഠനും തയ്യാറാണ്. ആങ്ങളയെക്കൊണ്ടുതന്നെ അവളെ കല്യാണം കഴിപ്പിക്കാൻ ഇളയമ്മയ്ക്കും ആഗ്രഹമുണ്ട്. എല്ലാവരേക്കാളും മുമ്പിലായിരുന്നു മൂത്തമ്മ. അനിയത്തിക്കുവേണ്ടി എന്തുചെയ്യാനും അവരും തയ്യാറാണ്.

ഇത്രയും ശക്തമായ ഒരു ചക്രവ്യൂഹത്തിനകത്തേക്ക് മറ്റാർക്കും കടക്കാൻ സാധിക്കുമായിരുന്നില്ല.

കല്യാണം കഴിഞ്ഞതോടെ അച്ഛൻ തോണിയോടും കടവിനോടും വിട പറഞ്ഞു. കടവും തോണിയും അങ്ങനെ മുത്തപ്പന്റെ അധീനതയിൽ വന്നുകൂടി. അച്ഛൻ കമ്യൂണിസം കൈവിട്ടതിന്റെ കാരണവും അതുതന്നെ യായിരിക്കണം, അമ്മയുള്ളപ്പോൾ കമ്യൂണിസം ആവശ്യമില്ലെന്ന് അച്ഛൻ തീരുമാനിച്ചിരിക്കണം.

കടവിൽനിന്നും കരയ്ക്കുകയറിയ അനിയനും ജ്യേഷ്ഠനും സമ്പൽ സമൃദ്ധിയിലേക്കുള്ള പ്രയാണം ആരംഭിക്കുന്നത് അക്കാലത്തായിരുന്നു. എല്ലാം തികഞ്ഞ ജ്യേഷ്ഠത്തിയമ്മയോടൊപ്പം അതിനുമപ്പുറം തികഞ്ഞ അനിയത്തികൂടി വന്നതോടെ തറവാടിന് തിളക്കമേറി. ജന്മിക്കുപോലും അവരെ കുടിയാന്മാരുടെ കൂട്ടത്തിലെണ്ണാൻ മടി തോന്നിയിരിക്കണം. ജന്മി പോലും അച്ഛനോടൊപ്പമിരുന്ന് മിനുങ്ങുന്നതിന്റെ ചരിത്രം ആരം ഭിക്കുന്നത് ഈ ഇടവേളയിൽനിന്നുമായിരിക്കണം. പിന്നീടത് രഹസ്യ മായി തുടർന്നത് മാറിയ സാഹചര്യത്തിലായിരിക്കണം. (അക്കഥ നേരത്തെ വിവരിച്ചതാണല്ലോ)

കുടിയാൻ കുത്തുപാളയെടുത്തപ്പോഴെങ്കിലും ജന്മിക്ക് രക്ഷപ്പെടാ മായിരുന്നില്ലേ? അച്ഛൻ കുരങ്ങനെപ്പോലെ പിടി മുറുക്കിയിരിക്കണം. തന്റെ കക്ഷത്തിലിറുങ്ങിപ്പോയ ജന്മിയുടെ തലയിലെണ്ണപുരട്ടി അച്ഛൻ മിനുക്കിക്കൊണ്ടേയിരുന്നു. പാകത്തിന് എരിവും പുളിയും ഒത്തുചേർന്ന ലഹരി നിവേദ്യമായി കൊടുത്തുകൊണ്ടേയിരുന്നു. അതൊരു വശീകരണ വിദ്യയായിരിക്കണം. ജീവിതത്തിന്റെ അടിയാധാരം - തെന്നിപ്പോകാതിരി ക്കാനുള്ള ഒരു തന്ത്രം. വ്യാഴവട്ടത്തിലൊരിക്കൽ പുതുക്കേണ്ടിയിരുന്ന കാണപത്രത്തിന്റെ ആയുർദൈർഘ്യത്തെക്കുറിച്ചുള്ള ആധിയിൽനിന്നും രക്ഷനേടാൻ മറ്റുമാർഗ്ഗങ്ങളൊന്നുമില്ലെങ്കിൽ പിന്നെ എന്തുചെയ്യും?

പാലക്കുറ്റിയിലെത്താൻ ഇനിയുമുണ്ട് ദൂരം. ഞായറാഴ്ച ആയ തുകൊണ്ട് സമരക്കാരും അവധിയിലാണ്. കൊടുവള്ളി അങ്ങാടിയും വിജനമാണ്. കടകൾ തുറന്നുതന്നെ കിടപ്പുണ്ട്. എന്നിട്ടും വെള്ളിയാഴ് ചയുടെ ഒരു മട്ട്. വെള്ളിയാഴ്ചയാണ് കടകളൊന്നും തുറക്കാത്ത ദിവസം. പള്ളിയുടേയും പ്രാർത്ഥനയുടേയും ദിവസമാണല്ലോ വെള്ളിയാഴ്ച.

ഡ്രോയിങ് മാഷിനോട് ചോദിക്കേണ്ട കാര്യങ്ങൾ എന്തൊക്കെ യാണ്? ഒരു ചോദ്യാവലി ഞാൻ മനസ്സിൽ രൂപപ്പെടുത്തി. ഏറ്റവും പ്രധാ നമായി എനിക്കറിയേണ്ടത് ഇ എം എസ് ഗവണ്മെന്റിനെ പിരിച്ചുവിടുമോ എന്നതുതന്നെ. രണ്ടാമത്, ഇ എം എസ് രാജിവെക്കുമോ? മൂന്നാമത് പ്രധാനമന്ത്രി സമരക്കാരോട് ഈ സമരം പിൻവലിക്കാൻ ആഹ്വാനം ചെയ്യുമോ? ഈ മൂന്ന് കാര്യങ്ങളിൽ ഏതെങ്കിലും ഒന്ന് സംഭവിച്ചെങ്കിലേ ഈ സമരത്തിന് ഒരു പര്യവസാനം ഉണ്ടാവുകയുള്ളു

സംശയങ്ങൾ അവിടേയും തീരുന്നില്ല. ഇപ്പാൾ നടന്നുകൊണ്ടിരി ക്കുന്ന സമരത്തിൽ പങ്കെടുക്കുന്ന ജനങ്ങളത്രയും പാവപ്പെട്ടവർ തന്നെ യാണ്. കടൽത്തീരങ്ങളിലെ മീൻപിടുത്തക്കാരും മറ്റുവിധത്തിലുള്ള തൊഴിലാളികളും കൃഷിക്കാരും എന്നുവേണ്ട ജീവിതത്തിലെ എല്ലാതുറ കളിലുമുള്ള ജനങ്ങൾ സമരത്തിന്റെ മുമ്പിലുണ്ട്. ഇത് പണക്കാരുടേയും മുതലാളിമാരുടേയും ഭൂപ്രഭുക്കന്മാരുടേയും മാത്രം സമരമല്ലല്ലോ. കമ്യൂ

ണിസ്റ്റുകൾക്ക് വോട്ടുചെയ്ത് അവരെ അധികാരത്തിലെത്തിച്ച ജനങ്ങൾ ഏറെയും ഈ സമരത്തിൽ ചേർന്നിരിക്കുന്നു. അങ്ങനെ അല്ലായിരുന്നെങ്കിൽ നാട്ടിലുടനീളം ഇത്രയേറെ ജനങ്ങളെ സമരത്തിലിറക്കാൻ നേതാക്കൾക്ക് കഴിയുമായിരുന്നില്ല. ഇതെന്തുകൊണ്ട്? ഇതെങ്ങനെ സംഭവിച്ചു? ജനങ്ങൾ കമ്യൂണിസത്തെ കൈയൊഴിഞ്ഞു എന്നാണോ ഇതിനർത്ഥം? ഈ നിലയ്ക്കുനോക്കിയാൽ മന്ത്രിസഭ രാജിവെക്കുന്നതല്ലേ ശരി?

കമ്യൂണിസ്റ്റ് നേതാക്കന്മാർ പറയുന്നതുപോലെ ഹിന്ദു, മുസ്ലിം, ക്രിസ്ത്യൻ സമുദായങ്ങളിലുള്ള ഭൂപ്രഭുക്കന്മാരും, പാതിരികളും, സന്ന്യാസിമാരും, മുസ്ലിയാന്മാരുമാണ് സമരം നയിക്കുന്നതെങ്കിൽ ഇത്രയേറെ ജനങ്ങൾ ഇവരുടെ പിറകിൽ അണിചേർന്നതെന്തുകൊണ്ട്? അതിനുത്തരം കണ്ടെത്തേണ്ടത് കമ്യൂണിസ്റ്റുകാർ തന്നെയല്ലേ?

ഒരു പ്രധാനമന്ത്രിയെന്ന നിലയ്ക്ക് ഈ മന്ത്രിസഭയെ പിരിച്ചുവിടുന്നതിന് നെഹ്റുവിന് എന്താണ് തടസ്സം? ആരാണ് അദ്ദേഹത്തെ എതിർക്കുന്നത്? കമ്യൂണിസ്റ്റുകാരല്ലാത്ത എല്ലാ രാഷ്ട്രീയ പാർട്ടികളുടേയും നേതാക്കന്മാർ ഒരേസ്വരത്തിൽ ഒരു കാര്യം മാത്രം ആവശ്യപ്പെടുന്നു.

മന്ത്രിസഭ പിരിച്ചുവിടണം!

ഡ്രോയിങ് മാഷിന്റെ വീട്ടിനുമുമ്പിലെത്തിയത് ഞാനറിഞ്ഞില്ല. റോഡിൽനിന്നും വലത്തോട്ട് തിരിഞ്ഞുനടന്നു മുറ്റത്തെത്തി. വീടിന്റെ എല്ലാ ജനലുകളും അടച്ചിട്ടിരിക്കുന്നു. ഉമ്മറവാതിൽ പൂട്ടിയനിലയിൽ.

ശൂന്യമായ ഒരുവീട്.

തൊട്ടടുത്ത വലിയ വീടിന്റെ ഉമ്മറത്തോളം ഞാൻ ചെന്നു. വാടകവീട്ടിന്റെ ഉടമസ്ഥനെപ്പോലെ എനിക്ക് തോന്നിയ ഉമ്മറത്തിരിക്കുന്ന കാരണവർ മുഖവുരയൊന്നും കൂടാതെ എന്നെ മനസ്സിലായമട്ടിൽ പറഞ്ഞു

"മാഷ് ആസ്പത്രീലാണ്. ഇന്നലെ വഴിയിലെവിടെന്നോ അടിപിടിയുണ്ടായത്രെ. സമരക്കാര് പകരം വീട്ടിയെന്നാ കേട്ടത്."

ഞാൻ നിന്നനില്പിൽ നിന്നു.എന്നെ സമാധാനിപ്പിക്കാനെന്നോണം കാരണവർ ഒന്നുകൂടി പറഞ്ഞു.

"കുന്നിക്കലെ ധർമ്മാസ്പത്രീലാന്നാ തോന്നണെ. കുട്ടി ഒന്ന് പോയിക്കണ്ടേക്ക്. ചിലപ്പം കാണാൻ കഴിഞ്ഞില്ലെങ്കിലോ?"

എങ്ങോട്ട് പോകണമെന്ന് തീരുമാനിക്കുംമുമ്പെ ഞാൻ തിരിച്ചു നടന്നു. ചിലപ്പം കാണാൻ കഴിഞ്ഞില്ലെങ്കിലോ എന്നതിന്റെ അർത്ഥത്തെക്കുറിച്ച് ആലോചനയിലായിരുന്നു ഞാൻ.

ഇരുപത്

കനത്ത മഴ കാരണം ഒന്നുരണ്ട് ദിവസം ഞാൻ വീട്ടിൽത്തന്നെ കഴിഞ്ഞുകൂടി.

ഡ്രോയിങ് മാഷിനെ കാണാൻ കഴിയാഞ്ഞതിലുള്ള പ്രയാസം എന്റെ മാനസികാവസ്ഥയെ തെല്ലൊന്ന് വിഷമിപ്പിക്കുകതന്നെ ചെയ്തു.

കള്ളിൻമാട്ടയിൽ എലിവീണ ഒരവസ്ഥ! ചോദ്യാവലിയും സംശയങ്ങളുമെല്ലാം മഴയിൽ കുതിർന്ന മണ്ണപ്പംപോലെയായി. ചേനയില്ലെങ്കിൽ ചേമ്പാകട്ടെയെന്ന മാന്ത്രിക വചനമോർത്തുകൊണ്ട് ഞാൻ ചാത്തുണ്ണിയേട്ടന്റെ കടയും മനസ്സിലോർത്തുകൊണ്ട് നടന്നു.

കോളാമ്പിപ്പൂപോലത്തെ ഉച്ചഭാഷിണിയിൽനിന്നും വിള്ളൽവീണ ചെണ്ടയുടെ ശബ്ദത്തിൽ എന്തോ ഒരറിയിപ്പുമായി ഒരു ജീപ്പ് നിരത്തിലൂടെ കുറഞ്ഞവേഗതയിൽ വരുന്നത് കണ്ടു. ജീപ്പ് അടുത്ത് വരുന്തോറും ശബ്ദം കുറേശ്ശ വെളിവായിത്തുടങ്ങി.

"കമ്യൂണിസ്റ്റ് പാർട്ടിയിൽ കൂട്ടരാജി! കേരളത്തിലെ മോസ്കോ എന്നറിയപ്പെടുന്ന മാനിപുരത്തുനിന്നും കമ്യൂണിസ്റ്റുകൾ കൂട്ടത്തോടെ രാജിവെച്ച് കോൺഗ്രസിൽ ചേർന്നിരിക്കുന്നു. ഒന്നാംകിട നേതാക്കന്മാരായ പറയരുകണ്ടിയിൽ ചാത്തൻ, കുട്ട്യാമുസാഹിബ്, ടൈലർ രാമൻ, പുതിയേടത്ത് വേലു, ഉപ്പേരൻ, സി സി ചെക്കു, വേലായുധൻ, അറുമുഖൻ, അപ്പുനായർ, അപ്പുക്കുട്ടി, ഇമ്പിച്ചി മമ്മിസാഹിബ്, കണ്ടേൻ, കാദർ...."

ജീപ്പ് എന്നെ മറികടന്നുപോയിട്ടും പേരുകൾ പറഞ്ഞു തീർന്നിരുന്നില്ല. ഇതിൽ പലരും എനിക്ക് പരിചയമുള്ളവരാണ്. അടിയുറച്ച കമ്യൂണിസ്റ്റുകാരുമാണ്. അവർ അറിയപ്പെടുന്നവരുമാണ്. എന്നാൽ ഒരു പാർട്ടിയിലും ഇല്ലാത്തവരുടെ പേരുകളും അക്കൂട്ടത്തിലുണ്ടായിരുന്നു. അങ്ങനെയുള്ള ചിലരേയും എനിക്ക് പരിചയമുണ്ട്.

അങ്ങാടിയിൽ പാർട്ടിയുടെ ഒരു പൊതുയോഗമോ ജാഥയോ ഉണ്ടെങ്കിൽ ഈ പേരുകാരിൽ ചിലരൊക്കെ മുൻപന്തിയിലുണ്ടാകും. ചുകന്ന കൊടി കൈയിൽക്കിട്ടിയാൽ പിന്നെ കോമരത്തെപ്പോലെ എവിടെനിന്നോ ശക്തി നേടുന്നവരാണവർ. മുദ്രാവാക്യം വിളിക്കുമ്പോൾ തൊണ്ട കീറുകയും മുഷ്ടികൾ ആകാശത്തിലേക്കുയർത്തുകയും ചെയ്യുന്നവരാണവർ. ആ അവസ്ഥയിൽ മറ്റാർക്കും അത് കണ്ട് രസിക്കാനാവില്ല. മറിച്ച് അറിയാതെ ആവേശഭരിതരായിപ്പോകും. അവരെപ്പോലെ കമ്യൂണിസ്റ്റായാൽ മതി എന്നുപോലും തോന്നിപ്പോകും. അങ്ങനെ തോന്നാത്തവരുണ്ടെങ്കിൽ അവർക്കും അവരോട് ആദരവോ ആരാധനയോ തോന്നാതിരിക്കില്ല. അത്രയും ആത്മാർത്ഥതയോടെയും ശക്തിയോടെയുമായിരുന്നു അവരുടെ പ്രകടനം. ഇമ്മാതിരിയുള്ള സഖാക്കൾ പാർട്ടിയിൽനിന്ന് രാജിവെക്കുമെന്ന് ആർക്കും വിശ്വസിക്കാനാവില്ല. കൂകിപ്പറക്കുന്ന പൂവൻകോഴികൾ എങ്ങനെയാണ് മുട്ടയിടുന്ന പിടക്കോഴികളായി മാറിപ്പോവുക? തീരെ വിശ്വസിക്കാനാവാത്ത ഒരു സംഭവംതന്നെ.

കമ്യൂണിസ്റ്റ് പാർട്ടിയിൽനിന്നും രാജിവെച്ചവർക്ക് ഇന്നുതന്നെ അങ്ങാടിയിൽ ഒരു വൻ സ്വീകരണമുണ്ടത്രെ. നാട്ടുകാർ കൂട്ടംകൂട്ടമായി പങ്കെടുക്കണമെന്നാണ് പിന്നീടുള്ള ആഹ്വാനം. സ്വീകരണയോഗത്തിൽ പങ്കെടുക്കുന്ന കോൺഗ്രസ് നേതാക്കന്മാരുടെ പേരുകളും പിറകെയുണ്ട്. അവരെയൊന്നും ഞാൻ മുമ്പ് കേട്ടിട്ടേയില്ല. മാനിപുരത്തുകാരോ പുത്തൂരുകാരോ അല്ലാത്തതുകൊണ്ടായിരിക്കാം. പുറത്തുനിന്നും വന്നെത്തുന്ന കോൺഗ്രസ് പാർട്ടിയുടെ നേതാക്കന്മാർ തന്നെയായിരിക്കണം.

അങ്ങാടിയും പരിസരവും ചത്തുകിടപ്പാണ്. ഞാൻ കാണുന്ന ജീവനുള്ള മനുഷ്യരുടെ മുഖത്തൊന്നും തെളിച്ചമില്ല. വാർത്ത കേട്ടവർകേട്ടവർ നടുങ്ങിപ്പോയിരിക്കുന്നു. അക്കാര്യത്തിൽ പാർട്ടിഭേദമെന്നൊന്നില്ലതന്നെ. അങ്ങാടിയിൽ ഒരു കൂട്ടമരണം സംഭവിച്ച പ്രതീതിയാണ്. കോൺഗ്രസുകാർപോലും മ്ലാനചിത്തരായിട്ടാണ് കാണപ്പെടുന്നത്. ഞാനൊന്നുമറിഞ്ഞില്ലെന്ന ഭാവം അവർ ഉള്ളിലൊതുക്കുന്നത് നമുക്ക് തിരിച്ചറിയാനാകും. അവർക്കും ഈ രാജി ദഹിക്കുന്നില്ല എന്നമട്ട്. ലീഗുകാരുടെ കാര്യമാണ് ഏറെ കഷ്ടം. മുസ്ലിം കമ്യൂണിസ്റ്റുകളെ അവർ ഇഷ്ടപ്പെട്ടിരുന്നില്ലെങ്കിലും ഹിന്ദു കമ്യൂണിസ്റ്റുകളോട് അവർക്ക് വല്ലാത്തൊരിഷ്ടം നിലനിന്നിരുന്നു. കാരണം, അങ്ങാടിയിൽ അവർക്കുവേണ്ടി ഒച്ചയുണ്ടാക്കാൻ പറ്റിയവരും അവരോട് അനുകമ്പയുള്ളവരുമാണ് ഹിന്ദുകമ്യൂണിസ്റ്റുകൾ. അവർക്ക് ഈശ്വരവിശ്വാസമില്ലാത്തതുകൊണ്ട് ഈശ്വരവിശ്വാസികളായ ജനസംഘക്കാരുടെ ശല്യം തീർക്കാനും അവർ സന്നദ്ധരായിരുന്നു. ഇപ്പോൾ അവരെല്ലാം ഖദർവേഷമിട്ട് വിലസുന്നവരുടെ കൂട്ടത്തിൽ ചേർന്നിരിക്കുകയാണ്. രാജിവെച്ചവരെല്ലാം കമ്യൂണിസ്റ്റുകളായിത്തന്നെ നിന്നാൽ മതിയായിരുന്നു എന്നാണ് ഏവരും ആഗ്രഹിക്കുന്നത്.

ഈ കാര്യങ്ങളൊന്നും ഞാൻ ആലോചിച്ചുണ്ടാക്കിയതല്ല. ചാത്തുണ്ണിയേട്ടനുമായി സംസാരിച്ചപ്പോൾ എന്റെ മനസ്സിലുണ്ടായ ഈ തോന്നലുകളെല്ലാം ചാത്തുണ്ണിയേട്ടനുമുണ്ടെന്ന് മനസ്സിലാക്കാൻ എനിക്കു കഴിഞ്ഞു. ഉച്ചഭാഷിണിയിൽ മുഴങ്ങിക്കേട്ട പേരുകളുടെ കൂട്ടത്തിൽ ചാത്തുണ്ണിയേട്ടന്റെ പേരും ഉണ്ടാകേണ്ടതായിരുന്നു. അർദ്ധരാത്രിയിൽ പുരയിൽവന്ന് കോൺഗ്രസുകാരൻ വെച്ചുനീട്ടിയ കടലാസുപൊതി വാങ്ങാതിരിക്കുകയും താനിപ്പോൾ ജനസംഘക്കാരനാണെന്ന് തുറന്നു പറയുകയും ചെയ്തുവത്രെ ചാത്തുണ്ണിയേട്ടൻ. ഇത് വളരെ രഹസ്യമാണെന്നും പുറത്തുപറയരുതെന്നും അയാൾ എന്നോട് പറഞ്ഞിരുന്നു.

എന്റെ കുടുംബബന്ധത്തിൽപ്പെട്ട ചിലരും അക്കൂട്ടത്തിലുണ്ടായിരുന്നു. അക്കാരണത്താൽ അച്ഛനും വല്ലാത്ത മനഃപ്രയാസം അനുഭവിക്കേണ്ടി വന്നു. ഏതൊക്കെ പാർട്ടിയിൽനിന്നും ആരൊക്ക രാജിവെച്ചാലും ഇ എം എസിന്റെ പാർട്ടിയിൽനിന്ന് രാജിവെക്കുന്നവരെ അച്ഛന് സഹിക്കാനാവുന്നില്ല.! അതുകൊണ്ട് എനിക്കും അതിന്റേതായ ദുഃഖമുണ്ടായി.

ഇത്രയും വലിയ ഭൂമണ്ഡലത്തിൽ ഒരിഞ്ചുഭൂമിപോലും സ്വന്തമായിട്ടില്ലാത്തവൻ ജീവിച്ചിരുന്നിട്ട് എന്തുപ്രയോജനമെന്ന അച്ഛന്റെ പഴയ ചോദ്യം എന്നേയും പലപ്പോഴും ചിന്തിപ്പിച്ചിരുന്നു. ചെറുവലം തറവാട്ടിൽനിന്നും ഒരമ്മയും മക്കളും തിരിച്ചുവരുമ്പോൾ മക്കൾക്കവകാശമുണ്ടായിരുന്ന അച്ഛന്റെ സ്വത്ത് കൊണ്ടുവന്നിരിക്കണമല്ലോ, അതിനെന്ത് സംഭവിച്ചു? ഭൂമിയിലുള്ള അവകാശം എത്രയുംപെട്ടെന്ന് നഷ്ടപ്പെടാം. ജന്മാവകാശമെന്നത് അർത്ഥമില്ലാത്ത ഒരവകാശമാണെന്നല്ലേ ഇതിനർത്ഥം? ഇത് വകവെച്ചുകൊടുക്കാനാകുമോ? ഈ അവകാശത്തെ സത്യസന്ധമായി സാധൂകരിക്കുന്നതല്ലേ കുടികിടപ്പവകാശം? ഇതല്ലെ

ഇ എം എസ് സംരക്ഷിക്കുന്നത്. കോൺഗ്രസുകാർ എന്തിന് ഇതിനെ എതിർക്കുന്നു?

പറയത്തക്ക ഒരു മാമാങ്കമോ പടയോട്ടമോ എന്റെ ഗ്രാമത്തിൽ എപ്പോഴെങ്കിലും നടന്നതായി ഞാൻ കേട്ടിട്ടില്ല. ഏറനാട്ടിൽനിന്നും പുറപ്പെട്ട ഒരു മാപ്പിളലഹള വർഷങ്ങൾക്കുമുമ്പ് ഇതിലേ കടന്നുപോയ തൊഴിച്ച്. സ്വാതന്ത്ര്യസമരവും ഇന്ത്യാ-പാക് വിഭജനവും പുത്തൂരിന് പുറത്തുള്ള സംഭവങ്ങളായിരുന്നു. ഗാന്ധിജിയുടെ വധം നടന്ന ദിവസ ത്തെക്കുറിച്ചുള്ള കേട്ടറിവുപോലും ഓർമ്മയിലില്ല. പരശുരാമൻ കേര ളത്തെ മഴുവെറിഞ്ഞു സൃഷ്ടിച്ചതായിരുന്നിട്ടുപോലും മലബാർ പ്രദേ ശത്തിന് ആ കേരളത്തിന്റെ ഭാഗമായി നില്ക്കാൻ ഭാഗ്യമുണ്ടായിട്ടില്ല. തിരുവിതാംകൂറും തിരുകൊച്ചിയും നിലനിന്നപ്പോഴും എന്റെ ഗ്രാമം മദി രാശിസംസ്ഥാനത്തിന്റെ ഭാഗമായിരുന്നല്ലോ. എന്നിട്ടും തമിഴക്ഷരമറി യുന്ന ഒരാളും ഇവിടെ ജീവിച്ചിരുന്നുമില്ല. കിളിപ്പാട്ടും, വടക്കൻപാട്ടും പാടുകയായിരുന്നു എന്റെ നാട്ടുകാർ. അവർക്കിടയിലായിരുന്നു എന്റെ ജനനവും.

എന്നിട്ടും ഇവിടേക്ക് കമ്യൂണിസം കടന്നുകയറിയതിലാണ് എനിക്കത്ഭുതം തോന്നിയത്. പണ്ടെന്നോ റഷ്യയിലെ സാർ ചക്രവർ ത്തിമാരെ വകവരുത്താൻ ജനിച്ചുവീണ ഒരു പ്രസ്ഥാനം! അത് ഏത് കുറുക്കുവഴിയിലൂടെയാണ് തിരുവിതാംകൂറിലും കൊച്ചിയിലും മലബാ റിലുമൊക്കെ എത്തിയത്? ഇവിടേയും ഒരുകാലത്ത് സാർ ചക്രവർ ത്തിമാരുണ്ടായിരുന്നു എന്നല്ലേ ഇതിനർത്ഥം? അവരെ നേരിടാൻ വേണ്ടി എത്തിയതായിരുന്നോ കമ്യൂണിസം?

‘അതേ’ എന്നുതന്നെ വിശ്വസിക്കേണ്ടിയിരിക്കുന്നു. എങ്കിൽ ആരാ യിരുന്നു അവർ? ബ്രിട്ടീഷുകാരായിരുന്നോ? അതോ അവരിൽനിന്ന് അധി കാരം കൈയാളിയ കോൺഗ്രസുകാരായിരുന്നോ? ഉത്തരം ലളിതമല്ലേ? എങ്കിൽ ഇപ്പോഴത്തെ ഭരണനേതാക്കൾ തന്നെയായിരുന്നില്ലേ അത്?

ഇന്ത്യൻ നാഷണൽകോൺഗ്രസ് തന്നെയല്ലേ ഭരിക്കുന്ന പാർട്ടി. അവർ സാർ ചക്രവർത്തിമാരുടെ ഭരണം കാഴ്ചവെച്ചിരുന്നു എന്നുതന്നെ യല്ലേ ഇതിനർത്ഥം? അങ്ങനെയെങ്കിൽ ആ ചക്രവർത്തിയുടെ സ്ഥാനം ഇപ്പോൾ അലങ്കരിക്കുന്നത് ആരൊക്കെയാവും?

ഒന്നാമത് ജവഹർലാൽ നെഹ്റുതന്നെയാവില്ലേ? അദ്ദേഹമല്ലേ പ്രധാനമന്ത്രി. കേരളത്തെ മാത്രമായെടുക്കുമ്പോൾ ഒരുപക്ഷേ, ആ സ്ഥാനം ഭരിക്കുന്ന കക്ഷിയുടെ നേതാക്കന്മാർക്കായിരിക്കില്ലേ? ആ പട്ടികയിൽ ആരൊക്കെയാണുള്ളത്?

ഇപ്പോൾ കേൾക്കുന്ന പേരുകൾ പ്രഗത്ഭന്മാരുടേതു തന്നെയാണ്. മന്നത്തു പത്മനാഭൻ, പട്ടം താണുപിള്ള, കെ എ ദാമോദരൻ മേനോൻ, പനമ്പിള്ളി ഗോവിന്ദമേനോൻ, ശ്രീ. മന്നാരായണൻ, പി ടി ചാക്കോ, സയിദ് അബ്ദുറഹ്മാൻ ബാഫക്കി തങ്ങൾ എന്നിങ്ങനെ പോകുന്നു ആ പട്ടിക.

എന്തോ പണിത്തിരക്കിൽ ചാത്തുണ്ണിയേട്ടൻ മുഴുകിയിരുന്നതിനാ ലാണ് എന്റെ ചിന്ത കാടുകയറിപ്പോയത്. നിമിഷങ്ങൾക്കുള്ളിൽ ഒരത്തു

തത്തിന്റെ പൊൻതളിക ആകാശത്തിൽനിന്നും എന്റെ മുമ്പിലേക്കടർന്നു വീണതോടെ എന്റെ പാദങ്ങൾ ഭൂമിയിൽനിന്നും അര ഇഞ്ചെങ്കിലും പൊങ്ങിത്താണിരിക്കണം. ഒരു തപസ്വിയുടെ മുമ്പിൽ ഇഷ്ടദൈവം പ്രത്യക്ഷപ്പെട്ടതുപോലെയായിരുന്നു അത്.

ഡ്രോയിങ് മാഷ് രണ്ട് അപരിചിതരോടൊപ്പം എന്റെ മുമ്പിൽ.

ധർമ്മാസ്പത്രിയിൽ പരിക്കേറ്റ് കിടക്കുകയോ മരണപ്പെട്ടുപോവുകയോ ചെയ്യേണ്ടിയിരുന്ന മാഷ്. മനസ്സിന്റെ സമനില വീണ്ടെടുക്കുന്നതിനുമുമ്പേ എന്നോട് പറഞ്ഞു.

"പാർട്ടിയിൽനിന്നും കുറെപ്പേർ രാജിവെച്ചെന്ന് കേട്ടു. വിശേഷങ്ങളൊക്കെ അറിയാമല്ലോ എന്ന് കരുതി ഇറങ്ങിയതാണ്. "

"ശരിയാണ്." ഞാൻ പറഞ്ഞു, "അത് എന്റെ മാഷാണ്" ചാത്തുണ്ണിയേട്ടന് പരിചയപ്പെടുത്തിക്കൊടുത്തു.

പിന്നീട് അവർതമ്മിൽ കൂട്ടരാജിയെക്കുറിച്ചുള്ള സംസാരം തുടങ്ങി. സഖാക്കന്മാർ സ്വമേധയാ രാജിവെച്ചതാണോ. മറ്റുവിധത്തിൽ സ്വാധീനിച്ച് രാജിവെപ്പിച്ചതാണോ എന്നതായിരുന്നു മാഷിനും കൂട്ടുകാർക്കും അറിയേണ്ടിയിരുന്നത്

"അവർ സ്വയം രാജിവെച്ചതാണ്. പാർട്ടി വെറുത്തു രാജിവെച്ചവരാണ്" ചാത്തുണ്ണിയേട്ടൻ സംശയമൊട്ടുംകൂടാതെ പറഞ്ഞു.

കുലവെട്ടിപ്പോയ കുന്നൻവാഴപോലെ ഞാൻ നിന്നു.

"അതിൽ ആരെയെങ്കിലും ഒരാളെ കാണാൻ എന്താവഴി."

"ഇന്ന് അവരെയൊന്നും എങ്ങും കാണാൻ കിട്ടില്ല. എല്ലാവരും ഒളിവിലാണ്. വയ്യിട്ട് സ്വീകരണയോഗത്തിൽ സ്റ്റേജിലുണ്ടാകും." ചാത്തുണ്ണിയേട്ടൻ പറഞ്ഞു.

മാഷും കൂട്ടരും നിന്നനില്പിൽ നിന്നൊന്നുപരുങ്ങി. പിന്നെ പരസ്പരം എന്തോ പതുക്കെപ്പറഞ്ഞു. ഹൃദ്യമായ ഒരു പുഞ്ചിരിയോടെ ഞങ്ങളോട് യാത്രപറയലും നടത്തവും പെട്ടെന്നായിരുന്നു.

കൊക്കിൽനിന്നും മുട്ടത്തോട് വീണുപോയ കാക്കയെപ്പോലെ ഞാൻ! ഉള്ളൻകൈയിൽ പറന്നുവീണ ഒരു പൈങ്കിളിയെ ഒരു വിരലനക്കിയാൽ പിടിക്കാമായിരുന്നു. ആ കാരണവർ പറഞ്ഞ കരിംനുണയെ മറന്നുകളയാനാവുന്നില്ല!

ഞാൻ ചാത്തുണ്ണിയേട്ടന്റെ മുഖത്തേക്കുനോക്കി. ഇത്രയും പരുഷമായി നുണപറയാൻ എങ്ങനെയാണ് സാധിക്കുക? ആ കാരണവരുടെ അനിയനാണോ ചാത്തുണ്ണിയേട്ടൻ.

ഞാൻ ഒന്നും ചോദിക്കുന്നതിനുമുമ്പെ ചാത്തുണ്ണിയേട്ടൻ പറഞ്ഞു.

"പാർട്ടി ഏതായാലും അവരൊക്കെ നമ്മുടെ നാട്ടുകാരല്ലെ? അന്യനാട്ടുകാരോട് അവരെ മോശമാക്കി പറയാമ്പാടില്ല. മാനിപുരത്തുകാര് പണം വാങ്ങി പാർട്ടിമാറുന്നോരല്ല. അല്ല പിന്നെ."

എന്റെ പ്രായക്കുറവിനെക്കുറിച്ചും വിവരമില്ലായ്മയെപ്പറ്റിയും ഞാൻ വീണ്ടും ഓർത്തുപോയി. ഈ വിവരമെന്ന് പറയുന്നത് പഠിച്ചാലും പറഞ്ഞാലും കിട്ടുന്നതല്ലതന്നെ. അത് പ്രായം കൂടുന്നതിനനുസരിച്ച് ദൈവം തന്നുകൊണ്ടിരിക്കുന്നതാണ്. കാലമെത്തുംമുമ്പെ അതൊരിക്കലും

സ്വന്തമാക്കാനാവില്ല.

എന്റെ ബുദ്ധിയെക്കുറിച്ചുള്ള വിശ്വാസം എനിക്ക് വീണ്ടും നഷ്ടപ്പെടുകയാണ്. ഇ എം എസിന്റെ ഭരണത്തെക്കുറിച്ചുള്ള നിഗമനങ്ങളാണോ കോൺഗ്രസിന്റെ വീക്ഷണത്തെക്കുറിച്ചുള്ള നിഗമനങ്ങളാണോ ശരി? ഒരു സംസ്ഥാനത്തിലെ ഭൂരിപക്ഷം ജനങ്ങളും സംസ്ഥാനഭരണത്തിനെതിരെ സമരരംഗത്തിറങ്ങിയിട്ടും ഒരു മന്ത്രിസഭ ഭൂരിപക്ഷം കൈയിലുണ്ടെന്ന സാങ്കേതികവാദമുയർത്തി ഭരണഘടനയുടെ പിൻബലത്തിന്റെ അടിസ്ഥാനത്തിൽ അധികാരത്തിൽ നിലയുറപ്പിക്കുന്നതല്ലേ നാം കാണുന്നത്? ഡ്രോയിങ് മാഷും കൂട്ടരും അവർക്കുവേണ്ടി, അവരുടെ രക്ഷാകവചത്തിനുവേണ്ടിയല്ലേ അന്വേഷണവുമായി രംഗത്തിറങ്ങിയിട്ടുള്ളത്? ഇങ്ങനെയുമുണ്ടാകാമല്ലോ ഒരു വാദം. ആ വാദമാണോ ചാത്തുണ്ണിയേട്ടൻ ഉയർത്തിപ്പിടിച്ചിരിക്കുന്നത്? ഞാൻ അത് തുറന്നുചോദിക്കുകതന്നെ ചെയ്തു.

"ചാത്തുണ്ണിയേട്ടൻ ഇപ്പോൾ ഇ എം എസിന് എതിരായോ?"

"ഞാൻ കുറേശ്ശ എതിരായി വരുന്നുണ്ട്. സത്യം പറഞ്ഞാൻ കമ്യൂണിസത്തിന് അവരുടെ ശത്രുക്കളോട് യുദ്ധം ചെയ്തുകൊണ്ടല്ലാതെ മുന്നോട്ട് പോകാനാവില്ല. ശത്രുക്കൾ നിലംപരിശായിട്ടല്ലാതെ പാർട്ടിക്ക് സമാധാനം സ്ഥാപിക്കാനാവില്ല" ചാത്തുണ്ണിയേട്ടൻ പറഞ്ഞു.

"അപ്പോൾ കോൺഗ്രസായോ?" ഞാൻ ചോദിച്ചു.

"കോൺഗ്രസ് ആകാനും പറ്റില്ല. പാവപ്പെട്ടവരുടെ ചോരകുടിച്ചിട്ടല്ലേ കോൺഗ്രസ് വളരുന്നത്?"

"പിന്നെ ഏത് പാർട്ടിയാ?"

"ജനസംഘം!"

"ജനസംഘം?"

"അതെ. എണ്ണത്തിൽ കുറവാണ്. നാളെ ഇന്ത്യ ഭരിക്കാനുള്ള പാർട്ടിയായി അത് വളരും. കാരണം ചെറിയവനെന്നോ വലിയവനെന്നോ വ്യത്യാസമില്ലാതെ സ്വന്തം രാജ്യത്തെ വലുതായിക്കാണുന്ന ഒരു പാർട്ടിയാണത്!"

ഞാൻ പൊട്ടിച്ചിരിച്ചു. കുലുങ്ങിക്കുലുങ്ങിച്ചിരിച്ചു. എനിക്ക് ചിരിയടക്കാനായില്ല. കൊള്ളസംഘം എന്നൊക്കെപ്പറയുന്നതുപോലെ ഇങ്ങനേയും രാഷ്ട്രീയത്തിൽ ഒരു സംഘമുണ്ടെന്ന വിവരം ഞാൻ ആദ്യമായിട്ടാണറിയുന്നത്. ചാത്തുണ്ണിയേട്ടൻ എന്നെ പരിഹസിക്കുകയാണെന്ന തോന്നലായിരുന്നു എനിക്ക്.

എന്റെ ചിരിയടങ്ങിയശേഷം ചാത്തുണ്ണിയേട്ടൻ ശാന്തനായി. വളരെ ശാന്തനായി എന്നിട്ട് പതുക്കെ പറഞ്ഞു.

"ഒരു മാങ്ങയണ്ടികൊണ്ട് മൂന്ന് തോണി വെട്ടാം. മനസ്സിലായോ?"

"മനസ്സിലായി."

"നിനക്ക് മക്കളും മക്കളുടെ മക്കളുമൊക്കെ ആവുമ്പോൾ നിനക്ക് കൂടുതൽ മനസ്സിലാകും."

അതാണെനിക്ക് മനസ്സിലാകാതെ പോയത്. ഇനിയും ഞാൻ എത്ര കാലം കാത്തിരിക്കണം, അതു മനസ്സിലാക്കാൻ?

ഇരുപത്തൊന്ന്

അച്ഛൻ സുഖമില്ലാതെ കിടപ്പിലാണെന്ന വിവരമറിഞ്ഞാണ് ചാത്തുണ്ണിയേട്ടൻ ഒരു കെട്ടുബീഡിയുമായി പഴയതുപോലെ സന്ധ്യാനേരം വന്നുകയറിയത്. കുറേക്കാലമായി അച്ഛനോട് പിണങ്ങി നില്ക്കുകയായിരുന്നല്ലോ. അച്ഛന് മരുമകനോട് പിണക്കമൊന്നും ഇല്ലായിരുന്നെങ്കിലും അത്യാവശ്യത്തിന് ബീഡി മറ്റു കടകളിൽനിന്ന് വാങ്ങുകയായിരുന്നു. അതുകൊണ്ട് പരിഭവമൊന്നും പറഞ്ഞിരുന്നുമില്ല. ജീവിതത്തിൽ ഒരുപാട് സൗകര്യങ്ങൾ നഷ്ടപ്പെട്ടവനാണല്ലോ അച്ഛൻ. ഒരു ബീഡിക്കാര്യം അത്ര വലിയകാര്യമാക്കാനില്ലെന്ന് കരുതിയിരിക്കണം.

രണ്ടുമൂന്ന് ദിവസം ഇടതടവില്ലാതെ ചിന്നംപിന്നം മഴ പെയ്ത്തും ജലദോഷവും കാരണം അച്ഛൻ പുറത്തിറങ്ങിയിരുന്നില്ല. പേരിന് ചെറിയ ഒരു കാച്ചിലും. അതോടെ ശരീരത്തിന് വിറയലായി. പിന്നെ വിശപ്പില്ലായ്മയും ക്ഷീണവും. സ്വന്തമായി മരുന്നു വാങ്ങിക്കഴിക്കാനും സാധിക്കുന്നില്ല. പുറത്തുപോയി വൈദ്യസഹായം തേടാനും വേണമല്ലോ ആൾക്കാരും പണവും. ഞാൻ ഒറ്റയ്ക്ക് വിചാരിച്ചാലും അതൊന്നും നടക്കുകയുമില്ല. അമ്മ ഉണ്ടാക്കിക്കൊടുത്ത തുളസിക്കഷായമായിരുന്നു ആകെയുള്ള ചികിത്സ.

തനിക്ക് പ്രത്യേകിച്ച് അസുഖമൊന്നുമില്ലെന്നും പതിവായിക്കഴിക്കാറുള്ള മരുന്ന് നിന്നുപോയതാണ് എല്ലാറ്റിനും കാരണമെന്നും അച്ഛൻ ചാത്തുണ്ണിയേട്ടനോട് പറയുന്നത് ഞാൻ കേട്ടു. അതിന്റെ അർത്ഥം എനിക്കു മനസ്സിലായി. പക്ഷേ, ചാത്തുണ്ണിയേട്ടനോട് അങ്ങനെ പറയരുതായിരുന്നു. ഒരിക്കൽ പിണങ്ങിപ്പോയ ചാത്തുണ്ണിയേട്ടനെ വീണ്ടും പിണക്കിപ്പറഞ്ഞയക്കാനാണോ അച്ഛന്റെ ഭാവം?

ഇന്നത്തേക്കുള്ള വക വൈകുന്നേരം ഞാൻ എത്തിച്ചുതരാമെന്ന് ചാത്തുണ്ണിയേട്ടൻ സ്വകാര്യമായി അച്ഛനോട് പറയുന്നത് ഞാൻ ശ്രദ്ധിച്ചു. അതുകേട്ടപ്പോഴുണ്ടായ അച്ഛന്റെ മുഖത്തെ പ്രകാശവും കണ്ണിന്റെ തിളക്കവും ഒന്ന് കാണേണ്ടതായിരുന്നു. ആ കണ്ണുകൾ നിറയുകപോലും ചെയ്തു! ഒന്നുമറിയാതെ മല്ലുമുണ്ടിന്റെ കോന്തലകൊണ്ട് കണ്ണൊപ്പിയത് ആ കള്ളക്കണ്ണീരിനെ ഒളിപ്പിക്കാനായിരുന്നില്ലേ? ചാത്തുണ്ണിയേട്ടൻ മനംമാറി വന്നു പ്രായശ്ചിത്തം ചെയ്യുകയായിരുന്നോ? സ്റ്റേജില്ലാതെ ഒരു നാടകരംഗം കാണുകയായിരുന്നോ ഞാൻ.

പിറ്റേദിവസം ഉച്ചയാകുമ്പോഴേക്കും അച്ഛന്റെ അസുഖം മുക്കാൽ ഭാഗവും കുറഞ്ഞു. ഇനി തുളസിക്കഷായം ആവശ്യമില്ല. ചാത്തുണ്ണിയേട്ടന്റെ മരുന്ന് രഹസ്യമായി സൂക്ഷിച്ചിട്ടുണ്ട്. കൊച്ചുകൊച്ചു ഡോസുകളായി അതുതീരുംവരെ അച്ഛൻ ഇനി പുറത്തേക്കു പോകില്ല. രണ്ടുമൂന്നുദിവസത്തേക്കുകൂടി അതുണ്ടാകും.

പതിവില്ലാത്തവിധം എന്റെ ഏറ്റവും മൂത്തപെങ്ങൾ (വല്യച്ഛന്റെ മൂത്തമകൾ) പുരയിൽ കയറി വന്നത് ഒരു നട്ടുച്ചയുടെ ഇറങ്ങിപ്പോക്കിനോടൊന്നിച്ചായിരുന്നു. അവൾ ഒരു കുഞ്ഞിനെ ഒക്കത്ത് കയറ്റിയിരി

ക്കുന്നു. ഒരു കൊച്ചുപാവാടമാത്രം ഉടുത്ത ഒന്നിനെ കൈപിടിക്കുകയും ചെയ്തിരിക്കുന്നു.

എന്റെ മനസ്സിൽ അടുത്തകാലത്തൊന്നും തോന്നിയിട്ടില്ലാത്തവിധം ഒരു സന്തോഷവും കുളിർമ്മയും. അച്ഛന്റെ അമ്മയുടെ പേരാണ് അവൾക്കിട്ടിരിക്കുന്നത്. പെരച്ചി. ഇതേ പേരിൽ ഒരു പിലാവും തറവാടുപുരയുടെ പറമ്പിനോട് ചേർന്ന മതിൽപ്പുറത്തുണ്ട്. വല്യമ്മ കുഴിച്ചിട്ടതായിരുന്നുവത്രെ അത് - പെരച്ചിപ്പിലാവ്!

നന്നെ ചെറുപ്പത്തിലേ കല്യാണം കഴിഞ്ഞവൾ. അതായത് പത്താം വയസ്സിൽ! അച്ഛൻ ചെയ്തുപോയ പാതകത്തിന് പരിഹാരമെന്നോണം മകൻ നഷ്ടപ്പെട്ട അമ്മയ്ക്ക് ദാനമായി നല്കപ്പെട്ടവൾ! ആ അമ്മയുടെ മകളുടെ മകനാണ് ഭർത്താവ്. (ഒരു മകൻ നഷ്ടപ്പെട്ടതിന് പകരമായി അവർക്ക് ഒരു മകളെകൊടുത്തതാണ്).

അവളുടെ കല്യാണം ഒരു രാത്രിയിലായിരുന്നു. അത് എന്റെ ഓർമ്മയിലുണ്ട്. ഒരു ഹാർമ്മോണിയപ്പാട്ടിന്റെ അകമ്പടിയോടെ ഗ്യാസ്ലൈറ്റിന്റെ പ്രഭയിൽ ഇടവഴിയിലൂടെ ഇറങ്ങിപ്പോയ ഒരു ജാഥ. ഒരു വൻമരത്തിൽ ഒരു കൊച്ചുകിളിയെന്നമട്ടിലുള്ള ഓർമ്മ. ഒന്നനങ്ങിയാൽ ഏതു നിമിഷവും അത് പറന്നുപോയേക്കാം.

ഒരു ചരിത്രമോ ചിത്രമോ മുമ്പിൽ തെളിയുകയാണ്. അച്ഛൻ ഒരു കാലത്ത് അവളുടെകൂടി അച്ഛനായിരുന്നു. സ്നേഹത്തിന്റെ നിറകുടം പോലെ അവൾ ഇപ്പോൾ അടുത്തെത്തിയിരിക്കുന്നു. വർത്തമാനങ്ങൾ പറയുന്നു. അമ്മയോടൊപ്പം അടുക്കളയിലിരുന്ന് കുശലങ്ങൾ പറയുന്നു. പാത്രങ്ങളിലുള്ളതെല്ലാം വിളമ്പി അമ്മ അവളെ സൽക്കരിക്കുന്നു.

പഴയകാലം മൺമറഞ്ഞിട്ടും ആർക്കും ഒന്നും മറക്കാനാവുന്നില്ല. പക്ഷേ, എല്ലാം മറന്നേ മതിയാവൂ. അച്ഛന്റെ അവശതകളിൽ അവൾക്കും മനം നൊന്തു. ശാരീരികമായ വിറയലും അവശതകളുമായിരുന്നു അച്ഛന്റെ ദീനം. പാട്ടബാക്കിയെക്കുറിച്ചുള്ള വർത്തമാനങ്ങളൊന്നും അച്ഛൻ അവളോട് പറഞ്ഞില്ല. അച്ഛൻ അതൊക്കെപ്പറയുമോ എന്ന് ഞാൻ ഭയപ്പെട്ടിരുന്നു. മറ്റൊന്നുമറിയാതെ വെറും സ്നേഹവുമായി വരുന്നവർക്ക് നാം സ്നേഹം തന്നെ പകരമായിക്കൊടുക്കണമല്ലോ. നമ്മുടെ അവശതകളും ദുഃഖങ്ങളും നമ്മുടെ സ്വകാര്യസ്വത്തുക്കളല്ലേ? അതെന്തിന് പങ്കുവെക്കണം? അച്ഛന്റെ ശീലം നന്നായിവരുന്നുണ്ടെന്നതിന് ഇതും ഒരു തെളിവാണ്.

എന്റെ ഇളയമ്മയെപ്പോലെ അവളും എന്നെ ‘മോനെ’ എന്നാണ് വിളിക്കുക. എന്റെ അമ്മ ഒരിക്കൽപ്പോലും എന്നെ അങ്ങനെ വിളിച്ചതായി ഞാൻ ഓർക്കുന്നില്ല. എന്നെ മാത്രമല്ല ഒറ്റമക്കളേയും!

അവൾ ഓടി വന്നതുപോലെത്തന്നെ തിരിച്ചുപോകാനുള്ള തിടുക്കത്തിലുമാണ്. അവൾ ഇറങ്ങിപ്പോയപ്പോൾ ഒരു പൂത്തിരി കത്തിത്തീർന്ന അനുഭവം.

ഈ സമയത്തായിരുന്നു സഖാവ് രാമുണ്ണിനായർ ഒരിക്കൽക്കൂടി അവതരിച്ചത്. അതിന്റെ പ്രധാനകാരണം നാടിനെ നടുക്കിയ കമ്യൂണിസ്റ്റുകളുടെ രാജിതന്നെ. പുത്തൂരിൽമാത്രം ഒതുങ്ങി പ്രവർത്തിക്കുന്ന

നായർ രാജിവാർത്തകേട്ട് പുറത്തിറങ്ങാനാവാതെ പുരയിൽ കിടന്നു പോയത്രെ. കോൺഗ്രസുകാരുടെ മുഖത്തുനോക്കാനുള്ള പ്രയാസം കൊണ്ടുതന്നെ

അച്ഛന്റെ അരികിൽ ആരെങ്കിലും രാജിക്കാരുടെ കൂട്ടത്തിൽ പേരു ചേർക്കാൻ വന്നിരുന്നോ എന്ന് രാമുണ്ണിനായർ അന്വേഷിച്ചു. അച്ഛന്റെ മറുപടി കേട്ടപ്പോൾ ഞെട്ടിപ്പോയത് ഞാനാണ്. കോൺഗ്രസുകാരനായ ഒരു നാട്ടുപ്രമാണിയുടെ ദല്ലാള് അങ്ങാടിയിൽവെച്ച് സ്വകാര്യമായി അച്ഛനെ കണ്ടിരുന്നത്രെ. നൂറുറുപ്പികയായിരുന്നു വാഗ്ദാനം. അച്ഛൻ ചൂളിയില്ല. പണത്തിന് ആവശ്യമുണ്ടായിരുന്നു. എന്നിട്ടും മൂളാൻ തോന്നിയില്ലെന്നാണ് അച്ഛൻ പറഞ്ഞത്. അതോടെ ഒരുതരം ഭീതിയും തുടങ്ങി. പ്രമാണിയുടെ ആൾക്കാർ എന്തെങ്കിലും ആപത്ത് ഒപ്പിച്ചെടുത്തെങ്കിലോ? അങ്ങനെയാണ് ശരീരത്തിന് വിറ തുടങ്ങിയത്. പനികൂടി വന്നപ്പോൾ ഒരു വിധം കിടപ്പിലായി.

രാമുണ്ണിനായർ ചിരിച്ചു. അയാൾ തന്നത്താൻ പറഞ്ഞു. "കമ്യൂണിസ്റ്റുകാരന്റെ ഒരു ധൈര്യം." ഇക്കാര്യം അച്ഛൻ ചാത്തുണ്ണിയേട്ടനോട് പറഞ്ഞിരുന്നില്ല. അതെന്തുകൊണ്ടാണെന്ന് എനിക്ക് മനസ്സിലാക്കാനും കഴിഞ്ഞില്ല.

"ഏതായാലും നന്നായി; ഞാൻ അഭിനന്ദിക്കുന്നു." രാമുണ്ണിനായർ പറഞ്ഞു. "ഒരു കമ്യൂണിസ്റ്റുകാരൻ അങ്ങനെതന്നെ വേണം. എത്രയോ കമ്യൂണിസ്റ്റുകൾ കാലുമാറിക്കഴിഞ്ഞു. എല്ലാവർക്കും കിട്ടി ഇഷ്ടം പോലെ പണം. അതുകൊണ്ടല്ലേ സമരം വിജയിച്ചുകൊണ്ട് മുന്നേറുന്നത്?"

"അപ്പോൾ മന്ത്രിസഭ വീഴും അല്ലേ?" ഞാനും ആ സംഭാഷണത്തിലിടപെട്ടു.

"ഓ വീഴെ?" അത്ഭുതംകൂറി ചിരിച്ചുകൊണ്ട് രാമുണ്ണിനായർ തിരുത്തി. "വീഴല്ല. മന്ത്രിസഭ എങ്ങനെയാ വീഴുന്നത്? വീഴ്ത്തുക! ബലം പ്രയോഗിച്ച് വീഴ്ത്തുക! ഭരണത്തെ താങ്ങിനിർത്തുന്ന കാലുകളെയാണ് ആദ്യം വീഴ്ത്തേണ്ടത്. അതിനാണ് ഈ സമരവും രാജിവെപ്പിക്കലും. അവസാനം ഒരു തള്ളൽ - അതാണ് പരിപാടി!" രാമുണ്ണിനായർ ഉറപ്പിച്ചു പറഞ്ഞു.

"ആരാണ് നായരെ വീഴ്ത്താനുള്ളത്. നെഹ്റു അത് ചെയ്യില്ലെന്ന് എനിക്കുറപ്പാണ്" അച്ഛൻ പറഞ്ഞു.

"ഇക്കഴിഞ്ഞമാസം പാലക്കാട്ട് കോട്ടമൈതാനിയിൽ മന്നത്തു പത്മനാഭൻ ഒരു പ്രസംഗം നടത്തി. കമ്യൂണിസ്റ്റുകളെ അധികാരത്തിൽനിന്ന് പുറത്താക്കലാണ് ലക്ഷ്യം എന്ന്. വടക്കന്തറ ക്ഷേത്രത്തിൽ പ്രാർത്ഥന കഴിഞ്ഞ് നെറ്റിപ്പട്ടം കെട്ടിയ ആനകളും പഞ്ചവാദ്യോം ഒക്കെയായി ഒരു വൻ ജനക്കൂട്ടത്തോടൊപ്പം എഴുന്നെള്ളിയല്ലെ മൈതാനിയിലെത്തിയത്! അന്നുതന്നെ നെഹ്റു അദ്ദേഹത്തെ വിളിച്ചുപറഞ്ഞു. കുറച്ചു ദിവസം കൂടി ക്ഷമിക്കണേന്ന്. ഞാൻ കേരളത്തിലൊന്നുവന്നു നോക്കീട്ട് വേണ്ടത് ചെയ്യാന്ന്. അങ്ങനെ അദ്ദേഹം വന്നു. ജൂൺ 22 ന്. എന്നിട്ട് പറഞ്ഞു.

എനിക്കും ബോദ്ധ്യപ്പെട്ടു. ഞാൻ പോയാലുടൻ പിരിച്ചുവിടുംന്ന്. അതാണ് നെഹ്റു. മനസ്സിലായോ?" രാമുണ്ണിനായർ ചോദിച്ചു.

"മന്നത്തിനെ സമാധാനിപ്പിക്കാൻ പറഞ്ഞതാകും." അച്ഛൻ. "ബാക്കി കൂടി കേൾക്ക്". നായർ തുടർന്നു"ഗവണ്മെന്റ് രാജിവെക്കുന്നതുവരെ പ്രക്ഷോഭം തുടരണംന്ന് പ്രതിപക്ഷക്കാര് തീരുമാനിച്ചപ്പഴ് നെഹ്റുവിന്റെ മകൾ ഇന്ദിരാഗാന്ധി എന്താ ചെയ്തത്? അവർക്ക് വിജയാശംസ നേർന്നു! ഇന്ത്യയിലെ കോൺഗ്രസ് പ്രസിഡന്റാ. എങ്ങനെണ്ട്? അതുകൊണ്ട് എന്തുണ്ടായി? അടുത്തീസം തന്നെ പുല്ലുവിളേലും വെട്ടുകാട്ടിലും വെടി! അഞ്ചെണ്ണം കാഞ്ഞു! നാലീസം കഴിഞ്ഞ് അങ്കമാലി ദിനം വന്നപ്പൊഴോ? അന്നായിരുന്നു മന്നത്തിന്റെ അന്ത്യശാസനം. ജൂൺ 22 ന് രാജിവെക്കണം! അന്ന് നെഹ്റു വരുന്ന ദീസാ. അതുകൊണ്ടല്ലേ നെഹ്റു മന്നത്തിന്റെ കാല്ക്കൽവീണു പറഞ്ഞത്, നിങ്ങൾ ക്ഷമിക്കീ, ഞാൻ ദില്ലിയിൽ പോയിട്ട് പിരിച്ചുവിട്ടോളാന്ന്. ആ വാക്ക് ഇനീം കെടക്കാ. നെഹ്റുവിന്നത് വെച്ചോണ്ടിരിക്കാൻ പറ്റില്ല. നോക്കിക്കോ."

"പിന്നേം നായര് അതുതന്ന്യാ പറീന്നത്!" അച്ഛന് ദേഷ്യം വന്നു.

"അത് തന്ന്യാ പറീന്നത്. നെഹ്റു തിരുവനന്തപുരത്ത് വന്നുപോയേപ്പിന്നെ എന്തൊക്കെയാ നടന്നത്? മുമ്പ് നടന്നതൊക്കെത്തന്നെ. അതിന്റെ പതിന്മടങ്ങ് ശക്തിയിൽ - സമരം പിക്കറ്റിങ്, അറസ്റ്റ്, പണിമുടക്ക്, ലാത്തിച്ചാർജ്, പൊതുയോഗം, റാലി, വെടിവെപ്പ്, നികുതി നിഷേധിക്കാനുള്ള ഒരുക്കം, നിസ്സഹകരണം, വെടിവെപ്പിന് പരസ്യാമ്പേഷണം ആവശ്യപ്പെടല്, സുപ്രീംകോടതി ജഡ്ജിയെക്കൊണ്ട് അമ്പേഷിപ്പിക്കണമെന്ന് ഒരു വക, പിന്നെയും സ്കൂളടപ്പ്, പ്രമേയം പാസാക്കല്, നേതാക്കൾ ഗവർണരെ കാണല് - നാടെങ്ങും ജഹപൊഹ, ജഹപൊഹ! നാട്ടിലെന്തൊക്യാ നടക്കുന്നത്? എനിക്കിതെല്ലാം പറയാനാവ്വോ? വയ്യേ, വയ്യ."

"അവസാനം നമ്മുടെ ബാബു രാജേന്ദ്രപ്രസാദ് ഗവർണറോട് വിസ്തരിച്ചുള്ളൊരു റിപ്പോർട്ടും ചോദിച്ചൂന്നാ കേട്ടത്. അത് വെറുതെ വായിച്ചു രസിക്കാനാവ്വോ? അല്ല, ആവ്വോ?" നായർ ചോദിച്ചു.

"അത് പിന്നെ ചോദിക്കാണ്ടിരിക്കാൻ പറ്റോ?" അച്ഛൻ.

"ചോദിക്കാണ്ടിരിക്കാൻ പറ്റൂല - ഗവർണ്ണറുടെ റിപ്പോർട്ട് കിട്ടാതെ നടപടി എടുക്കാമ്പറ്റോ? എന്തൊക്യാ വരാമ്പോണതൂന്ന് നമുക്ക് കാണാം. ഇതൊക്കെ ഒരു തയ്യാറെടുപ്പല്ലേന്ന്. നോക്കിക്കോ." നായർ.

"എന്തായാലും ഞാനിതൊന്നും വിശ്വസിക്കില്ല നായരെ." അച്ഛൻ. "ഞാനോരു കമ്യൂണിസ്റ്റാണേലും അല്ലേലും, എന്റെ തോന്നല് പറഞ്ഞേന്നേ ഉള്ളു. ചെലപ്പം നെഹ്റു ദുഷ്ടത്തരമൊന്നും ചെയ്തില്ല എന്നും വരാം. അപ്പം മകളെ എന്തുചെയ്യും? കോൺഗ്രസ് പ്രസിഡന്റല്ലേ. അച്ഛനാണ് പ്രധാനമന്ത്രിയാണ് - ഒക്കെ ശരിതന്നെ. പക്ഷേ. പാർട്ടിക്ക് അച്ഛനുണ്ടോ? അമ്മയുണ്ടോ? വെട്ടൊന്ന് മുറി രണ്ട്."- നായർ.

രാമുണ്ണിനായരുടെ വാദഗതി ശക്തമായതോടെ അച്ഛൻ ഒന്ന് പതുങ്ങി. അതിനനുസരിച്ചുള്ള മറുപടിയും വന്നു. "എനിക്കത്രയൊക്കെയേ അറിയൂ, നായരെ. ഞാൻ ബുദ്ധി കുറഞ്ഞവനാണ്. പണ്ട് കോഴി

ക്കോട്ടങ്ങാടി കാണാൻ പോയപ്പോൾ മാനാഞ്ചിറേന്റെ അടുത്തുള്ള ഒരു നെയ്ത്ത്കമ്പനീന്റെ അടുത്ത് വരിനിന്നതോർമ്മണ്ട്. ഒരാളുപറഞ്ഞിട്ടാ നിന്നത് - അവിടന്ന് തടീം നിളോം നോക്കിത്തരുമത്രെ. കാശൊന്നും കൊടുക്കേണ്ട. ഭാഗ്യത്തിന് രക്ഷപ്പെട്ടു. ഒരു ദല്ലാള് പറ്റിച്ചതാ. അയാൾക്ക് കമ്മീഷൻ കിട്ടും. ബ്രിട്ടീഷുകാര് പട്ടാളത്തിലേക്ക് ആളെ എടുക്കുമാത്രെ!" അച്ഛൻ ഒന്ന് ചിരിച്ചു.

രാമുണ്ണിനായരും അച്ഛനും തമ്മിലുള്ള സംഭാഷണത്തിന്റെ അവസാനമെത്തിയപ്പോഴേക്കും. നെഹ്റുവിനെക്കുറിച്ച് ഞാൻ കാത്തുസൂക്ഷിച്ചിരുന്ന മഹത്വത്തിന് മങ്ങലേല്ക്കുകയാണ്. അച്ഛന് രാമുണ്ണിനായരെ തോല്പിക്കാനാവുന്നില്ല. ഇനിയും ഏതാണ് ശരിയെന്ന ചോദ്യത്തിനു മുമ്പിൽ ഞാൻ കൈകൾ മലർത്തേണ്ടിവരികയാണ്. ഇതനുവദിച്ചുകൊടുക്കാനാവുകയില്ലെന്നു തന്നെ ഞാൻ തീരുമാനിച്ചു.

"അത് രണ്ടാം ലോകമഹായുദ്ധകാലത്തെ കഥയല്ലേ? അക്കാലത്ത് രക്ഷപ്പെട്ടത് ഭാഗ്യം. ജപ്പാനിലോ റഷ്യയിലോവെച്ച് ചാകേണ്ടതായിരുന്നു." രാമുണ്ണിനായർ അച്ഛനെ കളിയാക്കി

"ഇനിയിപ്പം ഇവിടന്ന് മരിക്കാലോ." അച്ഛൻ

"ഒരു കമ്യൂണിസ്റ്റുകാരനായിട്ടുവേണം മരിക്കാൻ." നായർ.

"അല്ല നായരേ, ഈ കോൺഗ്രസുകാർക്ക് കമ്യൂണിസ്റ്റുകാരോടെന്താ ഇത്ര ദേഷ്യം? അവർക്ക് കമ്യൂണിസ്റ്റുകളെ കണ്ണെടുത്താൽ കണ്ടുകൂടല്ലോ?" അച്ഛൻ കാര്യമായിട്ട് ചോദിച്ചു.

"ങാ, അങ്ങനെ വരട്ടെ. അങ്ങനത്തെ ചോദ്യം വരട്ടെ. കമ്യൂണിസം പഠിക്കാത്തതിന്റെ കൊഴപ്പാ. ഈ കമ്യൂണിസ്റ്റുകാര് എന്നുപറഞ്ഞാൽ ദൈവമില്ലാത്തോര് എന്നാ വിശ്വാസം. എന്നുവെച്ചാൽ അവിശ്വാസികൾ. ദൈവത്തെ വിശ്വസിക്കാത്തവർ. പച്ച മലയാളത്തിൽ പറഞ്ഞാൽ ചെകുത്താന്മാര്. മനുഷ്യര് ചെകുത്തന്മാരായാൽ ആരാണ് അവരെ ഇഷ്ടപ്പെടുക? ആരാണ് വിശ്വസിക്കുക? എല്ലാം ദൈവമാന്നും വിശ്വസിച്ച് ജിവിക്കുന്ന കോൺഗ്രസുകാരും മറ്റു മതക്കാരും അവരെ വെച്ചുപൊറുപ്പിക്ക്വോ? ക്രിസ്ത്യാനികളും മുസ്ലീങ്ങളും ഒന്നടങ്കം അവരെശത്രുക്കളാ. അവസരം കിട്ടിയാൽ അവരെ കൊല്ലാനും മടിക്കാത്തവരാണ്. അങ്ങനത്തെ ഒരു കൂട്ടര് ഭരിക്കാൻ തൊടങ്ങ്യാ എങ്ങനെണ്ടാവും? അവർ സഹിക്ക്വോ? സഹിക്കില്ലാത്തതുകൊണ്ടാണ് ഈ സമരം. ആന്ധ്രയിലെ അരിക്കച്ചോടോം, കാർഷികബന്ധബില്ലും, വിദ്യാഭ്യാസബില്ലുമൊക്കെ ഓരോ കാരണങ്ങളാ. ഈ നിയമങ്ങളൊക്കെ പട്ടംതാണുപ്പിള്ള നടപ്പാക്കട്ടെ.. അല്ലെങ്കില് പി ടി ചാക്കോ നടപ്പാക്കട്ടെ. ഒരു സമരോംണ്ടാവില്ല. എല്ലാ പാർട്ടിക്കാരും ഇഷ്ടപ്പെടോം ചെയ്യും. മനസ്സിലായോ?" നായർ ചോദിച്ചു.

"ഇപ്പം മനസ്സിലായി" അച്ഛൻ പറഞ്ഞു.

"അതുകൊണ്ടാ ഞാൻ പറഞ്ഞത്. നെഹ്റു വിചാരിച്ചാലും ഒന്നും നടക്കില്ലാന്ന്! നെഹ്റുവിന്റെ ഉള്ളിന്റെയുള്ളിൽ കമ്യൂണിസണ്ടോ? കമ്യൂണിസണ്ടങ്കില് നെഹ്റു ആ സ്ഥാനത്തിരിക്ക്യോ? നെഹറൂനെ അവരിറക്കിവിടും. സംഗതിയുടെ കിടപ്പ് മനസ്സിലായോ?" നായർ.

“വല്ലാത്തൊരു കിടപ്പു തന്ന്യാ. ഇങ്ങനെയൊക്കെ നോക്ക്യാ ഞാനും കമ്യൂണിസ്റ്റാവില്ല നായരേ, ഞാനും ഒരു ദൈവവിശ്വാസിയല്ലേ?” അച്ഛൻ സംശയം ചോദിച്ചു.

“അതിനെന്താ, കമ്യൂണിസ്റ്റുകാരെല്ലാം ജന്മനാ കമ്യൂണിസ്റ്റുകാരാവില്ല. കമ്യൂണിസം പഠിച്ചുവരുമ്പഴ് കമ്യൂണിസ്റ്റായി മാറും. അത്രതന്നെ.” നായർ സമർത്ഥിച്ചു.

ഇത്രയും കേട്ട് കഴിഞ്ഞപ്പോൾ ഞാനും ഒരു സംശയം രാമുണ്ണി നായരോട് ചോദിച്ചു.

“ഈ വിമോചനസമരം എന്ന് പറയുന്നത് ഒരു കമ്യൂണിസ്റ്റ് വിരുദ്ധസമരം തന്നെയാണോ?”

“അതേ മോനെ, എന്താ സംശയം? ഈ ഭരണം നിലനിന്നാൽ നാളെ ഇന്ത്യയിലെ മറ്റ് സംസ്ഥാനങ്ങളിലേക്കും അവർ പടർന്ന് കയറിയാലോ? പിന്നെ ചൈനയുമായി അവർ ബന്ധത്തിലാകും. റഷ്യയുമായി ബന്ധത്തിലാകും. ഇന്ത്യ മുഴുവനും കമ്യൂണിസ്റ്റുകാരുടെ പിടിയിലാകും! ഇപ്പഴ് മിണ്ടാണ്ടിരുന്നാൽ നാളെ വരാമ്പോണത് അതൊക്ക്യാ. പൊരുത്തിനുവെച്ച മുട്ടപോലെ നെഹ്റു കമ്യൂണിസ്റ്റു മന്ത്രിസഭയെ കാത്തു രക്ഷിക്കുമെന്നാണോ നമ്മൾ വിശ്വസിക്കേണ്ടത്?”

എന്റെ ഉത്തരം മുട്ടി. അച്ഛൻ മിണ്ടാതായി. ആ ചുകന്ന ഭാവിയെക്കുറിച്ചോർത്തപ്പോൾ ഞാനും ഒന്ന് ഞെട്ടി. ഈ കുടികിടപ്പും എന്റെ പഠിത്തവുമൊന്നും ഒന്നുമല്ല! ആ വരാനിരിക്കുന്ന ലോകം നമുക്കു വേണോ?

രാമുണ്ണിനായർ യാത്ര പറഞ്ഞിറങ്ങിക്കഴിഞ്ഞിട്ടും എന്റെ മനസ്സിൽ ഒരു സംശയം ബാക്കിനിന്നു.

ഈ പണംകൊടുത്ത് പാർട്ടിമാറ്റുക എന്നതിനർത്ഥം രാജ്യത്തെ കമ്യൂണിസത്തിൽനിന്നും രക്ഷിക്കുക എന്നല്ലേ? ഒരു ചുകന്നഭാവിയെ ഇല്ലാതാക്കുക എന്നല്ലേ? വല്ലാത്തൊരു ബുദ്ധിതന്നെ.

ഇരുപത്തി രണ്ട്

ധൃതിയിലായിരുന്നു എന്റെ നടത്തം. ഒന്നും ആലോചിക്കാതെ നടക്കാനായിരുന്നു തീരുമാനം. കൂട്ടിനൊരാളുണ്ടായാലേ അത് ശരിയാകൂ. ആരുണ്ട്. ആരുണ്ടാകാനാണ്?

കുടുംബകാര്യത്തിൽ കുരുങ്ങി മനസ്സ് മരവിച്ചുപോകാതിരിക്കണമെന്നുള്ള എന്റെ ഒരാഗ്രഹം എന്നെ ഒരിക്കൽക്കൂടി ഡ്രോയിങ്മാഷിനെ കാണാനുള്ള വഴിയിലേക്ക് തള്ളിവിട്ടു. രാമുണ്ണിനായരുടെ കണ്ടെത്തലുകളും ഊഹാപോഹങ്ങളും നിഗമനങ്ങളും പൂർണ്ണമായും വിശ്വസിക്കാൻ എനിക്കാവുന്നില്ല.

ഇവിടേയും എന്റെ മനസ്സ് ചാഞ്ചാടുകയാണ്. ഇപ്പോൾ നടന്നുകൊണ്ടിരിക്കുന്ന ഈ വിമോചനസമരത്തിലും എന്നെപ്പോലുള്ള കുട്ടികൾ പങ്കെടുക്കുന്നുണ്ടല്ലോ. അവർ പിക്കറ്റ് ചെയ്യുകയും അറസ്റ്റ് വരിക്കുകയും

ജയിലിൽ പോവുകയും ചെയ്യുന്നുണ്ട്. അടിയേല്ക്കുന്നവരും പൊലീസിനെ നേരിടുന്നവരും അക്കൂട്ടത്തിലുണ്ട്. അവരെല്ലാംതന്നെ കുടുംബപ്രശ്നങ്ങളിൽനിന്നും മോചിതരാണോ? അവർക്ക് മറ്റുപ്രശ്നങ്ങളൊന്നും ഇല്ലെന്ന് വരുമോ? എന്നെപ്പോലുള്ളവരാരും അക്കൂട്ടത്തിലില്ലെന്ന് വരുമോ?

ഞാൻ എന്തുചെയ്യണമെന്ന് ഞാൻതന്നെ തീരുമാനിക്കണം. അതല്ലേ ശരി? കൂടുതൽ വിശദീകരണം കിട്ടാനല്ലേ ഡ്രോയിങ് മാഷിനെ സമീപിക്കുന്നത്? അദ്ദേഹം മരിച്ചിട്ടില്ലെന്നുറപ്പായല്ലോ. ആ അയൽവാസി പറഞ്ഞതിന്റെ അർത്ഥം കൂടി അറിയേണ്ടതുണ്ടല്ലോ.

റോഡിൽനിന്നും വലത്തോട്ട് തിരിഞ്ഞ് ആദ്യം നോക്കിയത് വീടിന്റെ ജനലുകളായിരുന്നു. അവ തുറന്നുകിടക്കുന്നതുകണ്ടു. അത് ഒരു ആശ്വാസത്തിന്റെ ചിഹ്നമായിരുന്നു. നേരെ നടന്ന് ഉമ്മറത്തെത്തി.

മുറ്റത്തെ ഒരു മൂലയിൽ കുനിഞ്ഞിരുന്ന് ചിരട്ടകത്തിക്കുകയാണ് മാഷ്. ഒരു മുണ്ടുമാത്രമാണ് വേഷം. അടുത്തുതന്നെ ഒരു ഇസ്തിരിപ്പെട്ടി തുറന്നുവെച്ചിരിക്കുന്നു. ആളിക്കത്തിക്കൊണ്ടിരുന്ന ചിരട്ടയുടെ ഉലയൂത്ത് പോലുള്ള ശബ്ദമേ അപ്പോൾ കേൾക്കാനുള്ളു.

അപ്രതീക്ഷിതമായി എന്റെരൂപം നേരിൽ കണ്ടതുകൊണ്ടാകാം മാഷ് "ജാനകീ" എന്ന് നീട്ടിവിളിച്ചു. ചീകിക്കെട്ടിയിട്ടില്ലാത്ത മുടിയിൽ പാതി മറഞ്ഞ മുഖവുമായി ഒരു സ്ത്രീ ഓടിവരുന്നതുകണ്ടു. കൈയിലുണ്ടായിരുന്ന ചെറിയ ഇരുമ്പുചട്ടുകം അവരുടെ കൈയിൽ കൊടുത്തുകൊണ്ട് മാഷ് എന്നെ ഗൗനിച്ചുതുടങ്ങി.

ഉടനെ അകത്തുപോയി ഒരു പഴയകുപ്പായം എടുത്തണിഞ്ഞ് മാഷ് എന്നോടിരിക്കാൻ പറഞ്ഞു. ഒരു മരത്തിന്റെ സ്റ്റൂൾ ചൂണ്ടിക്കാണിച്ചു. കോലായിത്തിണ്ടിലെ സിമന്റിൽമിനുക്കിയ അരമതിലിനുപുറത്ത് മാഷ് കാലുകൾ താഴ്ത്തി ഇരിപ്പുറപ്പിച്ചു.

"ങാ, പറഞ്ഞോളു, എന്തൊക്കെയാണ് വിശേഷങ്ങൾ?" മാഷ് ചോദിച്ചു. ഞാൻ നേരത്തെ വന്നിരുന്നതും മടങ്ങിപ്പോയതും കാരണവരുടെ വർത്തമാനവും സൂചിപ്പിച്ചു. മാഷിൽനിന്നും എനിക്ക് കിട്ടിയ മറുപടിയാകട്ടെ അത്ഭുതപ്പെടുത്തുന്നതും. അങ്ങാടിയിൽ ഏതോ ഒരടിപിടി ഉണ്ടായതുനേരാണ്. എന്നെ ആശുപത്രിയിൽ അഡ്മിറ്റാക്കുകയും ചെയ്തിരുന്നു. ഒരു ദിവസം അവിടെക്കിടന്നു. കാരണവർ നല്ല സുഖമില്ലാത്ത ഒരാളാണ്. അയാൾ അതുപോലെ പലതും പറയും."

ഞാൻ നേരെ വിദ്യാർത്ഥിസമരത്തിലേക്കും വരാനിരിക്കുന്ന മന്ത്രിസഭയുടെ അന്ത്യത്തിലേക്കും മാഷിന്റെ ശ്രദ്ധ ക്ഷണിച്ചു. രാമുണ്ണിനായർ പറഞ്ഞുകേട്ട വർത്തമാനങ്ങളുടെ അടിസ്ഥാനത്തിലായിരുന്നു തുടക്കം.

"എന്തുവന്നാലും നെഹ്റു ഈ മന്ത്രിസഭയെ പിരിച്ചുവിടുമെന്ന വാർത്തയാണ് നാട്ടിൽ പാട്ടായിരിക്കുന്നത്." ഞാൻ പറഞ്ഞു.

മാഷ് ഏറെ ഗൗരവത്തിൽ എന്റെ മുഖത്ത് തറപ്പിച്ചുനോക്കി. എന്റെ ചോദ്യം ഇഷ്ടപ്പെടാത്തതുകൊണ്ടാവും എന്നു ഞാൻ കരുതി. പക്ഷേ, മാഷ് തുടർന്നു.

"എടോ നിന്നോട് ഞാൻ രാഷ്ട്രീയം പറയുന്നില്ല. നീ ചെറുപ്പമല്ലെ. ലളിതമായ ഒന്നുരണ്ട് ചോദ്യങ്ങൾ ചോദിക്കാം. നീ ഉത്തരം പറയുമോ?"

"നോക്കാം" ഞാൻ പറഞ്ഞു.

"എങ്കിൽ ചോദ്യം ഒന്ന് - ഇപ്പോൾ ഏത് പാർട്ടിയാണ് ഭരിക്കുന്നത് എന്ന് നിനക്ക് അറിയാമോ?"

"കമ്യൂണിസ്റ്റ്പാർട്ടി"

"ഇപ്പോൾ സമരം നടത്തുന്നത് ആരാണെന്ന് നിനക്കറിയാമോ?"

"കോൺഗ്രസ്, പ്രജാസോഷ്യലിസ്റ്റ്, മുസ്ലിംലീഗ്."

"പോര, ഇനിയുമുണ്ട്."

"ഇനി?"

"നായന്മാർ, ക്രിസ്ത്യാനികൾ, മുസ്ലീങ്ങൾ, ഹിന്ദുക്കൾ തുടങ്ങി കുറേ സാമൂഹ്യ സംഘടനകളുമുണ്ട് മനസ്സിലായോ?"

"മനസ്സിലായി" ഞാൻ പറഞ്ഞു.

"ഇവരൊക്കെ എന്തിനാണ് സമരം ചെയ്യുന്നത് എന്ന് നിനക്കറിയാമോ?"

"മന്ത്രിസഭയെ താഴേ ഇറക്കാൻ."

"വെരിഗുഡ്. ഒരു ചോദ്യം കൂടി. ഈ മന്ത്രിസഭയെ അധികാരത്തിലെത്തിച്ചത് ആരാണെന്ന് നിനക്കറിയാമോ?"

"കമ്യൂണിസ്റ്റുകാർ." ഞാൻ പറഞ്ഞു.

"വെരി ഗുഡ്. നീ ഒരു മിടുക്കനാണെന്ന് ഞാൻ സമ്മതിച്ചു. ഒരൊറ്റ ചോദ്യം കൂടി - ആ കമ്യൂണിസ്റ്റുകാര് ഇപ്പോൾ എന്തെടുക്കാന്ന് നിനക്കറിയോമോ?"

"അറിയില്ല."

"അറിയില്ല. നിനക്കറിയില്ല. നെഹ്റുവിന് പിന്നെ അതന്വേഷിക്കേണ്ട വല്ല കാര്യോം ഉണ്ടോ? ബഹുഭൂരിപക്ഷം ജനങ്ങളും ആവശ്യപ്പെടുന്നതെന്തോ അതങ്ങ് ചെയ്തുകൊടുത്താൽ പോരെ?"

എനിക്ക് ഉത്തരം മുട്ടി. "നെഹ്റുവിന് അദ്ദേഹത്തിന്റെ ഇഷ്ടം പോലെ ചെയ്യാമെന്നാണോ മാഷ് പറഞ്ഞുകൊണ്ടുവരുന്നത്?" - ഞാൻ ചോദിച്ചു:

"എന്താ സംശയം? ഭൂരിപക്ഷം ജനങ്ങളും ആവശ്യപ്പെടുന്നതെന്തോ അതല്ലേ നെഹ്റു ചെയ്തു കൊടുക്കേണ്ടത്?" മാഷ് അടിവരയിട്ട് തിരിച്ചു ചോദിച്ചു.

"അതെ."

"എങ്കിൽ ഭൂരിപക്ഷം ജനങ്ങളും രാജി ആവശ്യപ്പെടുന്നെങ്കിൽ ഇ എം എസ് രാജിവെക്കുകയോ, നെഹ്റു രാജി വെപ്പിക്കുകയോ അല്ലേ വേണ്ടത്?"

"അതെ."

"രാജിവെക്കുമെന്ന് തോന്നുന്നുണ്ടോ?"

"ഇല്ല."

"പിന്നെ നെഹ്റു എന്തുചെയ്യും?"

"പിരിച്ചുവിടും"

“അങ്ങനെ വഴിക്കുവാ. അതു തന്ന്യാ ഞാനും പറയുന്നത്. ഈ നിലയ്ക്കാണ് പോകുന്നതെങ്കിൽ നെഹ്റുവിന് മറ്റൊന്നും ചെയ്യാനില്ല. മറിച്ച് കമ്യൂണിസ്റ്റ് പാർട്ടി മറ്റു പലതും ചെയ്തിരുന്നു എങ്കിൽ നെഹ്റു വെള്ളം കുടിക്കുമായിരുന്നു.”

“മറ്റു പലതും എന്നാൽ?”

“നിനക്ക് മനസ്സിലായില്ല അല്ലേ. നിനക്ക് മനസ്സിലാകില്ല. നീ ചെറുപ്പമല്ലേ. പാർട്ടിയുടെ സർക്കാരിനെ ആക്രമിക്കാൻ വല്ലവരും തുനിഞ്ഞാൽ പാർട്ടിക്കാർ രംഗത്തിറങ്ങണം. അതാണ് കമ്യൂണിസത്തിന്റെ പൊരുൾ. ശത്രുവിനെ പാലൂട്ടി കമ്യൂണിസം നിലനിർത്താനോ വളർത്താനോ സാധിക്കില്ല. 1957 ഏപ്രിൽ 5 മുതൽക്കിങ്ങോട്ട് കേരളത്തിൽ കമ്യൂണിസ്റ്റുകൾ എന്തെടുക്കുകയായിരുന്നു? അവർ സുഖിച്ചുവാണു. കഷ്ടപ്പെട്ടത് ഒരു ഇ എം എസും കുറേ മന്ത്രിമാരും! അവർ മന്ത്രിസഭയെ താങ്ങിനിർത്തിക്കൊണ്ടിരിക്കുന്നു. കാറ്റും കോളും നിറഞ്ഞ ഒരു കടലിന്റെ നടുക്ക് ഏത് സമയത്തും തിരവന്ന് വിഴുങ്ങാം. കാറ്റുവന്ന് തകർക്കാം. ആരുണ്ട് രക്ഷിക്കാൻ? എവിടെപ്പോയി അണികളും പാർട്ടികളും?” മാഷ് രോഷാകുലനായി ചോദിച്ചു.

“എവിടെപ്പോയി അണികളും പാർട്ടികളും എന്ന ചോദ്യത്തിന്റെ അർത്ഥം എനിക്ക് തീരെ മനസ്സിലായില്ല” ഞാൻ മാഷിനെത്തന്നെ നോക്കിനിന്നു.

മാഷ് തുടർന്നു.

“കോൺഗ്രസുകാരുടെ ഏക ലക്ഷ്യം കമ്യൂണിസത്തിന് തടയിടലായിരുന്നു. അക്കാര്യത്തിൽ തുടക്കത്തിലേ അവർ വിജയിച്ചു. കമ്യൂണിസ്റ്റുകൾ ഉറങ്ങിക്കിടന്നു. അല്ലെങ്കിൽ കണ്ണ് തുറന്നില്ല. വരാനിരിക്കുന്ന ആപത്തിനെക്കുറിച്ച് ജനങ്ങൾക്ക് മുന്നറിയിപ്പു കൊടുത്തില്ല. കമ്യൂണിസ്റ്റ് ദൗത്യം അവർ മറന്നുകളഞ്ഞു. ഭരണം കിട്ടിയതോടെ ലക്ഷ്യത്തിലെത്തിയെന്ന് സ്വപ്നം കണ്ടു. നേരെമറിച്ച് പ്രതിപക്ഷങ്ങൾ ലക്ഷ്യം പൂർത്തീകരിക്കാനായി ഒത്തൊരുമിച്ചു മുന്നേറി. അവരിലുണ്ടായിരുന്ന എല്ലാ വൈകല്യങ്ങളേയും അവർ മറന്നു കളഞ്ഞു. സകല മതസ്ഥരും യോജിച്ചു.

കേന്ദ്രഭരണക്കാരുമായുണ്ടായിരുന്ന ഗൂഢാലോചനയെ കമ്യൂണിസ്റ്റുകൾക്ക് മനസ്സിലാക്കാനായില്ല. സംസ്ഥാനത്ത് ശക്തമായ സമരം നടക്കട്ടെ ഭരണസ്തംഭനമുണ്ടാകട്ടെ, നീന്തിത്തളർന്ന കീരിയെ തോളിലേറ്റുന്നപോലെ, അപ്പോൾ ഞങ്ങൾ നിങ്ങളെ രക്ഷിച്ചുകൊള്ളാമെന്നായിരുന്നില്ലെ, അത്? എടോ നിനക്ക് കൂടുതൽ തെളിവുവേണോ? കുറച്ചു ദിവസങ്ങൾകൂടി കാത്തിരിക്ക്........ അതിനുള്ള ഒരുക്കങ്ങൾ തുടങ്ങിക്കഴിഞ്ഞു.” മാഷ് നെടുവീർപ്പിട്ടു.

“ഇ എം എസ് ആഗഹിക്കുന്നതാണോ നെഹ്റു ചെയ്യാൻ പോകുന്നത്?” ഞാൻ. മാഷ് നീട്ടിനീട്ടിച്ചിരിച്ചു. പിന്നെ നിശ്ശബ്ദനായി. എന്നെ തുറിച്ചുനോക്കി. ജാനകീ എന്ന് നീട്ടി വിളിച്ചു. രണ്ടുപ്രാവശ്യം.

ആ വിളിയുടെ അർത്ഥം എനിക്ക് മനസ്സിലായി. രണ്ടു ഗ്ലാസിൽ കട്ടൻ ചായയും ഒരു വസിയിൽ ബിസ്കറ്റുമായി അവർ ഞങ്ങളുടെ അടുത്തെത്തി. അത് അരമതിലിൽവെച്ചു.

“ഇത് എന്റെ സ്റ്റുഡന്റാണ്.” മാഷ് പരിചയപ്പെടുത്തി. അവർ എന്നോട് ഹൃദ്യമായൊന്ന് ചിരിച്ചു തലയാട്ടി അകത്തേക്കു പോയി,

ബിസ്കറ്റും ചായയും കഴിക്കുന്നതിനിടയിൽ ഞങ്ങൾ മറ്റുപലതും സംസാരിച്ചുകൊണ്ടിരുന്നു. പ്രത്യേകിച്ചും കുടുംബകാര്യങ്ങൾ.

തിരിച്ചിറങ്ങാനുള്ള എന്റെ ഭാവം മനസ്സിലാക്കിയ മാഷ് ഒരു സമാപനമെന്നോണം വീണ്ടും പറഞ്ഞു.

“ഇക്കഴിഞ്ഞ ജൂലൈ 11 ന് സിംലയിൽവെച്ച് നമ്പൂതിരിപ്പാടും നെഹ്റുവും തമ്മിൽ ഒരു കൂടിക്കാഴ്ച നടന്നിരുന്നു. അത് രഹസ്യമായിട്ടൊന്നുമല്ല. ആ സംഭാഷണം രണ്ടുമണിക്കൂർ നീണ്ടുപോയി. കേന്ദ്രം ഇടപെട്ടാൽ കേരളത്തിനകത്തും പുറത്തും ബഹുജനപ്രതിഷേധമുണ്ടാകുമെന്ന് ഇ എം എസ് പറഞ്ഞത്രെ. ഇടപെടും എന്ന സൂചനകിട്ടിയതുകൊണ്ടായിരിക്കണമല്ലോ നമ്പൂതിരിപ്പാട് അങ്ങനെ പറഞ്ഞിട്ടുണ്ടാവുക.. ആ ബഹുജനപ്രക്ഷോഭത്തെ നെഹ്റു ഭയക്കില്ലെന്ന് നമുക്കറിയാം. കാരണം, കമ്യൂണിസ്റ്റുകളെ ശരിക്കും മനസ്സിലാക്കിയ ആളാണ് നെഹ്റു. ഇന്ദിരാഗാന്ധിയും കൂടി അവരോടൊന്നിച്ചുണ്ടായിരുന്നു എന്നതുകൂടി നാം കണക്കിലെടുക്കണം. അതും അവർ ഭക്ഷണം കഴിച്ചുകൊണ്ടിരിക്കുമ്പഴ്. എങ്ങനുണ്ട് ആ വിരുന്നുസൽക്കാരം? നെഹ്റു പറയാനുള്ളതെല്ലാം പറഞ്ഞു. ഇ എം എസ് കേൾക്കാനുള്ളതെല്ലാം കേട്ടു. ഇനി വരാനുള്ളതെന്താണെന്ന് ഇ എം എസിനറിയാം. ഇന്ത്യയിലെ ഏറ്റവും നല്ല മനുഷ്യനാണ് നെഹ്റു. ഇ എം എസിനെ അദ്ദേഹത്തിനിഷ്ടവുമാണ്. പിന്നെ ഒരു തമാശകൂടി കേൾക്ക് - ഒരു പത്രപ്രതിനിധി ഇ എം എസിനോട് ചോദിച്ചത്രെ താങ്കളുടെ അഭിപ്രായത്തിൽ കേരളത്തിന്റെ രാഷ്ട്രീയ ഭാവി എന്താണെന്ന്? ദൈവത്തിൽ വിശ്വസിക്കാത്ത ഇ എം എസിന്റെ മറുപടികേട്ടോ: കേരളത്തിന്റെ ഭാവി ദൈവത്തിന്റെ കൈയിലിരിക്കുന്നു! എന്ന്. ഇവിടെ ആരാ ദൈവം? നെഹ്റു അല്ലാതെ ആരാ?” മാഷ് മതിയാകുംവരെ ചിരിച്ചുകൊണ്ടിരുന്നു.

ഒരു പരിധിവരെ ഞാൻ തൃപ്തനായിരിക്കുന്നു എന്നെനിക്കുതന്നെ ബോദ്ധ്യപ്പെട്ട ഒരവസ്ഥ! ആ അവസ്ഥ എത്ര സമയം തുടരുമെന്നറിഞ്ഞുകൂടാ. ഇതിലപ്പുറം മാഷ്ക്ക് എന്തുചെയ്യാനാവും? അച്ഛനെപ്പോലെ ഞാൻ എല്ലാകാര്യത്തിലും സംശയാലുവാണ്. വല്ലാത്തൊരു ശാപം. തന്നെ! ദൈവം ഒരുറച്ച ബുദ്ധി തന്നിരുന്നെങ്കിൽ രക്ഷപ്പെടുമായിരുന്നു.

ഞാൻ എന്റെ പ്രിയപ്പെട്ട അദ്ധ്യാപകനോട് യാത്ര പറഞ്ഞു.

ഇരുപത്തിമൂന്ന്

കുടിയൊഴിപ്പിക്കാനുള്ള ജന്മിയുടെ അവകാശം ഗവൺമെന്റ് നിർത്തലാക്കിയെങ്കിലും കുടിയാൻ കൊടുക്കേണ്ടതായ പാട്ടം കൊടുക്കേണ്ടതില്ലെന്ന നിയമമൊന്നും നടപ്പിലാക്കിയിട്ടില്ലല്ലോ. ഇപ്പോൾ ജന്മി ഒരു ദൂതൻ മുഖേന അച്ഛനോടാവശ്യപ്പെട്ടിരിക്കുന്നത് പാട്ടബാക്കി മുഴുവനും കൊടുത്തുതീർക്കണമെന്നാണ്. എത്ര വർഷത്തെ പാട്ടം കുടിശ്ശികയാ

യിക്കിടക്കുന്നുണ്ടെന്ന കണക്കൊന്നും അച്ഛനറിഞ്ഞുകൂട. അവസാന പാട്ടം ഏത് വർഷത്തിലാണ് കൊടുത്തിരിക്കുന്നതെന്നും അറിഞ്ഞുകൂട. എന്നെങ്കിലും പാട്ടം കൊടുത്തിരുന്നുവോ എന്നുചോദിച്ചാലും ഉത്തരമില്ല! ആഴ്ചയിലൊരിക്കൽ ജന്മിയുമായി കൂട്ടുചേരുകയും ഒന്നിച്ചിരുന്നു മിനുങ്ങുകയും ചെയ്യുന്നത് എന്നുമുതലാണെന്നും ആർക്കും അറിഞ്ഞുകൂട. നല്ല കാലത്തുണ്ടായിരുന്ന നല്ല ബന്ധത്തിൽനിന്നും തുടങ്ങിയിരുന്ന ആ സൗഹൃദത്തിന്റെ അന്ത്യം ഇത്തരത്തിലെത്തിച്ചേരുമെന്ന് അച്ഛൻ ഓർത്തിരിക്കാനും ഇടയില്ലല്ലോ. ഇപ്പോൾ എല്ലാം ഓർത്തിരിക്കേണ്ട ഒരവസരം വന്നെത്തിയിരിക്കുന്നു.

പഴയ ദുരന്തങ്ങളുടെ കഥകൾ എനിക്ക് കേട്ടുകേൾവി മാത്രമായിരുന്നല്ലോ. എനിക്ക് നേരാംവണ്ണം ഓർമ്മവെച്ചകാലം മുതൽ ഞങ്ങൾ രണ്ടു കുടുംബങ്ങളും വളരെ ഐക്യത്തോടുകൂടിത്തന്നെയാണ് ജീവിച്ചുപോരുന്നത്. ഒരു കാലത്തും ഒന്നും സംഭവിച്ചിട്ടില്ലാത്ത ഒരു ജീവിതം! അച്ഛൻ ജ്യേഷ്ഠത്തിയമ്മയുടെ കുടുംബത്തിനു പ്രത്യേകമായൊന്നും ചെയ്യുന്നില്ലെന്ന് മാത്രം. അവർ സ്വതന്ത്രമായ ഒരു കുടുംബമായിക്കഴിഞ്ഞുപോകുന്നു. അവിടുത്തെ കുട്ടികളും ഞങ്ങളും ഒന്നിച്ച് കളിക്കുന്നു. ഒന്നിച്ച് നടക്കുന്നു. ഒരേ കുടുംബത്തിലെ അംഗങ്ങളെപ്പോലെ പെരുമാറുന്നു. ഒരു കാര്യത്തിലുമില്ല വഴക്കും വക്കാണവും. സ്വത്തുഭാഗം ചെയ്യലുമായുണ്ടായ തർക്കങ്ങൾപോലും ഞങ്ങൾ കുട്ടികളുടെ മനസ്സിൽ എത്തിയിരുന്നില്ല. വലിയവരാകട്ടെ അതൊരു കുടുംബകാര്യം എന്നനിലയിലേ കൈകാര്യം ചെയ്തിരുന്നുള്ളു. അതിനിടയിൽ ഇത്തിരി വല്ലതും ഉണ്ടായെങ്കിൽത്തന്നെ അതെല്ലാം അതോടെ അവസാനിക്കുകയും ചെയ്തിരുന്നു.

ഇപ്പോൾ പാട്ടബാക്കി ഒന്നിച്ചുകൊടുക്കേണ്ട ബാദ്ധ്യത രണ്ട് കുടുംബങ്ങൾക്കും ഒന്നിച്ചുള്ളതാണ്. ഭാഗം പിരിഞ്ഞാലും മുൻകാലബാദ്ധ്യതകളിൽനിന്ന് ഒരു കൂട്ടർക്കുമാത്രം ഒഴിഞ്ഞുമാറാനാവില്ലല്ലോ. എങ്കിലും ആരാണ് ഇതിനുത്തരവാദി? കുറ്റംചെയ്തതാരാണ്? ഈ ചോദ്യങ്ങളുടെ ഉത്തരത്തിൽനിന്നും അച്ഛന് ഒഴിഞ്ഞുമാറാനാവില്ല. കാരണം, ഒരു നീണ്ട കാലം അച്ഛനായിരുന്നല്ലോ അമരത്തിൽ ഇരിപ്പുറപ്പിച്ചിരുന്നത്.

ഒരു പ്രേതം രണ്ടു പുരകളിൽ കയറി ഉപദ്രവം തുടങ്ങിയിരിക്കുന്നു എന്നല്ലേ ഇതിന്റെ അർത്ഥം? അങ്ങനെയല്ലെന്നുപറയാൻ ആർക്കുമാവില്ല. അതിനെപ്പിടിച്ച് കുടത്തിലിട്ട് തെക്കുവശത്തെ പാലച്ചുവട്ടിൽ കുഴിയെടുത്ത് അതിൽ അടക്കംചെയ്യണം. അതിനെന്തു വഴി?

വലിയവലിയ കാര്യങ്ങളെക്കുറിച്ച് സംസാരിക്കുകയും ചിന്തിക്കകയും ചെയ്തുകൊണ്ടിരിക്കുന്ന ഒരു സന്ദർഭത്തിലാണല്ലോ സ്വന്തം കാലിന്നടിയിലെ മണ്ണ് പതുക്കെപ്പതുക്കെ നീങ്ങിപ്പോകുന്നത്?

സംസ്ഥാന മന്ത്രിസഭയുടെ ആയുസ്സും ജവഹർലാൽ നെഹ്റുവിന്റെ ചിന്താഗതിയും എന്റെ മനസ്സിൽക്കിടന്ന് നട്ടംതിരിയുന്ന ഒരു സന്ദർഭത്തിൽ ഞാൻ ഏതിനാണ് മുൻതൂക്കം കൊടുക്കേണ്ടത്? എന്റെ ജീവിതം വഴിമുട്ടുന്നതാണോ മന്ത്രിസഭ വഴിമുട്ടുന്നതാണോ ഗുരുതരം? മറ്റൊന്നും

ചിന്തിക്കാതെ അടങ്ങിയൊതുങ്ങി ജീവിക്കുന്നവന്റെ കൂടെ ശാന്തിയും സമാധാനവും കൂട്ടിനെത്തുമെന്നതോന്നൽ ബലപ്പെട്ടുവരികയാണ്.

എന്നാൽ അച്ഛൻ ഇപ്പോൾ ഒരു തീരുമാനത്തിലുമെത്താനാവാതെ ഒന്നുകൂടി കുഴഞ്ഞുമറിഞ്ഞ അവസ്ഥയിലാണെത്തിയിരിക്കുന്നത്. ജന്മി ദല്ലാൾ മുഖേന പാട്ടം തീർത്തുകൊടുക്കാനാവശ്യപ്പെട്ടത് ഒരു പക പോക്കലല്ലേ എന്നാണ് അച്ഛന്റെ സംശയം. പാർട്ടിക്കാരനായ പ്രമാണി യുടെ ദല്ലാൾ മുഖം കറുപ്പിച്ചുകൊണ്ടാണ് അന്ന് പിരിഞ്ഞുപോയത്. കോൺഗ്രസിൽച്ചേരാത്തതിന്റെ പ്രതികാരം അയാൾ ഏതെങ്കിലുംവഴിക്ക് തീർക്കുമെന്ന് അച്ഛൻ അന്നേ സംശയിച്ചിരുന്നതാണ്. ജന്മിയുടെ അടുത്തബന്ധുവും കൂടിയാണ് നേതാവ്. അയാളുടെ പ്രേരണകൊണ്ടാ വണം ജന്മി ഈ അവസാനനിമിഷത്തിൽ മുഴുവൻ പാട്ടവും ആവശ്യ പ്പെട്ടത്. ഇത്രയും കാലം പാട്ടത്തെക്കുറിച്ച് മിണ്ടാതിരുന്ന ജന്മി ഇത്രയും പെട്ടെന്ന് പാട്ടം തീർത്തുചോദിക്കാൻ മറ്റെന്തുകാരണമാണുള്ളത്?

ഒരർത്ഥത്തിൽ അച്ഛനിപ്പോൾ ഒഴുക്കിൽക്കുത്തിയ വടിയുടെ അവ സ്ഥയിലാണ്. എന്നും ഒരേ പാർട്ടിക്കാരനായി നില്ക്കുന്നതുകൊണ്ടെ ന്തുകാര്യം എന്ന് ഇടയ്ക്കിടെ ചോദിച്ചുകൊണ്ടിരിക്കുന്നതിന്റെ അർത്ഥം എനിക്ക് മനസ്സിലാകുന്നുണ്ട്. പാർട്ടി ആവശ്യമുള്ളപ്പോൾ പാർട്ടിവേണം. പാർട്ടി ഒരാവശ്യമല്ലാതാകുമ്പോൾ കൈയൊഴിയണം. ഭാരിച്ച പാട്ടബാക്കി ഒഴിവാക്കിക്കിട്ടുമെങ്കിൽ കോൺഗ്രസിൽ ചേരുന്നതിൽ എന്താണ് തെറ്റ്? അത് തെറ്റാണെങ്കിൽ അത്രയും പണം കമ്യൂണിസ്റ്റുപാർട്ടി സ്വന്തം കീശയിൽനിന്നെടുത്ത് തരട്ടെ. ഈ രീതിയിലൊക്കെ പിച്ചുംപേയും പറയാൻ തുടങ്ങിയിരിക്കുകയാണ് അച്ഛനിപ്പോൾ.

കുടിയാനും പാട്ടവുമൊന്നും എന്റെ പഠനവിഷയത്തിൽപ്പെട്ട കാര്യ ങ്ങളേയല്ല. വിറ്റവില, വാങ്ങിയവില, ലാഭം, നഷ്ടം എന്നിത്യാദി കണ ക്കുകളൊക്കെ ഞാൻ പഠിച്ചുവരുന്നതേയുള്ളു. ജന്മി ഒരു നീണ്ടകാല ത്തിനിടയിൽ മുറിച്ചുകൊണ്ടുപോയ മരങ്ങളുടെ വില എത്രവരും? ആ കണക്ക് ആരെങ്കിലും സൂക്ഷിച്ചിട്ടുണ്ടോ? ആകെ കൊടുക്കാനുള്ള പാട്ട സംഖ്യ കണക്കാക്കിയാലും ബാക്കിപണം നമുക്ക് തിരിച്ചുകിട്ടേണ്ടതല്ലേ? കണക്കുപറയുമ്പോൾ കണക്കുതന്നെ പറയേണ്ടതല്ലേ? ഈ കാര്യം ഞാൻ അച്ഛന് വിശദമാക്കിക്കൊടുത്തു.

മരങ്ങൾ മുറിച്ചുവിറ്റതിന് എന്തുതെളിവാണുള്ളത്? കുഴിക്കൂറുകൾ ജന്മിക്കുള്ളതാണെന്ന് ആധാരത്തിൽത്തന്നെ എഴുതിയിട്ടുമുണ്ട്. ഉറപ്പി ല്ലാത്ത ഇത്തരം പിടിവള്ളികളിൽ പിടിച്ചുതൂങ്ങുന്നതിലർത്ഥമില്ലെന്ന് തന്നെ അച്ഛൻ പറഞ്ഞുകൊണ്ടിരുന്നു.

ചാത്തുണ്ണിയേട്ടൻ ജനസംഘക്കാരനായി മാറിയകഥ അച്ഛനറിഞ്ഞി രുന്നില്ല. ഇനി അതും കൂടി അറിയുമ്പോൾ ഒരുപക്ഷേ, കോൺഗ്രസിൽ ചേരുന്നതിനുപകരം ജനസംഘത്തിൽ ചേരാൻ തയ്യാറെടുത്തെന്ന് വരും. അച്ഛന്റെ രാഷ്ട്രീയത്തിന് അത്രയേ ഉറപ്പുള്ളു. ഒരു കരിയാട്ടിക്കിളി തെങ്ങോലയിൽ ഊഞ്ഞാലാടുന്നതുപോലെ മനസ്സിനൊത്ത് ആടണ മെന്നേയുള്ളു, മരം ഏതായാലും മതി.

കുടിയാനുകിട്ടേണ്ടിയിരുന്ന ആശ്വാസങ്ങളെല്ലാം കിട്ടിക്കഴിഞ്ഞിട്ടും അതെല്ലാം അപകടപ്പെടുത്തുന്ന ഒരവസ്ഥ! അതിന്റെ കാരണങ്ങളെക്കുറിച്ച് വിവരിക്കാൻതന്നെ പ്രയാസം. പണ്ടത്തെ ഒരണ പാട്ട ബാക്കിയുടെ കഥ മറക്കാവുന്നതല്ല. അപ്പോൾ ഇന്നത്തെ ഇരുപത്തിയാറ് ഉറുപ്പിക പാട്ടബാക്കിയുടെ കഥയോ? അച്ഛൻ ഇതൊക്കെയാവും ഓർത്തുകൊണ്ടിരിക്കുന്നത്..

എന്തെങ്കിലും ഒരു പ്രശ്നമുണ്ടായാൽ അക്കാര്യത്തിൽ ഇടപെടാൻ ആരുമില്ലാത്ത ഒരു കുടുംബം. പഴയ പ്രതാപത്തെക്കുറിച്ച് പറഞ്ഞുനടക്കാമെന്നല്ലാതെ ചിത്രത്തിൽ വരച്ച ചുരയ്ക്കകൊണ്ട് കറിയുണ്ടാക്കാനാവില്ലല്ലോ. തമ്മിൽഭേദം തൊമ്മനെന്നപോലെ ആകെയുള്ളത് ഒരു ചാത്തുണ്ണിയേട്ടൻ. രാമുണ്ണിനായർ പാർട്ടിക്കാരനായതുകൊണ്ട് വല്ലപ്പോഴും വന്നെന്നിരിക്കും. കുടുംബക്കാർ എണ്ണത്തിലേറെ ഉണ്ടായിട്ടെന്തുകാര്യം. അധികംപേരും ദരിദ്രരാണ്. പിന്നെ വിദ്യാഭ്യാസമില്ലാത്തവരും. അദ്ധ്വാനിക്കാൻ തയ്യാറുള്ളവരും കെല്പുള്ളവരും ഏറെയുണ്ട്, പക്ഷേ, അവരുടെയൊക്കെ താല്പര്യം അന്നന്നത്തെ ദിവസങ്ങളിലാണ്. നാളെയെക്കുറിച്ച് ആരും ഓർക്കുന്നേയില്ല. കുട്ടികളെപ്പോലും കഷ്ടപ്പെട്ട് പഠിപ്പിക്കാൻ ആരും തയ്യാറാകുന്നില്ല. അതുകൊണ്ട് കുട്ടികളും കഷ്ടപ്പെടാൻ തയ്യാറാകുന്നില്ല. പെൺകുട്ടികളെ പത്താം വയസ്സു കഴിഞ്ഞാൽ സ്കൂളിലേക്ക് വിടാൻ മടിക്കുന്നു. പിന്നെ ഒരു കല്യാണത്തിന്റെ 'ശവക്കുഴി'യിൽ അടക്കം ചെയ്യാനാണവർക്കു താല്പര്യം.

എങ്കിലും പ്രശ്നം എവിടെയെങ്കിലും അവതരിപ്പിക്കണമല്ലോ. ഞാൻ ചാത്തുണ്ണിയേട്ടനെത്തന്നെ ചെന്നുകണ്ടു. വിവരങ്ങൾ അറിയിച്ചു. വെള്ളംകുടഞ്ഞ് കുതിർത്തെടുത്ത ബീഡിയില വെട്ടിക്കൊണ്ടിരിക്കുന്ന ചാത്തുണ്ണിയേട്ടൻ എല്ലാം മൂളിക്കേട്ടു.

"ജന്മിയെ നമുക്ക് നേരിട്ടൊന്ന് കണ്ടാലെന്താ?" ചാത്തുണ്ണിയേട്ടൻ ചോദിച്ചു.

"നേരിട്ടുകാണാം." ഞാൻ പറഞ്ഞു:

"വീട്ടിൽ പോകേണ്ടിവരും."ചാത്തുണ്ണിയേട്ടൻ.

"വീട്ടിൽ പോകാം" ഞാൻ.

അന്ന് വൈകുന്നേരം തന്നെ ചാത്തുണ്ണിയേട്ടൻ ഒരു കെട്ട് ബീഡിയുമായി പുരയിലെത്തി. അച്ഛനോട് കൂടുതൽ കാര്യങ്ങൾ ചോദിച്ചറിഞ്ഞു. അതോടെ ഒരുകാര്യം വ്യക്തമായി. ഒരാളെ പാർട്ടി മാറ്റിയാൽ ദല്ലാൾക്ക് ഇരുനൂറ് ഉറുപ്പിക കിട്ടും. ദല്ലാൾ അത് അമ്പതോ നൂറോ തരംപോലെ കക്ഷികൾക്ക് കൊടുക്കും. വഴങ്ങാത്ത കക്ഷികളോട് ദല്ലാൾക്ക് പ്രത്യേകിച്ച് വിരോധമൊന്നും തോന്നേണ്ടതില്ല. ഇതൊരു കച്ചവടം! അച്ഛൻ ധരിച്ചുവെച്ചതത്രയും തെറ്റിദ്ധാരണമൂലമാണ്. പ്രമാണി പ്രമാണിയുടെ പാട്ടിന് പോകും. ദല്ലാൾ ദല്ലാളിന്റെ പാട്ടിനും.

"ഇനി എന്തുചെയ്യും?" അച്ഛൻ ചോദിച്ചു.

"ഞങ്ങള് പോയിവരട്ടെ." ചാത്തുണ്ണിയേട്ടൻ പറഞ്ഞു:

അടുത്തദിവസം തന്നെ മങ്ങാട്ടങ്ങാടി മുറിച്ചുകടന്ന് ഞങ്ങൾ ജന്മിയുടെ വീട്ടിലെത്തി.

പൂമുഖത്തെ മരക്കസേരകളിലിരുത്തി ജന്മി ഞങ്ങളോട് സംസാരിക്കാൻ തയ്യാറായി. ചാത്തുണ്ണിയേട്ടൻ കാര്യങ്ങൾ വിശദീകരിച്ചു. എല്ലാം കേട്ടശേഷം ജന്മി ചോദിച്ചു

"ഞാൻ ജന്മി, നിങ്ങള് കുടിയാൻ. കുടിയാൻ ജന്മിക്ക് പാട്ടം കൊടുക്കുന്നതോ കൊടുക്കാതിരിക്കുന്നതോ മര്യാദ?"

"കൊടുക്കുന്നത്" ചാത്തുണ്ണിയേട്ടൻ.

"കുടിയാൻ അത് ചെയ്തിട്ടുണ്ടോ?"

"ഉണ്ടാകണമല്ലോ" അല്പം സംശയത്തോടെയായിരുന്നു ഉത്തരം.

"എന്നാൽ ഇല്ല." ജന്മി തുടർന്നു. പാട്ടം തീർത്തുതന്ന് ഒരു രസീതി കൈയിൽ വെക്കുന്നതാണ് കുടിയാന് നല്ലത്, പാട്ടം തീർത്തുവാങ്ങുന്നതാണ് ജന്മിക്കും നല്ലത്. നിയമങ്ങൾ മാറിമാറി വരുമ്പഴ് ജന്മി ജന്മിയായും കുടിയാൻ കുടിയാനായും നില്ക്കുന്നതല്ലെ ഭംഗി?"

"അതൊക്കെ ശരി, പക്ഷേ, എത്രയോ കൊല്ലത്തെ പാട്ടം കൊടുക്കാൻ ഒരു കുടിയാനെക്കൊണ്ടാവ്വോ?" ചാത്തുണ്ണിയേട്ടൻ.

"ആവ്വോ, ആവില്ലേന്ന് എനിക്കറിഞ്ഞുകൂട. ഞാനത് വാങ്ങാണ്ടിരിക്കാൻ പറ്റ്വോ? അതെന്റെ അവകാശമല്ലേ?" ജന്മി ചോദിച്ചു.

"അതൊക്കെ ശരി. എന്നാലും വല്യൊരു സംഖ്യ്യണ്ടാവില്ലെ? അതൊന്ന് മയപ്പെടുത്തിക്കൊടുക്കണം. ഒന്നോ രണ്ടോകൊല്ലത്തേതാക്കി ഒന്നു കുറച്ചുകൊടുക്കണം. നിവർത്തിയില്ലാഞ്ഞിട്ടാ." ചാത്തുണ്ണിയേട്ടൻ പറഞ്ഞു.

"ഒരു പന്ത്രണ്ട് കൊല്ലത്തേതാക്കി കുറച്ചുതരാം. ശരിക്കുപറഞ്ഞാൽ പതിനെട്ടുകൊല്ലത്തേതുണ്ട്. പൈസയും ആയിട്ട് വരുമ്പഴ് രസീതിയും തരാം. ഇനി വേറെയെന്തെങ്കിലും പറയാനുണ്ടോ?" ജന്മിയുടെ ശബ്ദം കനത്തു.

"പന്ത്രണ്ടോ?" ചാത്തുണ്ണിയേട്ടൻ അത്ഭുതപ്പെട്ടു.

ജന്മി മറുപടിയൊന്നും പറയാതെ ഇരുന്നിടത്തുനിന്നും എഴുന്നേറ്റു. സംസാരം മതിയാക്കി എന്നർത്ഥം വരുന്ന വിധത്തിലായിരുന്നു ആ എഴുന്നേല്പ്. അതോടെ ചാത്തുണ്ണിയേട്ടനും സംസാരം നിർത്തി. യാത്ര പോലും പറയാതെ ഞങ്ങൾ ഇറങ്ങിനടന്നു.

അന്ന് വൈകുന്നേരം മാനിപുരത്ത് കോൺഗ്രസുകാരുടെ പൊതുയോഗമുണ്ടെന്നും ഏതോ വലിയ നേതാക്കന്മാർ പങ്കെടുക്കുന്നുണ്ടെന്നും ഉച്ചഭാഷിണിയിലൂടെയുള്ള അറിയിപ്പ് ഞങ്ങൾ കേട്ടു. സമരം ഇനി അധികകാലം നീണ്ടുനില്ക്കില്ലെന്നും മിക്കവാറും ഒരാഴ്ചയ്ക്കുള്ളിൽ ത്തന്നെ അവസാനമുണ്ടാകാനിടയുണ്ടെന്നും ചാത്തുണ്ണിയേട്ടൻ പറഞ്ഞു. പക്ഷേ, എനിക്കത് വിശ്വസിക്കാനായില്ല. കാരണം, മന്ത്രിസഭ രാജിവെക്കില്ലെന്നുറപ്പാണ്. നെഹ്റു മന്ത്രിസഭ പിരിച്ചുവിടുമെന്ന് വിശ്വസിക്കാനും ആവുന്നില്ല. പിന്നെ എന്തെങ്കിലും ഒരു ഒത്തുതീർപ്പുണ്ടാകണം. വിമോചനസമരക്കാരാകട്ടെ ഒരൊത്തുതീർപ്പിനും തയ്യാറല്ലാത്തവരുമാണ്!

"ചാത്തുണ്ണിയേട്ടന് വല്ല വിവരവും കിട്ടിയിട്ടുണ്ടോ?" ഞാൻ ചോദിച്ചു.

“ഇനിയെന്ത് കിട്ടാനിരിക്കുന്നു? നാടാകെ നശിച്ചില്ലേ.? സ്കൂളുകളൊക്കെപ്പൂട്ടി, ബസുകൾ ഓടുന്നില്ല, പൊലീസ് മർദ്ദനം, പിക്കറ്റിങ്, അറസ്റ്റ്, ജയിൽ, ജാഥ, പ്രക്ഷോഭം, പ്രതിരോധം, ഹർത്താൽ, ദീപശിഖ പിന്നെ എന്തൊക്കെ? പൊലീസുകാർക്ക് മതിയായി. ഇനിയും മതിയാകാത്തത് കോൺഗ്രസുകാർക്കാ, അതുകൊണ്ടല്ലേ ഈ പൊതുയോഗം? ഇനി അവർക്കുകൂടി മതിയാകത്തക്ക ഒരു പണി അച്ഛനും മകളും ഒപ്പിച്ചുകൊടുക്കും. അപ്പോൾ എല്ലാം തീരും!” ചാത്തുണ്ണിയേട്ടൻ പറഞ്ഞു.

“ആ പണി എന്തായിരിക്കും?” ഞാൻ ചോദിച്ചു.

“ഒരാഴ്ചകൂടി കാക്ക്. നിനക്ക് കാണാം.”

ഞാനൊന്നും പറഞ്ഞില്ല. ചാത്തുണ്ണിയേട്ടൻ ഇപ്പോൾ ജനസംഘക്കാരനാണല്ലോ. കമ്യൂണിസ്റ്റുകാർ പറയുന്നതുപോലെ പറഞ്ഞെന്നുവരില്ല. കോൺഗ്രസുകാർ പറയുന്നതുപോലെയും പറഞ്ഞെന്നുവരില്ല. ജനസംഘക്കാർ എന്താണ് പറയുകയെന്ന് എനിക്കൂഹിക്കാൻപോലും കഴിയുന്നുമില്ല. ഗാന്ധിജിയെ വെടിവെച്ചുകൊന്നവരുടെ പാർട്ടിയാണെന്ന് ചിലരൊക്കെ പറഞ്ഞതായി കേട്ടിരുന്നു. പക്ഷേ, അത് ശരിയല്ലെന്നും പിന്നീട് കേട്ടു. ആർ എസ് എസുകാരാണെന്നാണ് അവസാനം കേട്ടത്. നാഥൂറാം ഗോഡ്സെ ആർ എസ് എസുകാരനായിരുന്നുവത്രെ. അതും ഞാൻ വിശ്വസിച്ചിരുന്നില്ല. ഒരു ഹിന്ദുവിനെ മറ്റൊരു ഹിന്ദു വെടിവെച്ച് കൊല്ലുമോ? അവസാനം കാരണമുണ്ടെങ്കിൽ കൊല്ലും എന്നായിരുന്നു എനിക്ക് കിട്ടിയ ഉത്തരം.

ഇരുപത്തിനാല്

ഞാൻ ധൃതിപിടിച്ചിറങ്ങിയിട്ടും പൊതുയോഗം തുടങ്ങുന്നതിനു മുമ്പേ അങ്ങാടിയിലെത്താൻ എനിക്കായില്ല. മക്കാട്ടുകടവിൽ തോണി കയറിയപ്പോൾത്തന്നെ പ്രസംഗം കേട്ടുതുടങ്ങിയിരുന്നു.

നിസ്കാരപ്പള്ളിക്ക് തൊട്ടുള്ള ചില്ലാനപ്പീടികയുടെ കോലായിലാണ് സ്റ്റേജ്. രണ്ടുമൂന്ന് വെള്ളക്കുപ്പായക്കാർ ഇരിക്കുന്നുണ്ട്. ഒരു മദ്ധ്യവയസ്കനാണ് പ്രസംഗിച്ചുതുടങ്ങിയിരിക്കുന്നത്.

“........അങ്ങനെ ഞാൻ കാസർഗോട്ടെത്തുമ്പോഴേക്കും ഇതിനെല്ലാം ഒരവസാനമുണ്ടായിത്തീരും കാരണം - ഇപ്പോഴത്തെ സ്ഥിതിഗതികൾ സ്റ്റേറ്റ് ഗവൺമേന്റിന്ന് നിയന്ത്രണാതീതമായിക്കഴിഞ്ഞിരിക്കുന്നു. സ്റ്റേറ്റിലുടനീളം അരക്ഷിതാവസ്ഥ നിലനില്ക്കുകയാണ്. എല്ലാം നിങ്ങൾക്കറിയാമല്ലോ. ഞാനെന്തിനത് വിശദീകരിക്കണം.

കോഴിക്കോട് കളക്ടറേറ്റ് പിക്കറ്റിങ് കാണാനെത്തിയ ജനക്കൂട്ടത്തിനുനേരെപ്പോലും പൊലീസ് ലാത്തിച്ചാർജ് നടത്തിക്കഴിഞ്ഞു. അതുകൊണ്ടുതന്നെ കൂടുതൽ അക്രമങ്ങളുണ്ടാകാതിരിക്കാൻ കേരളത്തിലേക്ക് പട്ടാളത്തെ അയക്കാൻ കേന്ദ്രവും തീരുമാനിച്ചുകഴിഞ്ഞു. ആർ ശങ്കറാകട്ടെ കുറ്റപത്രവുമായി ദില്ലിയിലേക്കും പുറപ്പെട്ടുകഴിഞ്ഞു. 57

ഭാഗങ്ങളിലായി 16000 വാക്കുകളുള്ള കുറ്റപത്രം ഇന്ത്യൻ പ്രസിഡന്റിന് സമർപ്പിക്കാനുള്ളതാണ്. തിരുവനന്തപുരത്താകട്ടെ പ്രതിപക്ഷ എം എൽ എമാർ അറസ്റ്റ് വരിച്ചുകൊണ്ടിരിക്കുകയുമാണ്. അവരോട് ഐക്യ ദാർഢ്യം പ്രകടിപ്പിച്ചുകൊണ്ട് വ്യാപാരികളും സമരത്തിനിറങ്ങിയിരിക്കുകയാണ്. അവിടെ ലാത്തിയടിയും ചൂരൽ പ്രയോഗവും യാതൊരു വകതിരിവുമില്ലാതെ നടന്നുകൊണ്ടിരിക്കുകയാണ്. ശ്രീ. മാധവമേനോനും എവിക്കുട്ടിമാളുഅമ്മയും ജയിലിലായിക്കഴിഞ്ഞു. കോട്ടയത്താകട്ടെ എസ് എൻ ഡി പിയും സമരത്തിലാണ്. അവരുടെ യോഗം ജനറൽ സെക്രട്ടറി കെ ആർ നാരായണൻ വൈക്കത്ത് അറസ്റ്റിലുമായിക്കഴിഞ്ഞു.

അങ്കമാലിയിൽ ആയിരത്തിലേറെ സ്ത്രീകൾ അറസ്റ്റുവരിച്ചുകഴിഞ്ഞല്ലോ. തലശ്ശേരിയിലും മതിലകത്തും ലാത്തിച്ചാർജും നടന്നു കഴിഞ്ഞു. കേരളത്തിൽ പ്രസിഡന്റ് ഭരണം ഏർപ്പെടുത്തണമെന്ന് ജന സംഘവും ആവശ്യപ്പെട്ടു കഴിഞ്ഞു. സോഷ്യലിസ്റ്റ് പാർട്ടിയുടെ നേതാക്കൾ നേരത്തെ ഈ ആവശ്യം ഉന്നയിച്ചുകൊണ്ടിരുന്നതുമാണ്. എന്നാൽ കമ്യൂണിസ്റ്റുപാർട്ടിയാകട്ടെ ഒരു കാരണവശാലും മന്ത്രിസഭ രാജിവെക്കരുതെന്നുള്ള തീരുമാനത്തിൽ കൂടുതൽക്കൂടുതൽ ശക്തിയിൽ ഉറച്ചു നില്ക്കുകയുമാണ്. എന്നാൽ പ്രതിപക്ഷമാകട്ടെ ഗവർണ്ണർക്ക് നിവേദനവും കൊടുത്തുകഴിഞ്ഞു. മന്ത്രിസഭ പിരിച്ചുവിട്ട് പുതിയ തിരഞ്ഞെടുപ്പ് നടത്തണമെന്നതാണ് അവരുടെ ആവശ്യം. അങ്കമാലിയിൽ നിന്നും കൊളുത്തിയ ദീപശിഖയും വഹിച്ചുകൊണ്ടുള്ള ഘോഷയാത്ര രാജ്ഭവനിൽ എത്തിയ ദിവസം തന്നെയായിരുന്നു, നേതാക്കന്മാർ ഗവർണറുമായി കൂടിക്കാഴ്ച നടത്തിയത്.

സ്ഥിതിഗതികൾ ഇത്രയുമൊക്കെ ആയിക്കഴിഞ്ഞ സ്ഥിതിക്ക് ഒരു കാര്യം നമുക്ക് തീർച്ചയായും മനസ്സിലാക്കാം. കേന്ദ്രത്തിന് ഇനിയും ഒരു നിമിഷം പോലും നോക്കിയിരിക്കാനാവില്ല. വ്യക്തമായ ഒരു നിലപാടെടുക്കേണ്ടിവരും. തിരഞ്ഞെടുപ്പ് നിർദ്ദേശം കമ്യൂണിസ്റ്റുകൾ നിരസിച്ചിരിക്കുകയാണല്ലോ. രാജിവെക്കരുതെന്നുള്ള ആവശ്യം പാർട്ടിയിൽ കൂടുതൽ കൂടുതൽ ശക്തിയായി ഉയർന്നുവരുമ്പോൾ എന്താണ് സംഭവിക്കുക.

സ്ഥിതിഗതികൾ ഇങ്ങനെയൊക്കെയാണെങ്കിലും ഈ നിർണ്ണായക ഘട്ടത്തിലും ശ്രീ. മന്നത്തുപത്മനാഭനും പട്ടംതാണുപിള്ളയും പ്രസിഡന്റിനെ സന്ദർശിച്ചുകഴിഞ്ഞു. കേരളത്തിലെ സ്ഥിതിഗതികൾ വളരെ വിശദമായി ചർച്ചചെയ്തു. വളരെ തൃപ്തികരമായിരുന്നു ആ സംഭാഷണം എന്നാണ് നേതാക്കൾ അറിയിച്ചത്. ആളപായമൊന്നുമുണ്ടായില്ലെങ്കിലും ഈ സമയത്ത് ചെണ്ടൂരിലുമുണ്ടായല്ലോ വെടിവെപ്പ്? സംഗതികൾ ഇത്രത്തോളമെത്തിയപ്പോഴാണ് ഇന്ദിരാഗാന്ധിയും രംഗത്തെത്തിയത്. കേന്ദ്രം കേരളത്തിലിടപെടാൻ വളരെ വൈകിപ്പോയെന്നാണ് അവർ പ്രസ്താവനയിൽ പറഞ്ഞത്. ജനങ്ങൾ കാണിക്കുന്ന അച്ചടക്കത്തിനും അക്രമരാഹിത്യത്തിനും അവർ പ്രശംസയർപ്പിക്കാനും തയ്യാറായി,

ഏറ്റവും അവസാനമായി വിമോചനസമരസമിതി തീരുമാനിച്ചിരിക്കുന്നതെന്താണെന്നറിയാമോ? ഇന്ത്യാ സംരക്ഷണദിനം! എന്നു പറഞ്ഞാൽ കമ്യൂണിസത്തിൽനിന്നും ഇന്ത്യയെ രക്ഷിച്ചെടുക്കുക എന്ന ദൗത്യം ലോകത്തെ അറിയിക്കുന്ന ദിവസം! ആഗസ്ത് 9 മുതൽ അതാരംഭിക്കും. പക്ഷേ, അതിന്റെ ആവശ്യം ഉണ്ടാകില്ലെന്നുതന്നെ ഞാൻ കരുതുന്നു. അതിനുമുമ്പുതന്നെ കമ്യൂണിസം എന്ന ആപത്തിൽനിന്ന് നമ്മൾ മോചനം നേടിയെടുക്കും എന്നാണെന്റെ വിശ്വാസം!

ഇനിയും ഞാൻ ദീർഘിപ്പിക്കുന്നില്ല. എനിക്കുശേഷം ഇനിയും നേതാക്കന്മാർ പ്രസംഗിക്കാനുണ്ട്. നിങ്ങൾ ഏവർക്കും സർവ്വമംഗളങ്ങളും നേർന്നുകൊണ്ട് ഞാൻ അവസാനിപ്പിക്കുന്നു. ഈ സമരത്തെ അതിന്റെ വിജയത്തിലേക്കെത്തിക്കുവാൻ പുതുതായി പാർട്ടിയിലേക്ക് വന്നവരോടും, മുമ്പേ പാർട്ടിയിലുള്ളവരോടും വിശിഷ്യനാട്ടുകാരോടും വിനീതമായി ഞാൻ അഭ്യർത്ഥിക്കുന്നു...."

കേട്ടുകേട്ട് തഴമ്പിച്ച പ്രസംഗത്തിന്റെ മറ്റൊരു പതിപ്പല്ലേ ഈ പ്രസംഗവും? കഴിഞ്ഞ കുറച്ചുമാസങ്ങളായി കേരളത്തിൽ നടന്നുകൊണ്ടിരിക്കുന്ന സംഭവവികാസങ്ങളെ ഓരോ പാർട്ടിക്കാരനും അവന്റെ ഇംഗിതത്തിനനുസരിച്ച് വ്യാഖ്യാനിക്കുന്നു! ഇതിനപ്പുറമൊന്നുള്ളതായി എനിക്കുതോന്നിയില്ല. ഇനിയുള്ള പ്രസംഗവും ഇത്തരത്തിലുള്ളതായിരിക്കാനാണ് സാദ്ധ്യത. ഞാൻ തിരിച്ചുനടക്കാനുള്ള തീരുമാനത്തിലെത്തി.

രണ്ടാമത് പ്രസംഗിക്കാൻ തുടങ്ങിയ ചെറുപ്പക്കാരന്റെ ശബ്ദവും ശൈലിയും തുടക്കത്തിൽത്തന്നെ സദസ്യരിൽ ചിലരെ സ്റ്റേജിനടുത്തേക്ക് വലിച്ചിഴച്ചുകൊണ്ടുപോകുന്നതായിക്കണ്ടു. ചിലർ അദ്ദേഹത്തിന്റെ പ്രസംഗം നേരത്തെ കേട്ടിട്ടുള്ളവരായിരിക്കണമെന്നും ഞാൻ കരുതി. ആരും അറിയാതെ കേട്ടുപോകുന്ന ഒരീണത്തിലായിരുന്നു തുടക്കം. പ്രാസംഗികന്റെപേർ തുടക്കത്തിലേ ഞാൻ ശ്രദ്ധിച്ചിരുന്നുമില്ല. അതുകൊണ്ട് ഒരോട്ടച്ചെമ്പുപോലെ ഞാനും തെല്ലിട നിന്നിടത്തുതന്നെ നിന്നുപോയി. അദ്ദേഹം പ്രസംഗം തുടരുകയാണ്.

"..........നമ്മുടെ പ്രധാനമന്ത്രി ജവഹർലാൽ നെഹ്റുവിനെക്കുറിച്ച് ഈ നാട്ടിലെ കമ്യൂണിസ്റ്റുകൾ ഇക്കാലമത്രയും പറഞ്ഞുപരത്തിയ നുണകൾ ഒരു കോൺഗ്രസുകാരനും സഹിക്കാവുന്നതല്ല. ജനാധിപത്യത്തെ കശാപ്പുചെയ്യുന്നവനെന്നും സമരനേതാക്കളുടെ കുഴലൂത്തുകാരനെന്നും പാവപ്പെട്ടവരുടെ യമകിങ്കരനെന്നും അദ്ധ്വാനിക്കുന്നവന്റെ ശത്രുവെന്നും അവർ ജവഹർലാലിനെ വിശേഷിപ്പിച്ചുകൊണ്ടിരുന്നു. ജനാധിപത്യപരവും ന്യായയുക്തവുമായ ഈ വിമോചനസമരത്തെ അടിച്ചമർത്താത്തതിന്റെ പ്രതിഷേധമാണവർക്ക്. എന്നാൽ സാക്ഷാൽ നെഹ്റു ആരാണ്?

ഈ സമരം തുടങ്ങിയതിനുശേഷം നെഹ്റു പറഞ്ഞ ഓരോ വാക്കും ഓരോ പ്രസ്താവനയും സൂക്ഷ്മമായി പരിശോധിച്ചാൽ എല്ലാം പൂർണ്ണമായും നമുക്ക് ബോദ്ധ്യമാവും. സമരം തുടങ്ങിക്കഴിഞ്ഞപ്പോൾ അദ്ദേഹം പറഞ്ഞു. "കേരളത്തിലെ സംഭവങ്ങളിൽ തനിക്ക് ഉൽക്കണ്

ഠയും മനംമടുപ്പും തോന്നുന്നുവെന്ന്." പിന്നീട് ദില്ലിയിലെ പാർലമെന്ററി പാർട്ടി യോഗത്തിൽ അദ്ദേഹം പറഞ്ഞു. "വ്യക്തിയുടെ സ്വാതന്ത്ര്യവും ഭദ്രതയും കാത്തുസൂക്ഷിക്കേണ്ട ബാദ്ധ്യത കോൺഗ്രസിനുണ്ടെന്ന്." ഒരു പ്രത്യേക കുറിപ്പിലൂടെ രണ്ടാഴ്ചപോലും കഴിയുന്നതിനുമുമ്പുതന്നെ അദ്ദേഹം കമ്യൂണിസ്റ്റ് സിദ്ധാന്തങ്ങളിൽ ആകൃഷ്ടരാകുന്നതിനെക്കുറിച്ചുള്ള അപകടകരമായ അവസ്ഥയെക്കുറിച്ചും കോൺഗ്രസുകാരെ ഓർമ്മപ്പെടുത്തിക്കൊണ്ടിരുന്നു. നിരാശയുടേയും തെറ്റിദ്ധാരണയുടേയും മദ്ധ്യത്തിലാണ് കമ്യൂണിസം ഉടലെടുക്കുന്നത്. കമ്യൂണിസം വിജയിക്കുന്നതായി ഒറ്റനോട്ടത്തിൽ തോന്നാമെങ്കിലും അതിന്റെ കർശനമായ സിദ്ധാന്തവാദംകൊണ്ട് മനുഷ്യസ്വഭാവത്തിന്റെ ചില ഒഴിച്ചുകൂടാനാവാത്ത ആവശ്യങ്ങളെ അത് അവഗണിക്കുന്നതുകൊണ്ട് അത് പരാജയപ്പെടാതിരിക്കില്ല. ജീവിതത്തിന്റെ ധാർമ്മികവും ആദ്ധ്യാത്മികവുമായ വശം അതുൾക്കൊള്ളുന്നില്ല. മനുഷ്യബന്ധങ്ങളുടെ മൂല്യങ്ങൾ അതുൾക്കൊള്ളുന്നില്ല.

വളരെ അടുത്തക്കാലത്തായി കോയമ്പത്തൂരിൽവെച്ച് അദ്ദേഹം കോൺഗ്രസുകാരോട് പറഞ്ഞു. സമാധാനമാർഗ്ഗങ്ങൾ കർശനമായി പാലിക്കണം. വലിയൊരു ജനവിഭാഗത്തിന് ഗവൺമെന്റിനെതിരായി അഗാധവും സാർവ്വത്രികവുമായ അവിശ്വാസമുണ്ടെങ്കിൽ അതെങ്ങനെ ഉളവായെന്നും എങ്ങനെ അത് നീക്കാമെന്നും ഗവൺമെന്റ് ചിന്തിക്കേണ്ടതാണ്. സ്വന്തം നയങ്ങളും ജനങ്ങളോട് പൊതുവിലുള്ള സമീപനവും വഴി ഇത്തരം സംഭവവികാസങ്ങളെ തടയേണ്ടത് ഗവൺമെന്റിന്റെ ചുമതലയാണ്. ഗവൺമെന്റിന്റെ ഉത്തമവിശ്വാസത്തെക്കുറിച്ചുള്ള അടിത്തറ തന്നെ ഇളകിക്കഴിയുമ്പോൾ വിശേഷിച്ചും അത് ദൗർഭാഗ്യകരമാകുന്നു. ഗണനീയമായ ജനവിഭാഗങ്ങളിൽ അനീതി ചെയ്യപ്പെടുന്നു എന്ന ബോധം ഇപ്പോൾ ഉളവായിട്ടുണ്ടോ എന്നതിനെപ്പറ്റി സംശയമില്ല.

നെഹ്റുവിന്റെ കേരളസന്ദർശനത്തിനും മുമ്പ്, അതായത് ജൂൺ ഏഴിന് ഇ എം എസിനോട് നെഹ്റു പറഞ്ഞു. നിയമസമാധാനപാലനത്തിൽ ഇടപെടാൻ കേന്ദ്രത്തിന് ഉദ്ദേശമില്ല. കേന്ദ്രത്തിന്റെ ഇടപെടൽ ആവശ്യമായ വിധം സ്ഥിതി മോശമായാൽ ഇടപെടാൻ മടിക്കില്ല. ഭരണം ശരിയായവിധത്തിൽ നടത്താത്തതാണ് ജനങ്ങൾക്കിടയിൽ അസ്വസ്ഥതയുണ്ടാവാൻ കാരണം. ഗവൺമെന്റിന്റെ വീഴ്ചകൾക്ക് നെഹ്റു നമ്പൂതിരിപ്പാടിനെ കുറ്റപ്പെടുത്തുകയും ചെയ്തു.

ഈ സംഭാഷണത്തിനുശേഷം നമ്പൂതിരിപ്പാടിൽ ചില മാറ്റങ്ങളൊക്കെ ഉണ്ടായിത്തീർന്നതായി അനുഭവപ്പെട്ടിരുന്നു. ചില വിട്ടുവീഴ്ചകളൊക്കെ ചെയ്യാൻ അദ്ദേഹം തയ്യാറാവുകയും ചെയ്തിരുന്നതാണ്. പക്ഷേ, തിരുവനന്തപുരത്തെത്തിക്കഴിഞ്ഞപ്പോൾ വടക്കുനോക്കി യന്ത്രത്തിന്റെ സൂചിപോലെ അത് വീണ്ടും ആ പഴയ സ്ഥാനത്തേക്കുതന്നെ പോയി! നെഹ്റുവിന്റെ ഉപദേശങ്ങൾ അത്രയും അവഗണിച്ചു കളഞ്ഞു! പാർട്ടിയുടെ നിർദ്ദേശം തന്നെയായിരിക്കണം അതിനുകാരണം.

പിന്നീട് പ്രതിമാസ പത്രസമ്മേളനത്തിൽ നെഹ്റു പറഞ്ഞു. ഗവൺ

മെന്റിൽനിന്നും നീതി ലഭിക്കുന്നില്ലെന്ന ബോധം ജനങ്ങളിലുണ്ട്. അക്കാരണത്താൽ കേരളത്തിലെ സംഭവവികാസങ്ങളിൽ എനിക്ക് അതിയായ ഉൽക്കണ്ഠയുണ്ട്. കമ്യൂണിസ്റ്റ് ഗവൺമെന്റിനുള്ള ഒരു പരീക്ഷണഘട്ടം ഇതാ സംജാതമായിരിക്കുന്നു.

'കമ്യൂണിസ്റ്റ് ഗവൺമെന്റിനെ പുറത്താക്കാൻ ഭരണഘടനാ വിരുദ്ധമായ ഏതെങ്കിലും മാർഗ്ഗം സ്വീകരിക്കുന്നതിനോട് താൻ എതിരാണ്. സ്കൂൾ കുട്ടികൾ ഏതുതരം പിക്കറ്റിങ് നടത്തുന്നതിനോടും താൻ എതിരാണ്. ജനാധിപത്യ മാർഗ്ഗത്തിലൂടെയല്ലാതെ ഗവൺമെന്റിന് പതനമുണ്ടാകുമെന്ന് ഞാൻ ആഗ്രഹിക്കുകയോ ഉദ്ദേശിക്കുകയോ ചെയ്യുന്നില്ല. അതിനായി കാത്തിരിക്കുന്നുമില്ല. ജനാധിപത്യപരമായ രീതിയിലല്ല കേരളസർക്കാർ പ്രവർത്തിക്കുന്നത്. ജനാധിപത്യത്തിന്റെ ഉപകരണങ്ങളെ ജനാധിപത്യപരമായ രീതിയിൽത്തന്നെ വേണം പ്രവർത്തിപ്പിക്കുവാൻ. തിരഞ്ഞെടുപ്പാണ് കേരളത്തിലെ കുഴപ്പങ്ങൾക്ക് പ്രത്യക്ഷപോംവഴി. കേരളത്തിൽ കേന്ദ്രം ഇടപെടാൻ സാദ്ധ്യതയില്ല. കേരളത്തിൽ നിന്നും വാഹനം കയറുമ്പോൾ അദ്ദേഹം പറഞ്ഞു.

കേരളത്തിന് വളരെയേറെ താല്പര്യങ്ങളുണ്ട്. പക്ഷേ, തല്ക്കാലം ഇടപെടാൻ ഉദ്ദേശിക്കുന്നില്ല. ഭാവിയിൽ എന്തു നടക്കുമെന്നത് ഭാവി സംഭവങ്ങളെ ആശ്രയിച്ചിരിക്കും. ഇടപെടൽ എവിടേയും ഒഴിവാക്കാനാണ് ഞങ്ങൾ ഉദ്ദേശിക്കുന്നത്.

ദില്ലിയിലെത്തിയ ശേഷം കോൺഗ്രസ് പാർലമെന്ററി പാർട്ടിയിൽ ഒരു മണിക്കൂർ അദ്ദേഹം പ്രസംഗിച്ചു. തിരഞ്ഞെടുപ്പ് നടത്തുന്ന പക്ഷം കമ്യൂണിസ്റ്റ്പാർട്ടി പരാജയപ്പെടുമെന്നും ജനങ്ങളിൽ ഗവൺമെന്റിനെതിരെ അതൃപ്തിയുണ്ടെന്നും പുതിയ തിരഞ്ഞെടുപ്പാണ് പരിഹാരമാർഗ്ഗമെന്നും അതിന് മുൻകൈ എടുക്കേണ്ടത് കമ്യൂണിസ്റ്റു ഗവൺമെന്റാണെന്നും നെഹ്റു അടിവരയിട്ട് പറഞ്ഞു. അപ്പോഴും നെഹ്റു പറഞ്ഞു ഇപ്പോൾ ഇടപെടാൻ ഉദ്ദേശിക്കുന്നില്ല. പിക്കറ്റിങ്ങിനെ ശരിവെക്കുന്നില്ലെന്ന് പറഞ്ഞ അദ്ദേഹം പ്രക്ഷോഭം പിൻവലിക്കുമെന്നു പ്രതീക്ഷിക്കുന്നില്ലെന്നും പറയാൻ മറന്നില്ല.

പ്രിയപ്പെട്ട സുഹൃത്തുക്കളെ ഇതാണ് നെഹ്റു! ഇതാണ് നെഹ്റുവിന്റെ അഭിപ്രായങ്ങളും ചിന്താഗതികളും. ഇദ്ദേഹമാണ് നമ്മുടെ രാജ്യത്തിന്റെ പ്രധാനമന്ത്രി. ഈ മഹാനെക്കുറിച്ചാണ് കമ്യൂണിസ്റ്റുകൾ അപഖ്യാദികൾ പ്രചരിപ്പിക്കുന്നത്. ഈ പറഞ്ഞകാര്യങ്ങളൊന്നും ഞാൻ കെട്ടിച്ചമച്ചുണ്ടാക്കിയതല്ല. നേരാംവണ്ണം വ്യക്തമായ തെളിവുകളുള്ളവയാണ്. ഏതുവേദിയിലും ഇത് തെളിയിക്കാൻ ഞാൻ തയ്യാറുമാണ്.

അതുകൊണ്ട് കമ്യൂണിസ്റ്റ് സർക്കാർ ഉടനെ രാജിവെച്ച് പുറത്തുപോകണം. പോകുന്നില്ലെങ്കിൽ പിന്നീടുണ്ടാകുന്ന ഏത് കഷ്ടനഷ്ടങ്ങൾക്കും ഇന്ത്യൻ നാഷണൽ കോൺഗ്രസോ പ്രധാനമന്ത്രിയോ ഉത്തരവാദികളായിരിക്കില്ല. അതിന്റെ ഉത്തരവാദിത്വം കമ്യൂണിസ്റ്റുപാർട്ടി സ്വയം ഏറ്റെടുക്കേണ്ടിവരും.'

ഇത്രയും കേട്ടതോടെ ഒരു വില്ലിൽ തൊടുത്ത അമ്പെന്നപോലെ

ഞാൻ നടന്നു. ഇനിയുമുണ്ട് നേതാക്കന്മാർ പ്രസംഗിക്കുവാനെന്നറിയാം. എങ്കിലും ഒരു പ്രസംഗം കേട്ടുവെന്ന ഒരു സംതൃപ്തി മനസ്സിൽ ബാക്കി കിടന്നു. നേരെ ചാത്തുണ്ണിയേട്ടന്റെ അടുത്തേക്ക് ചെന്ന് ഞാൻ പുര യിലേക്ക് പോവുകയാണെന്നറിയിച്ചു. സമയം സന്ധ്യയോടടുത്തുവരുന്നു. അച്ഛൻ വിശ്രമത്തിലാണെന്നറിയാം. വൈകിയാൽ അമ്മയേക്കാൾ വേഗ ത്തിൽ ക്ഷമനശിക്കുന്നതച്ഛനായിരിക്കും. മഴക്കാലവും കടത്തു തോണിയും ഭീഷണിയുടെ നിഴൽ വിരിക്കുന്ന കാലമാണല്ലോ.

ഓടിക്കിതച്ച് പുരയിലെത്തിയപ്പോഴാണ് എനിക്കിഷ്ടപ്പെട്ട ഒരതിഥി കൂടി വന്നെത്തിയിട്ടുണ്ടെന്നറിയുന്നത്. എന്റെ ഇളയമ്മ. അച്ഛന്റെ പെങ്ങൾ! വെള്ളത്തുണികൊണ്ട് മാറുമറയ്ക്കുന്ന വെളുത്തുമെല്ലിച്ച അമ്മ യുടെ നാത്തൂൻ. കരിയും ചാണകവും തേച്ചുമിനുക്കിയ അമ്മാവന്റെ കോലായിൽ കിടന്ന് മൂത്രത്തിൽ കുളിച്ച് കരിവേഷം കെട്ടിയ എന്നെ മാറോട് ചേർത്തണച്ചുകൊണ്ട് ഇടയും കുന്നും വയലും കയറിയിറങ്ങി വന്ന എന്റെ ഇളയമ്മ! വല്ലപ്പോഴുമാണ് വരിക. ഇപ്പോൾ ആങ്ങളയുടെ വല്ലായ്ക. രണ്ടുദിവസം കഴിയുമ്പോഴേക്കും ഇണങ്ങിയ അണ്ണാനെ പ്പോലെയാകും ഇറങ്ങിപ്പോവുക - മുന്നറിയിപ്പൊന്നുമില്ലാതെ..

ഇരുപത്തിഅഞ്ച്

ജന്മിയും ചാത്തുണ്ണിയേട്ടനും തമ്മിലുണ്ടായ സംഭാഷണത്തിന്റെ ഏകദേശരൂപം മനസ്സിലായതോടെ അച്ഛൻ വീണ്ടും ആശയക്കുഴപ്പ ത്തിലായി. പാട്ടബാക്കി നിലവിലില്ലെന്ന ഒരു രേഖ കൈവശമുണ്ടായിരി ക്കേണ്ടത് കുടിയാന്റെ ഒരാവശ്യം കൂടിയാണ്. അക്കാര്യത്തെക്കുറിച്ച് നേരത്തെ ചിന്തിക്കേണ്ടതായിരുന്നു. ജന്മി ഇക്കാലമത്രയും പാട്ടം ചോദി ക്കാതിരുന്നതിന്റെ കാരണവും കൂടുതൽ വ്യക്തമായി വരികയാണ്. കുടി യാന്റെ കൈയിൽ ഒന്നുമില്ലാതിരിക്കുന്നതിന്റെ ഗുണം ജന്മിക്കുതന്നെ യാണെന്ന് തിരിച്ചറിയാൻ വളരെ വൈകിപ്പോയിരിക്കുന്നു.

ഇടംവലം നോക്കതെ ഇനി മുഴുവൻ സംഖ്യയും കൊണ്ടുപോയി ക്കൊടുക്കുകയേ നിവൃത്തിയുള്ളു. അതിന് എന്താണ് ഒരു പോംവഴി?

കുന്നത്തുവീട്ടിൽ ഗോപാലൻനായരുടെ കാര്യസ്ഥനായ കോമുണ്ണി നായർ കയറിവന്നത് കണ്ടപ്പോൾ എന്തുകൊണ്ടോ അച്ഛന് എന്തെന്നി ല്ലാത്ത ഒരു സന്തോഷം. അവർ തമ്മിലുള്ള സൗഹൃദം വളരെ പഴക്കമു ള്ളതാണ്. അല്ലറ ചില്ലറ അസുഖങ്ങളൊക്കെ വരുമ്പോഴാണ് കോമുണ്ണി നായർ അച്ഛനെ കാണാനെത്തുക. പലപ്പോഴും അർശസ്സായിരുന്നു അയാളെ കുഴക്കിയിരുന്നത്. കോഴിയിറച്ചി കഴിച്ചാൽ മൂലച്ചോര വീഴും. അതിനുള്ള ചികിത്സ അച്ഛന്റേതായിരുന്നു. ത്രിയോൽപക്കൊന്നയും കടുക്കയും മറ്റു ചിലമരുന്നുകളും പൊടിച്ചുചേർത്ത് ശർക്കരപ്പാനിയിൽ പാകംചെയ്തെടുക്കുന്ന ഒരു ലേഹ്യവും പിന്നെ ഒരു കഷായവും. മരുന്ന് അച്ഛൻ തന്നെയാണ് ഉണ്ടാക്കിക്കൊടുക്കുക. ഒന്നു രണ്ടു ദിവസത്തെ അദ്ധ്വാനമുണ്ടാകും.

ഗോപാലൻകുട്ടി നായർ പഴയ കോൺഗ്രസുകാരനായതുകൊണ്ടും പേരുകേട്ട കോൺഗ്രസ് തറവാട്ടിലെ ഒരംഗമായതുകൊണ്ടും ദില്ലിയിൽ വരെ നടക്കുന്ന പാർട്ടിയുടെ പ്രധാന നീക്കങ്ങളെക്കുറിച്ചൊക്കെ അദ്ദേഹത്തിനും വിവരം കിട്ടാറുള്ളതാണ്. ആനവായിൽ ചോറുരുളകേറ്റുമ്പോൾ വീണുപോകുന്ന വറ്റുപോലെ അല്പം ചില വാർത്തകളൊക്കെ ഓർക്കാപ്പുറത്ത് കോമുണ്ണിനായർക്കും കിട്ടിയെന്നുവരും. ഇത് വേണ്ടപ്പെട്ട സ്വന്തക്കാർക്ക് പങ്കുവെച്ചുകൊടുക്കുന്നതും അതിന്റെപേരിൽ ഇത്തിരി ഗമ സ്വന്തമാക്കുന്നതും കോമുണ്ണിനായരുടെ ഒരു മട്ടാണ്. അച്ഛനാകട്ടെ കോമുണ്ണിനായരെ വളരെ കാര്യപ്പെട്ട ഒരാളായി കാണുകയും ചെയ്യുന്നു. തന്റെ ഏതുകാര്യവും കോമുണ്ണിനായരോട് തുറന്നുപറയുന്നതിൽ അച്ഛന് തീരെ മടിയുമില്ല, സന്തോഷമാണുതാനും. അത്രയ്ക്കുമുണ്ട് അവർ തമ്മിലുള്ള സൗഹൃദം,

ഇപ്പോൾ കരിയും നുകവും ഒത്തുചേർന്ന ഒരവസ്ഥയാണ് രണ്ടുപേർക്കും. അച്ഛൻ കുടിശ്ശികപ്രശ്നം കോമുണ്ണിനായരോട് പരത്തിപ്പറഞ്ഞു. അതോടെ നായർ ദില്ലിയിൽ നടന്നുകൊണ്ടിരിക്കുന്ന കാര്യങ്ങളെക്കുറിച്ചാണ് ഗൗരവത്തോടെ സംസാരം തുടങ്ങിയത്. അടുത്ത ദിവസങ്ങൾക്കുള്ളിൽത്തന്നെ കമ്യൂണിസ്റ്റ് മന്ത്രിസഭ ഇല്ലാതാകുമെന്നും കമ്യൂണിസ്റ്റുകാർ കൊണ്ടുവന്ന പലനിയമങ്ങളും ദുർബ്ബലപ്പെടാനിടയുണ്ടെന്നും കോമുണ്ണിനായർ പറഞ്ഞു. കുടിയാന്മാർക്ക് ചീത്തകാലമായിരിക്കും വന്നുചേരുക. കുടികിടപ്പുകാരനെ കുടിയിറക്കാനുള്ള അവകാശം ജന്മിക്കുതന്നെ തിരിച്ചുകിട്ടും. വിദ്യാഭ്യാസബില്ലും കാർഷികബന്ധബില്ലും ദുർബ്ബലപ്പെടും. പൊലീസിന്റെ പഴയ പവറൊക്കെ തിരിച്ചുവരികയും ചെയ്യും, കാരണം ഇതിനൊക്കെവേണ്ടിത്തന്നെയാണല്ലോ വിമോചനസമരം നടന്നുകൊണ്ടിരിക്കുന്നത്.

ഇത്രയും കേട്ടതോടെ അച്ഛന്റെ മുഖത്ത് കരിനിഴൽവീണു. അങ്ങനെ വന്നാൽ കുടിശ്ശിക തീർത്തുകൊടുത്താലും ജന്മി വഴങ്ങിക്കൊള്ളണമെന്നുണ്ടോ? ഇറങ്ങിത്തരണമെന്നാണ് ആവശ്യപ്പെടുന്നതെങ്കിലോ?

“ഇതൊക്കെ ആരുപറഞ്ഞതാണ് കോമുണ്ണിനായരെ?” അച്ഛൻ ചോദിച്ചു.“ദില്ലിയിൽനിന്നും ചോർന്നുകിട്ടിയ വാർത്തകളാണ്. ഒന്നും പറയണ്ട. മനസ്സിലിരുന്നോട്ടെ” രാമുണ്ണിനായർ അച്ഛനെ സമാധാനിപ്പിച്ചു.

“അതിന് മന്ത്രിസഭ ഇല്ലാണ്ടായിട്ടുവേണ്ടേ?” അച്ഛന് സംശയം.

“ഇനി എന്തില്ലാണ്ടാവാനാ? അതില്ലാണ്ടായിക്കഴിഞ്ഞുന്നാ എനിക്ക് കിട്ടിയ വിവരം. ദില്ലീലെന്തൊക്ക്യാണ്ടായീതെന്ന് കേൾക്കണോ? ഗവർണർ അയച്ച റിപ്പോർട്ട് പ്രസിഡന്റ് നടപടിക്കായി ആഭ്യന്തരമന്ത്രിക്കയച്ചൂന്നാ വിവരം. അദ്ദേഹം അങ്ങനെ അടങ്ങിയിരിക്കുന്ന ആളല്ലല്ലോ. ഈ വിവരം കോൺഗ്രസ് പ്രസിഡന്റ് ഇന്ദിരാഗാന്ധിയെ അറിയിച്ചതോടെ നെഹ്റുവിനും അടങ്ങിയിരിക്കാൻ പറ്റാണ്ടായില്ല്യെ? നെഹ്റുവിന്റെ വീട്ടില് ഒരു കുടുംബവഴക്കുണ്ടായീന്നാ രഹസ്യം! ക്ഷമനശിച്ചിരിക്കുന്ന ഇന്ദിരാഗാന്ധി അച്ഛനോട് തട്ടിക്കേറീത്രെ. ഇനീം എന്താ കാത്തിരിക്കുന്നുന്നാ അവരെ ചോദ്യത്രെ. ശരിയല്ലെ? അച്ഛന്റെ ഈ തണുപ്പൻ കളി

മകള് സഹിക്ക്യോ? അവസാനം നെഹ്‌റുവിനും തോന്നീത്രെ ഇങ്ങനെ ഇനീം മുന്നോട്ട് പോകാനാവില്ലെന്ന്.

നെഹ്‌റു ഉടനെ കമ്യൂണിസ്റ്റ് നേതാക്കളായ എ കെ ഗോപാലനെയും അജയ്ഘോഷിനെയും വിളിപ്പിച്ചു. കമ്യൂണിസ്റ്റ് പാർട്ടി അവരുടെ നേതാക്കളെ നെഹ്‌റുവിന്റെ അടുത്തേക്കയച്ചൂന്നാ പുറത്തുകേൾവി. നെഹ്‌റു അവരോട് അവസാനമായി ചോദിച്ചതെന്താണെന്നറിയ്യോ? രാജിവെക്കുന്നോ അതോ പിരിച്ചുവിടണോന്ന്.

എ കെ ജി പറഞ്ഞത്രെ. "രാജിവെക്കില്ല. പ്രധാനമന്ത്രിയുടെ ഇഷ്ടം നടക്കട്ടെ." നെഹ്‌റു പറഞ്ഞത്രെ "എന്നാൽ പിരിച്ചുവിടും."

നേതാക്കൾ ഒന്നും മിണ്ടാതെ ഇറങ്ങിപ്പോന്നൂത്രെ. ഇനി എന്തറിയാനാ?" കോമുണ്ണിനായർ ചോദിച്ചു.

അച്ഛന്റെ ശബ്ദം നിലച്ചമട്ടായി. വയറ്റിൽ ചെറുകുടൽ പിരിഞ്ഞു തുടങ്ങി. അരി തിളച്ച് അടിച്ചേറ്റിയിൽ തടയുന്ന ശബ്ദം പുറത്തു കേൾക്കാം.

"അങ്ങനെ പട്ടവും മന്നവും ജയിച്ചു. അല്ലാണ്ടെന്താ?" കോമുണ്ണിനായർ.

"ഞാനും കോൺഗ്രസിൽ ചേർന്നാലോ കോമുണ്ണിനായരെ?" അച്ഛൻ ചോദിച്ചു. വളരെയേറെ ആശ്വാസവും സമാധാനവും നേടുകയായിരുന്നു അച്ഛൻ. ആ ശബ്ദത്തിൽനിന്നും അത് വ്യക്തമായിരുന്നു. "ഇതെന്തൊരു ചോദ്യാ? എത്രയോ പേര് ചേർന്നല്ലോ" കോമുണ്ണിനായർ പറഞ്ഞു. "എന്നെക്കൂടി രക്ഷിക്കണമെന്ന് ഗോപാലൻകുട്ടിയോട് പറയണം."

"എല്ലാം ഞാനേറ്റു. മുതലാളി ഉള്ളപ്പഴ് എന്തുപേടിക്കാനാ?"

അച്ചൻ ദീർഘശ്വാസം വിട്ടു. ഒരു കീറാമുട്ടി തുണ്ടം തുണ്ടമായി വേർപെടുകയാണ്. അങ്ങനെ അവർ രോഗത്തിലേക്കും ചികിത്സയിലേക്കും നീങ്ങിത്തുടങ്ങി. രോഗിയും വൈദ്യനുമായി അവർ ഒടിമറഞ്ഞു. എന്റെ മനസ്സിൽനിന്നും ദൃഷ്ടിയിൽനിന്നും അവർ അപ്രത്യക്ഷരായി. അവർ അവരുടെ ലോകത്തിൽ ഇഴുകിച്ചേർന്നു.

ഇത്തവണ ഇളയമ്മ മുമ്പൊക്കെ ചെയ്യാറുള്ളതുപോലെ രണ്ട് ദിവസം കഴിഞ്ഞ് മടങ്ങിപ്പോയിട്ടില്ല. അച്ഛന്റെ വല്ലായ്മയും അങ്കലാപ്പും കണ്ടതുകൊണ്ടായിരിക്കണം. ഞങ്ങൾ മക്കൾക്ക് ഇളയമ്മയുണ്ടാകുന്നത് സന്തോഷമുള്ള കാര്യമാണ്. ഞങ്ങൾക്ക് തമാശപറയാം, കളിയാക്കാം, ഇളയമ്മ ഞങ്ങളോടും തമാശപറയും, ഞങ്ങളെ കളിയാക്കും, ഓമനിക്കുകയും ചെയ്യും. അച്ഛനോടും അമ്മയോടും ഇളയമ്മ തുരുതുരാ വർത്തമാനം പറയും. പുരയിൽ ഒച്ചയും ബഹളവും ഉണ്ടാകണമെങ്കിൽ ഇളയമ്മ വേണം. അച്ഛൻ ഒന്ന് മിനുങ്ങിയാലും പെങ്ങളുള്ളപ്പോൾ അനിഷ്ടവർത്തമാനങ്ങളൊന്നും പറയില്ല. അമ്മയെ തൊട്ട്പൊള്ളിക്കാനുള്ള ചിരട്ടക്കനലുകളൊന്നും പുറത്തെടുക്കില്ല. ഒരു പുതിയ അച്ഛൻ പുരയിലുണ്ടെന്ന തോന്നലാവും ഞങ്ങൾക്കുണ്ടാവുക.

സ്വത്ത് പങ്കുവെച്ചപ്പോൾ ഇളയമ്മയ്ക്കും ഒരു ഓഹരി കൊടുക്കേണ്ടതായിരുന്നു. എന്തുകൊണ്ട് അത് കൊടുക്കുന്നില്ല എന്ന് ചിലർ ചോദി

ക്കുകയും ചെയ്തിരുന്നു. കല്യാണം കഴിഞ്ഞതിനുശേഷം ആങ്ങളമാർ രണ്ടുപേരുംചേർന്ന് രണ്ട് ഏക്രയോളം വരുന്ന ഒരു പറമ്പ് പെങ്ങൾക്ക് സ്വന്തമായി വാങ്ങിച്ചുകൊടുത്തിരുന്നുവത്രെ. ഭർത്താവിനും മക്കൾക്കും അവകാശം കിട്ടാത്ത രീതിയിൽ പ്രത്യേകം എഴുതി രജിസ്റ്റർ ചെയ്തു കൊടുത്തതായിരുന്നു. തറവാട്ടിൽനിന്നും കിട്ടാനുള്ള അവകാശത്തിനു പകരം ഒരുപഹാരം പോലെ നല്കിയതായിരുന്നുവത്രെ അത്. ഇക്കാര്യം ഇളയമ്മയ്ക്കറിയാമായിരുന്നു. മൂന്ന് വിഹിതങ്ങൾ രണ്ടായി ചുരുങ്ങിയതിന്റെ രഹസ്യം അതായിരുന്നുവത്രെ. അതൊക്കെ നല്ല കാലത്തെ കഥകൾ.

ഇളയമ്മയുടെ മകളുടെ വിവാഹജീവിതം അധികകാലം നീണ്ടു നിന്നിരുന്നില്ല. എന്തൊക്കെയോ കുടുംബപ്രശ്നങ്ങൾകാരണം അവളുടെ ആശാരം തീർത്തു. അമ്മാവനായ അച്ഛനായിരുന്നു നൂൽ ഊതിയിരുന്നത്. പിന്നീട് ചാത്തുണ്ണിയേട്ടൻ അവളെ കല്യാണം കഴിച്ചു. ചാത്തുണ്ണിയേട്ടന്റെ ആദ്യഭാര്യ മൂന്നാം പ്രസവത്തോടെയാണ് പുരയിൽവെച്ചു തന്നെ മൃതിയടഞ്ഞത്. രണ്ട് മക്കളുമായി (ഒരാണും ഒരു പെണ്ണും) ചാത്തുണ്ണിയേട്ടൻ കുറേക്കാലം കഴിച്ചുകൂട്ടിയെന്നാണ് എന്റെ ഓർമ്മ. ചാത്തുണ്ണിയേട്ടൻ അച്ഛന്റെ ഒരു മരുമകനായിത്തീർന്ന ചരിത്രമായിരുന്നു അത്.

കോമുണ്ണിനായർ വന്നുപോയതിൽ പിന്നെ അച്ഛൻ കൂടുതൽ ഉന്മേഷവാനും ചുറുചുറുക്കുള്ളവനുമായി കാണപ്പെട്ടു. പെങ്ങളുടെ സാന്നിദ്ധ്യംകൊണ്ടായിരിക്കും എന്നേ ഞാൻ കരുതിയുള്ളു. ഞങ്ങൾ മക്കളെപ്പോലെത്തന്നെ അച്ഛനും നല്ലൊരു കൂട്ടുണ്ടെങ്കിലല്ലേ സന്തോഷം തോന്നു. അമ്മയും അച്ഛനും ഒരേസമയം പുരയിലില്ലാതിരിക്കുന്നത് നല്ലതാണെന്ന അഭിപ്രായമായിരുന്നു എനിക്ക്. അപ്പോൾ ആർക്കുമുണ്ടാകില്ല സന്തോഷം. ആരാണ് ഇതിന് കാരണക്കാരെന്ന് ആർക്കും പറയാനാകില്ല. ഒരു ചേരയെ മറ്റൊരു ചേര വിഴുങ്ങിക്കൊണ്ടിരുന്നാൽ ഏത് ചേരയാണ് ആദ്യം വിഴുങ്ങാൻ തുടങ്ങിയതെന്ന് എങ്ങനെ പറയാനാകും?

ഒറ്റയ്ക്കിരിക്കുമ്പോഴാണല്ലോ പലതും ചിന്തിച്ചുപോവുക? പഴയ കുടുംബകഥകൾ മനുഷ്യനെ നശിപ്പിക്കുകയേ ഉള്ളു. അത് പറയാൻ പാടില്ലാത്തതും കേൾക്കാൻ കൊള്ളരുതാത്തതുമാണ്. പക്ഷേ, എല്ലാം അറിഞ്ഞിരിക്കണമല്ലോ. ഭാവിയിലുള്ള നല്ലവഴി കണ്ടെത്താനും ആ വഴിക്ക് സഞ്ചരിക്കാനും പഴങ്കഥകൾ നമ്മെ സാഹയിക്കുമല്ലോ. പഴങ്കഥകളോടൊപ്പം ദൈവവും കൂട്ടിനെത്തിയാൽ നമ്മൾ രക്ഷപ്പെടും. അല്ലെങ്കിലോ? രണ്ടും പാതാളം.

കോമുണ്ണിനായർ അതിശയം പറഞ്ഞ മന്ത്രിസഭ ഇല്ലാണ്ടായി എന്നതിന്റെ അർത്ഥം എനിക്ക് മനസ്സിലായിരുന്നില്ല. ദില്ലിയിലെന്തൊക്കേയോ നടക്കുന്നുണ്ടെന്നത് ശരിയാണ്. ഡ്രോയിങ് മാഷ് പറഞ്ഞകാര്യങ്ങൾ അത് ശരിവെക്കുന്നതുമാണ്. പക്ഷേ, ഏറ്റവും അവസാനമായി എന്താണ് സംഭവിച്ചിട്ടുള്ളത്? അല്പം ബുദ്ധിമുട്ടായാലും ഒരിക്കൽക്കൂടി ഡോയിങ് മാഷിനെ ചെന്നുകാണാൻതന്നെ ഞാൻ തീരുമാനിച്ചു.

ഉടനെ പുറപ്പെടാൻ നിവൃത്തിയില്ല. പതിറ്റടിപ്പൂവിരിയുന്ന സമയം ആയിക്കഴിഞ്ഞു. തിരിച്ചെത്തുമ്പോൾ കടവടച്ചുപോയാൽ കുടുങ്ങും. അന്തിയിൽ ഒറ്റയ്ക്ക് പുഴ നീന്താനാവില്ല. പുഴ നിറഞ്ഞൊഴുകുന്ന സമയമാണല്ലോ. നാളെ പുലരട്ടെ!

ഒരു ചക്കമുറി വെട്ടി ഇരിഞ്ഞെടുത്തുകൊണ്ടിരിക്കുകയാണ് ഇളയമ്മ. അനിയത്തിയുമുണ്ട് ഇളയമ്മയ്ക്കടുത്തുതന്നെ. അവൾ പച്ചച്ചുള തിന്നുകൊണ്ടിരിക്കുകയാണ് ഇഷ്ടംപോലെ. അമ്മയാണെങ്കിൽ അത് സമ്മതിക്കില്ല. പതുക്കെ ഞാനും അവരുടെ അടുത്തുകൂടി. അതോടെ മറ്റുള്ള അനിയന്മാരും അടുത്തടുത്തുവന്നു. രാത്രി പുഴുക്കിനുള്ളതാണ്. ഇപ്പോൾത്തന്നെ എല്ലാവരും തിന്നുതുടങ്ങിയാൽ പുഴുങ്ങുന്ന പണി കുറഞ്ഞുകിട്ടും.അമ്മ കണ്ടാൽ എണീറ്റോടേണ്ടിവരും. പക്ഷേ, ഇളയമ്മ പറഞ്ഞുകൊണ്ടിരുന്നു."നിങ്ങൾ തിന്നതിന്റെ ബാക്കി പുഴുങ്ങിയാമതി. എല്ലാം ഒരു വയറ്റിലേക്കല്ലേ?"

രാമുണ്ണിനായരുടെ പെട്ടെന്നുള്ള പ്രത്യക്ഷപ്പെടൽ എന്നെ അവിടെ നിന്നും എഴുന്നേല്പിച്ചുകളഞ്ഞു. ഞാൻ ഹൈസ്കൂളിൽ പഠിക്കുന്ന ചെക്കനല്ലേ? ഇങ്ങനെ മക്കളുടെ കൂട്ടത്തിൽ ചക്കയും തിന്നിരിക്കുന്നത് കുറച്ചിലല്ലേ? ഞാൻ അകത്തുനിന്നും അച്ഛനെ വിളിച്ചുവരുത്തി.

അച്ഛന്റെ പ്രതികരണം പെട്ടെന്നായിരുന്നു. ഒരാമുഖവുമില്ലാതെ അച്ഛൻ പറഞ്ഞു. "ഞാനേതായാലും തീരുമാനിച്ചുകഴിഞ്ഞു നായരേ."

"എന്ത്? തീരുമാനിച്ചുന്ന്?" രാമുണ്ണിനായർ അത്ഭുതപ്പെട്ടു.

"കോൺഗ്രസിൽ ചേരാൻ. ഏതായാലും കഷ്ടപ്പാടിലാണ്. ജീവിക്കാനുള്ള പാട് എനിക്കല്ലേ അറിയൂ. എന്നെങ്കിലും ഒരു സ്വസ്ഥത വേണ്ടേ?"

"കമ്യൂണിസൊക്കെ മതിയായോ?" നായർ ചോദിച്ചു.

"മതിയായി! കുടിയൊഴിപ്പിക്കാനും പാട്ടബാക്കി ചോദിക്കാനും ആരും വരാതിരുന്നാമതി. സ്വസ്ഥായിട്ട് കെടന്നുറങ്ങാലോ." അച്ഛൻ പറഞ്ഞു.

"അല്ല കാര്യത്തിലാണോ?" രാമുണ്ണിനായർ അത്ഭുതപ്പെട്ടു.

"പിന്നല്ലാണ്ട്? കുറേപ്പേര് ചേർന്നല്ലോ. ഞാനിങ്ങനെ ഉരുകിത്തീരണോ? എനിക്കുവേണ്ടേ ഒരു രക്ഷ? നെഹ്റു എന്നെ രക്ഷിക്കും." അച്ഛൻ പറഞ്ഞു.

രാമുണ്ണിനായർ കോപിഷ്ടനായി. അയാളുടെ കണ്ണുകൾ ചുവന്നു. കൈകൾ വിറച്ചു. കാലുകൾ വിറച്ചു. ശരീരമാകെ വിറകൊണ്ടു. ശബ്ദത്തിന് ഇടറലും പിടിപ്പെട്ടു. സ്വയം നിയന്ത്രണം നഷ്ടപ്പെട്ടവനെപ്പോലെ അയാൾ പറഞ്ഞു:

"നീയൊരു കൊലച്ചതിയനാണ്! ഇങ്ങനെയൊക്കെത്തന്നെ വേണം. ഇപ്പോയവരൊക്കെ ചതിയന്മാരല്ലെ! അക്കൂട്ടത്തിൽ നീയും കൂടിക്കിടക്കട്ടെ. അല്ലാണ്ടെന്താ?" രാമുണ്ണിനായർ അലറി. ആ അലർച്ച പതുക്കെപ്പതുക്കെ ഇടറുന്നുണ്ടായിരുന്നു. അതോടെ കണ്ണിൽ വെള്ളം നിറയുന്നുണ്ടായിരുന്നു.

അച്ഛൻ നിശ്ശബ്ദനായി.

രാമുണ്ണിനായർ നിന്നനില്പിൽനിന്നുകൊണ്ട് പതുക്കെ കുനിയുകയും അച്ഛന്റെ രണ്ട് കണങ്കാലുകളിലും അമർത്തിപ്പിടിച്ചുകൊണ്ട് ഇടറിയിടറിപ്പറയുകയും ചെയ്തു.

"ചെയ്യരുത് ഒരിക്കലും ചെയ്യരുത്. നട്ടപ്പാതിരയ്ക്ക് നീയെനിക്ക് വാട്ടക്കപ്പയും താറാമുട്ടയും തന്നവനാണ്. ഞാനത് മറന്നിട്ടില്ല. എനിക്ക് മറക്കാനാവില്ല. മറക്കാനാവാത്തത് പലതുമുണ്ട്. അതുപോലെ സഹിക്കാനാവാത്തതും. ഇത് ഞാൻ സഹിക്കില്ല."

"അത് നായരായിരുന്നോ?" അച്ഛൻ ചോദിച്ചു.

"നീ അറിഞ്ഞിട്ടില്ല. അല്ലേ?"

"ഇല്ല. മറ്റേ ആൾ?"

"മരിച്ചുപോയി. അക്കഥ ഞാൻ പറഞ്ഞല്ലോ. പാറപ്പുറത്തുവീണ കഥ."

അച്ഛൻ നായരുടെ കൈകൾ വിടുവിച്ച് അയാളെ നേർക്കുനിർത്തി. ആ നില്പിനിടയിൽത്തന്നെ മുന്നോട്ടാഞ്ഞ് നായരെ കെട്ടിപ്പിടിച്ചു. രണ്ടുപേരുടെയും അപ്രതീക്ഷിതവും അസാധാരണവുമായ ആലിംഗനം ഞങ്ങൾ എല്ലാവരും നോക്കിനിന്ന് അത്ഭുതപ്പെട്ടു.

രാമുണ്ണിനായർ എന്തോ കാര്യം പറയാൻ വന്നതായിരിക്കണം. അതു പറയാൻ അവസരം കിട്ടുന്നതിനുമുമ്പേ ഒരു നാടകമാണല്ലോ അരങ്ങേറിയത്. ഇനി എന്തൊക്കെയാകും നായർ പറയുകയെന്ന് ശ്രദ്ധിക്കുകയായിരുന്നു ഞാൻ.

"ഞാനൊരുകാര്യം പറയാൻ വന്നതായിരുന്നു. അപ്പഴേ നീ എന്നെ പേടിപ്പിച്ചുകളഞ്ഞല്ലോ - ഒരു പാർട്ടിക്കാര്യം. അത്രയേയുള്ളൂ. രാമുണ്ണിനായർ നിസ്സാരമട്ടിൽ പറഞ്ഞു.

"എന്ത് കാര്യം?" അച്ഛൻ ചോദിച്ചു.

"മന്ത്രിസഭ പിരിച്ചുവിടാൻ പോണൂന്ന് കേട്ടു. എ കെ ജിയേയും അജയ്ഘോഷിനേയും നെഹ്റു വിളിപ്പിച്ചുകഴിഞ്ഞു. മന്ത്രിസഭ പിരിച്ചുവിട്ടാൽ കുഴപ്പങ്ങളൊന്നും ഉണ്ടാക്കരുതെന്നഭ്യർത്ഥിക്കാനാത്രെ. പാർട്ടി എല്ലാറ്റിനും മൗനസമ്മതം കൊടുത്തൂന്നാ കേൾവി." രാമുണ്ണിനായരുടെ ശബ്ദം പതുങ്ങി.

കഴുകി കമഴ്ത്തിയ ഓട്ടുകിണ്ണംപോലെ അച്ഛൻ! അച്ഛൻ എന്തെങ്കിലും ഒരക്ഷരം മിണ്ടട്ടെയെന്ന് കരുതി നായർ തുടർന്നു.

"ഇനീം മന്ത്രിസഭയ്ക്കിങ്ങനെ മുന്നോട്ടുപോകാനാവില്ലത്രെ. എന്തെങ്കിലുമൊന്ന് സംഭവിക്കട്ടെ എന്ന് എല്ലാവരും കരുതുന്നു. ഒരു കണക്കിന് അതാണ് ശരീം. എന്താ?"

നാവിൽ ഒരമ്മി കെട്ടിത്തൂക്കിയ മട്ടിലാണ് അച്ഛന്റെ നില്പ്. ശരിയും തെറ്റും മനസ്സിലാക്കാൻ കഴിയാത്തതുകൊണ്ടാവും! നായർ പിന്നേയുമെന്തൊക്കെയോ പറയാൻ ശ്രമിക്കുന്നുണ്ടായിരുന്നു. എന്നിട്ടും അച്ഛൻ ഒരക്ഷരം മിണ്ടുന്നില്ല.

സന്ധ്യമുറുകിത്തുടങ്ങിയിരുന്നു.

മഴക്കാറില്ലാത്ത ആകാശമാണെങ്കിലും നീരാവി നിറഞ്ഞ അന്തരീ

ക്ഷമാണെങ്ങും. വാൽമാക്രികളുടെ കിറുകിറശബ്ദങ്ങളും ചീവിടുകളുടെ നീളംകൂടിയ ഈണവും ചെവി തുളയ്ക്കുകയാണ്. വായുവിന്റെ അനക്കം പോലുമില്ല എങ്ങും.

നാട്ടുമാവ് മുറിച്ചുവീഴ്ത്തിയപ്പോൾ പൊളിഞ്ഞുപോയിരുന്ന ആകാശത്തിന്റെ അടിഭാഗത്തെവിടെയോ അസാധാരണമായ ഒരു പ്രകാശ ഗോപുരം ഉയർന്നുവന്നു. ഞൊടിയിടയിൽ അത് അപ്രത്യക്ഷമാവുകയും ചെയ്തു. പക്ഷേ, വീണ്ടും ആ ഗോപുരം പലനിറങ്ങളിലായി പലരൂപങ്ങളിലായി ചിന്നിച്ചിതറുകയും ആകാശത്തിൽ കൂടുതൽ സ്ഥലങ്ങളിലേക്ക് വ്യാപിച്ചുകൊണ്ടിരിക്കുകയും ചെയ്തു.

തുടരെത്തുടരെയുള്ള മിന്നേറുകളും കാതടപ്പിക്കുന്ന വെടി ശബ്ദങ്ങളുമായിരുന്നു പിന്നീട്. അതോടെ എല്ലാവരും ആകാശത്തിലേക്ക് ഉറ്റുനോക്കിത്തുടങ്ങി. വെടികൾക്ക് പൊട്ടിത്തീരാനിടമില്ലാത്ത ആകാശവും മിന്നേറുകൾക്ക് മിന്നാനിടം പോരാത്ത അന്തരീക്ഷവും. നാനാനിറങ്ങൾ നിറഞ്ഞ പ്രകാശധാരയിൽ ഞങ്ങളാകെ മുങ്ങിക്കുളിച്ചുകൊണ്ടിരുന്നു. പേടിപ്പെടുത്തുന്ന വെടിയൊച്ചകളിൽ ഞങ്ങളാകെ വിറകൊണ്ടു. എവിടെ എന്തുസംഭവിക്കുന്നുവെന്ന് മനസ്സിലാക്കാനാവുന്നില്ല. അസ്തമിച്ച സൂര്യൻ തിരിച്ചുവരികയാണോ? അതുമല്ലെങ്കിൽ ലോകം അവസാനിക്കുകയാണോ. ഞങ്ങൾ എല്ലാം നോക്കിക്കണ്ടുകൊണ്ടിരുന്നു. ഉൾഭയത്താൽ കിടിലം കൂടിക്കൂടി വരികയാണ്. വീണ്ടും വീണ്ടും ആകാശത്തിന് വിള്ളൽ വീഴുകയാണ്. തീപിടിച്ച ഗോളങ്ങൾ ആകാശത്തിൽ ചുറ്റിക്കറങ്ങുകയാണ്! പിന്നെയും എന്തൊക്കെയോ സംഭവിച്ചുകൊണ്ടിരിക്കുകയാണ്. തീ നാളങ്ങൾ മതിലുർക്കന്മാരെ പോലെ വേഷം മാറി സഞ്ചരിക്കുകയാണ്.

രാമുണ്ണിനായർ അച്ഛനോട് പതുക്കെപ്പറഞ്ഞു.

“അതു സംഭവിച്ചുകാണും.”

അച്ഛൻ രാമുണ്ണിനായരുടെ ചുകന്ന കണ്ണുകളിലേക്ക് നോക്കി. ആ നോട്ടത്തിൽ നിറയെ ചോദ്യങ്ങളായിരുന്നു.

രാമുണ്ണിനായർ ഒറ്റവാക്കിൽ വിശദീകരിച്ചു.

“മന്ത്രിസഭ!”

“മന്ത്രിസഭ?” അച്ഛന്റെ നാവിൽ ജീവൻ തുടിച്ചു.

“പിരിച്ചുവിട്ടതിന്റെ ആഘോഷമാവും” രാമുണ്ണിനായർ സ്വയം കണ്ണുകൾ അടച്ചു. നെഞ്ച് നെടുവീർപ്പിലുയർന്നുകൊണ്ടിരുന്നു.

വായുവിൽപ്പോലും വെടിമരുന്നിന്റെ നനുത്ത മണം. പുഴുങ്ങിയ താറാമുട്ടയുടേതുപോലെ? അമ്മയും ഇളയമ്മയും ആകാശംനോക്കി നില്പാണ്. കൊച്ചുപെങ്ങൾ അമ്മയുടെ അരക്കെട്ടിൽ മുറുകെപ്പിടിച്ചിരിക്കുന്നു, അനിയന്മാരുമുണ്ട് തൊട്ടടുത്ത്.

www.ingramcontent.com/pod-product-compliance
Lightning Source LLC
LaVergne TN
LVHW041108150826
845673LV00007B/1963

* 9 7 8 9 3 8 8 4 8 5 2 2 7 *